I0522992

đường chúng ta đi

ĐƯỜNG CHÚNG TA ĐI
-Bảo Giang-

Bìa: Uyên Nguyên Trần Triết
Dàn Trang: Nguyễn Công

NHÂN ẢNH xuất bản 2023
ISBN: 9781088133699

BẢO GIANG

Đường chúng ta đi

NHÂN ẢNH 2023

THAY LỜI TỰA

Hồi còn dạy học ở Vĩnh Long, tôi thường nghe một bà mẹ ở nhà bên hát ru con:

Trồng trầu, trầu lộn với tiêu,
Con theo hát bội mẹ liều con hư'
Ví dầu tình bậu muốn thôi,
Bậu gieo tiếng dữ cho rồi bậu ra.

Giọng ru sao mà thảm sầu đến thế. Tôi biết đứa trẻ chẳng thể hiểu thế nào là "tình bậu muốn thôi", nhưng giọng ru buồn u uất đã đưa trẻ vào giấc ngủ.

Rồi tôi lại nghiệm ra rằng: giọng ru em của xứ Huế cũng buồn não nuột. Hình như các bà mẹ chỉ ru những cơn buồn, hay giọng ru buồn dễ đưa trẻ vào giấc ngủ hơn.

Càng già, tôi càng suy nghĩ đến giọng u buồn của miền Trung và miền Nam. Có phải chăng là cái hồn u uất của những người mất nước, thể hiện nơi con cháu để nhắc nhở rằng chúng ta đã mất quê hương chăng?

Cũng thế, một câu gọi là ca dao Chiêm Thành: *"Hỡi người con gái nước Chiêm. Nhìn chi chân trời. Mùa thu lá vàng có còn rơi?"*

Mùa thu nào mà lá vàng không rơi? Cũng như hình ảnh bất động của người con gái mất nước luôn nhớ về quê hương tươi đẹp thời thơ ấu của mình. Hình ảnh của người con gái Chiêm Thành với nét mặt u buồn (Sau này tôi ở Phan Rang thấy dường như cô gái Chiêm nào cũng có nét mặt buồn, kể cả khi họ cười) sống thẫn thờ trong những ngày dài vô tư lự.

Ngày trước, vào thời nhà Lý của nước ta, đã có vị sư khuyên vua khi Ngài cho lệnh bắt chước nhạc Chiêm Thành: *"Sai nhạc công chế khúc nhạc gọi là nhạc Chiêm Thành, tiếng trong trẻo, ai oán buồn rầu, người nghe phải chảy nước mắt. Tăng phó Nguyễn Thường nói: "Ta nghe bài tựa Kinh Thi nói rằng: Âm thanh của nước loạn nghe như ai oán giận hờn. Nay dân loạn, nước nguy. Chúa Thượng thì rong chơi vô độ, Triều chính rối loạn, lòng dân trái lìa, đó là triệu bại vong."* (Đại Việt Sử ký)

Tiếng nhạc buồn, hay khuynh hướng nghệ thuật buồn, phải chăng là một thể hiện bản chất khát vọng bất toại của chân lý - thiết thân là chân thân của con người.

Đến những âm thanh, những khúc điệu buồn ta thấy ở hầu hết các buổi tụng niệm hay hát lễ, nhất là những tiếng chuông buổi chiều hôm đã xác nhận sự hiện hữu của con người, và con người ấy được sinh ra để hành động trong một cộng đồng khát vọng hạnh phúc cho cuộc sống vật chất và tinh thần.

Nghệ thuật chính là phương tiện để thể hiện nỗi khát vọng ấy. Với những người mất quê hương chẳng thể nào cứ đứng nhìn chân trời mà ảo não hỏi: *"Trông về Nam lòng xiết bao thảm thương".*

Có lẽ cũng đã đến lúc nhìn thẳng vào lịch sử để thấy cái tất yếu thay đổi miên trường của nó, mà thân phận bọt bèo của người con dân nổi trôi trong giòng dài lịch sử. Ai trong chúng ta mà đã chẳng từng có lúc: *"Rót về phương Nam, trời Nam nghìn dặm thắm, có người quá chén như điên như cuồng".*

Thực sự những ngày không lý tưởng là những ngày trống rỗng. Điều ưu việt và cũng là điều khốn khổ là con người biết buồn. Những người Việt Nam ít nhất ở hải ngoại cũng đã có một quá khứ đau thương để buồn. Chúng ta, những người Việt không Cộng Sản đã rất nhân bản để không nỡ tin rằng người Việt theo Cộng Sản đã mất nhân tính, dù đã từng được đọc kinh nghiệm đau thương của Tưởng Giới Thạch khi phải lếch thếch chạy ra Đài Loan: *"Ta thua Trung Cộng vì vẫn nghĩ rằng người Cộng Sản Trung Hoa vẫn là người Trung Hoa"*. Cái tình tự dân tộc, cái niềm đôn hậu "giọt máu đào hơn ao nước lã" làm cho người Việt ở miền Nam vẫn hoài nghi, bào chữa cho những người vốn vẫn gọi mình là đồng bào.

Tội lỗi lớn nhất vẫn là ở người trí thức. Xưa nhà Nho dạy rằng *"giáo bất nghiêm sư chi nọa"*: cái điều suy đồi về đạo đức cũng như cách ứng xử của người dân trong xã hội, trách nhiệm về nhà Nho. Ngày nay, khi các trí thức vô hình chung vốn đảm nhiệm trọng trách tổ chức và điều hành xã hội cho quần chúng nhân dân, thì dù không ai kết tội, nhưng tự bản thân các trí thức khi đứng trước sự băng hoại của xã hội, điển hình là xã hội Cộng Sản, cũng thấy có phần trách nhiệm.

Cái trách nhiệm lớn nhất của những nhà Nho thời Nguyễn là đã tự hạn chế mình trong nền văn hoá Phong kiến trọng nông. Lý tưởng trung quân, ái quốc rất hạn hẹp. Nhớ lại lời dụ của một ông "Vua trẻ con"

Duy Tân: *"Nước dơ thì phải rửa bằng máu"* mà thương cho thế hệ trí thức thời Nguyễn, chỉ hạn chế lý tưởng của mình trong tầm mắt hẹp hòi là nước Việt Nam.

Thời thế bây giờ đã khác. Bất cứ biến động nào trên thế giới cũng tác động đến cuộc sống vật chất và tinh thần của họ. Hơn nữa tầng lớp trí thức của Việt Nam cũng rộng mở cả ở quốc nội và trên thế giới. Mục tiêu tranh đấu bây giờ là một nền văn hoá Nhân bản mà loài người đang khao khát, kể cả những người đang bị đầy đọa trong gông cùm văn hoá Cộng sản. Do đấy đánh bại Cộng Sản, không chỉ là triệt tiêu chế độ Cộng Sản, mà còn phải là xoá bỏ nền văn hoá phi nhân bản ấy nữa.

Người trí thức ngày ấy đã trả giá cho "Lòng Bác Ái" của mình bằng cách đổ máu trên đồi Calvin; cũng như người trí thức thể hiện "Lòng Từ Bi" của mình bằng cách thoát bỏ hết uy quyền, phú quý, để vực dậy "Con Người" từ anh paria thấp kém nhất trong xã hội.

Sự dấn thân của trí thức không chỉ là một nhu cầu xã hội, mà còn là thể hiện định mệnh siêu hình. Ta không đi một mình vì cái "cộng nghiệp" siêu hình của những người trí thức: *"Bạn đồng hành! Bạn đồng hành, đó chính là cái người mà kẻ sáng tạo tìm kiếm. Tìm kiếm bạn đồng hành chứ không phải những tử thi, không phải những bầy cừu, không phải những kẻ phục tùng tín ngưỡng. Kẻ sáng tạo tìm kiếm bạn đồng hành cùng sáng tạo như mình. Những bạn đồng hành, đó là những con người của kẻ sáng tạo ưu tư tìm kiếm"*, Zarathustra đã nói như vậy.

Cũng thế, còn do dự gì nữa, xin các bạn hãy là người bạn đồng hành trên "Đường chúng ta đi" với Bảo Giang.

Lê Văn Ngọc.
Sydney đầu Thu 2023

Việt Nam ngày mai

Nắng chiều đã khuất sau ngàn núi,
Đôi vầng mây xám ngủ trên cao.
La đà gió thoảng theo hơi khói.
Một vết hồng loang tủi lối mòn.

Ngồi đây ta ngắm cảnh chiều rơi.
Mắt theo cánh lá phơi trong gió,
Lại thấy chim bay nẻo cuối trời.
Những muốn ước nguyện, mơ ngày mới.

Nước Việt mai rồi nắng sẽ lên.
Ta chưa mong tiếng chim rộn rã,
Chỉ ước xuân sang giữa nắng vàng.
Cho quê ta bớt ngàn tăm tối,
Để người dân Việt với môi cười.
Ta chẳng mong hoa tươi cỏ lạ,
Chỉ ước được hai chữ Tự Do.
Cho người người xây đời no ấm,
Sống hòa bình, Độc Lập nở hoa.
Để từ đó dân ta dứng dậy,
Cùng chung sức xây dựng tương lai.
Cho Việt Nam ngàn đời tươi sáng,
Mừng dân ta đứng thẳng làm người.

Việt Nam ơi cách biệt nửa đời,
Ta vẫn đi mà đường chưa đến.
Năm mươi năm xa bến cách bờ.
Đôi chân mỏi, đời người qúa ngắn,
Biết tìm đâu giải nắng quê hương?
Để nơi đó tình thương rộng mở,
Cho người người gặp gỡ ngày mai.
Cho đàn trẻ vui say đến trường!
Này trang sử nghìn chương giữ nước.
Thấm máu hồng theo bước ông cha.

Đã lưu truyền cho đàn con cháu,
Mảnh sơn hà từ bắc đến nam.
Đây tiếng nói từ ngàn năm cũ,
Ở đó là tình tự quê hương,
Đã lưu ký từng chương dựng nước,
Để toàn dân tiến bước đi lên.
Dẫu quê ta hôm nay gặp khó,
Đường ta đi không hổ màu cờ.

Em hãy là bài ca trong nắng,
Cho ngày mai dưới ánh cờ Vàng.
Triệu con tim ca vang khúc hát.
Dân nước Nam xiết chặt bàn tay
Người bên người vui say gío lộng.
Ta bên nhau mở rộng con đường.
Cùng muôn người chung lòng góp sức.
Nối vòng tay xây dựng quê ta.
Ở đó là Việt Nam ngày mới.
Ta bên nhau sống với tình người.
Anh bên em xây đời sống mới,
Cùng muôn người hướng tới tương lai.
Ta bên nhau, chen vai vì nước,
Ta chung tay, cất bước ca vang.
Theo ánh Vàng mở đường dẫn lối,
Đưa Việt Nam bước tới Vinh Quang.

Ta sẽ là bài ca trong sáng,
Cho ngàn năm bóng tối tan đi.
Ta xé đi hận thù lá đỏ,
Ta xé bỏ váy đỏ cờ sao,
Ta đem về tự hào dân tộc,
Cho người người sống với Tự Do.
Mừng nước Việt dựng cờ Độc Lập.
Cho dân Nam hát khúc khải hoàn.
Mừng Việt Nam đời đời bền vững.
Dân nước Nam sống với Thái Bình.

Bảo Giang. 22-02-2022

Thư cho bạn

Thưa bạn,

Người Việt Nam ta có một tập tục rất đáng trân trọng. Đó là việc chúc tết nhau vào ngày tết. Con cháu thì đi chúc tết ông bà cha mẹ, chú bác cô dì. Anh em gặp gỡ chúc tết nhau. Hàng xóm láng giềng cũng nhân ngày Tết có câu chuyện cởi mở bên hàng rào. Bạn bè thì thư từ qua lại, tình nhân thì trao nhau những cánh hoa, cánh thiệp đầu năm. Nương theo tinh thần trân qúy của cha ông ta để lại, nhân ngày Tết sắp đến, tôi xin viết đôi dòng đến bạn thay cho câu chuyện đầu năm.

Bạn thân mến,

Lịch sử của dân tộc Việt Nam chúng ta ở trên giải đất này đã trải qua hơn 4000 ngàn năm. Trong suốt tiến trình dựng nước và giữ nước lâu dài ấy, sách sử của dân ta đã ghi lại những triều cường, oanh liệt cũng như gian khó. Triều cường thì lừng lẫy với đất trời trong bước chân uy vũ của những anh hùng dân tộc như: Hưng Đạo Vương, Bình Định Vương, Quang Trung Nguyễn Huệ, Ngô Quyền, Lý thường Kiệt, hai bà Trưng, bà Triệu... trong những lần diệt Nguyên, đuổi Tống, triệt

Thanh, dẹp Hán. Nhưng cũng có lúc mạt vận thê lương vì những Lê chiêu Thống, Trần ích Tắc, Mạc đăng Dung và nay là Hồ chí Minh.

Cuộc thịnh suy ấy là lẽ thường tình của trời đất. Một ngày có 24 giờ, theo lẽ thì có 12 giờ thuộc về ban ngày, và 12 giờ thuộc về ban đêm. Ấy thế, vòng quay của trái đất vẫn tròn đều mà có khi ngày và đêm dài vắn khác nhau! Xem thế, thịnh suy là lẽ của Trời, nhưng sức người cũng có thể làm thay đổi phần nào quy luật tự nhiên. Nói cách khác, quy luật tự nhiên của Con Tạo vốn có trong Trời Đất, nhưng Trời không tạo ra một sắc dân này để làm nô lệ cho một sắc dân khác. Có chăng là, sự cường nhược phát triển không đều mà sắc dân này, bất kể đạo lý, áp đặt sức mạnh lên trên sắc dân khác mà thôi. Theo đó, Việt Nam ta muốn có Tự Do, Độc Lập, Tự Chủ, Công Lý... cũng không tự nhiên mà có. Nhưng phải tìm, phải chiến đấu mới có được.

Vì thấu triệt được lẽ trời và lòng người, nên ý chí của tiền nhân ta trong Hội Nghị Diên Hồng đã được biểu lộ. Hội Nghị đã truyền hơi thở và sức sống, không phải chỉ vào thớ thịt, buồng gan của con dân Việt Nam, mà còn lay động đến cây cỏ, chiến mã, lòng sông để tạo nên những chiến công vang dội của đất nước.

Cũng thế, ngày 10-8 âm lịch năm 1010, vua Lý Thái Tổ dời đô về Thăng Long là ý muốn tạo nên một một cơ nghiệp, một lịch sử bền vững trong nền Độc Lập thịnh trị cho dân tộc. Hơn thế, còn biểu lộ ý chí bảo vệ từng tấc đất, từng viên sỏi, từng cây cỏ của quê ta không để rơi vào tay phương bắc. Nhờ đó, sách sử Việt Nam lại ghi thêm những trang oanh liệt Ngọc Hồi, Hạ Hồi, Đống

Đa, Vân Đồn... mà bất cứ ai qua Thăng Long, nay là Hà Nội cũng được nghe chuyện kể như lời kinh về đoạt giáo Chương Dương Độ, cầm hồ Hàm Tử Quan!

Rồi cũng từ thành Thăng Long này, không phải chỉ chứng kiến những cuộc diệt Tống, đuổi Minh, phá Thanh, trừ Hồ, nhưng còn là một tượng đài uy vũ trong cuộc chiến chống thực dân Pháp với Tổng Đốc Hoàng Diệu. Rồi đến cuộc triệt công bãi thị của quân dân Hà thành đã làm tê liệt mọi sinh hoạt của thực dân Pháp vào mùa thu năm 1945. Trải qua những uy vũ và công nghiệp ấy của tiền nhân, chúng ta hôm nay có được nét tự hào là được sống với Thăng Long, được chạm vào hơi thở của tiền nhân từ ngàn năm trước. Hỏi còn gì đáng hãnh diện hơn?

Nhưng bất hạnh thay, giữa lúc toàn thể dân ta nô nức đi vào vận hội Tự Do, Dân Chủ và Độc Lập sau khi đuổi thực dân Pháp ra khỏi bờ cõi. Tập đoàn cộng sản Hồ chí Minh đã cấu kết với đảng cộng sản Trung cộng, áp đặt lên miền bắc Việt Nam một chế độ độc tài toàn trị. Từ đây, chúng không ngừng mở rộng chiến tranh vào miền nam theo kế hoạch tiếp tay, hỗ trợ cho Bắc Kinh thống trị toàn vùng Đông Nam Á, trong đó, nhằm cả nước ta vào vòng nô lệ cho ngoại bang cũ.

Bạn biết đó, trong suốt tiến trình xin làm nô lệ cho Trung cộng, tập đoàn Việt cộng Hồ chí Minh đã chủ trương triệt tiêu bản sắc dân tộc Việt. Triệt tiêu mọi cuộc đề kháng Tự Chủ phát xuất từ lòng yêu nước của đồng bào Việt Nam. Tệ hơn thế, chúng đã đem những sách lược là bản sắc của Trung cộng áp đặt trên đồng bào ta, cụ thể là:

I. Mặt đời sống/ văn hóa:

1. Triệt hạ thành phần dân tộc, yêu nước.

Có thể nói rằng, một trong ba cuộc tàn sát, giết hại chính đồng bào mang quốc tịch của nước mình một cách ghê rợn nhất trong lịch sử của nhân loại, lại là cuộc cuộc thảm sát đồng bào Việt Nam ở ngoài bắc, do Hồ chí Minh, Trường Chinh và tập đoàn Việt cộng thực hiện từ 1955-1958. Trong cuộc đấu tố "Trí Phú Địa Hào" này, Hồ chí Minh đã "đào tận gốc, trốc tận rễ", phóng tay giết chết hơn 170,000 người dân Việt Nam, và đày lên vùng rừng thiêng nước độc, hay bắt giam trong các nhà tù hàng trăm ngàn người khác. Sự vô luân, tàn bạo của Hồ chí Minh nếu đem ra so sánh, lấy tỷ lệ 170,000 người bị giết trên tổng số gần 14 triệu dân. Nay đem so với tỷ lệ số người bị giết trên tổng số dân của Liên Sô hoặc Trung Cộng, xem ra Hồ chí Minh còn tàn bạo hơn Lênin, Stalin và Mao trạch Đông nhiều lần. Thử hỏi xem, Trời nào tha, Đất nào có thể dung thứ cho những loại tội ác man rợ ấy?

2. Cuộc triệt hạ thành phần trí thức ở thành thị.

Hậu qủa của cuộc đấu tố thành phần trí thức xã hội trong vụ Nhân Văn Giai Phẩm 1958 là: Ngoài những cái chết, những cuộc sống trong đau thương của những nhà trí thức, văn nghệ sỹ dân tộc yêu nước, nó còn tiêu diệt toàn bộ ý thức tự chủ của giới sỹ phu và nền văn hóa đạo đức Việt Nam. Từ đây, Chúng đã tạo ra lớp người làm văn hóa nô lệ, chỉ biết cúi đầu tâng bốc cho những hành động dã nhân, thú tính, vô luân, phi pháp của đảng và nhà cầm quyền Việt cộng mà thôi.

Chúng triệt tiêu toàn bộ những gì thuộc về tri thức và lương tâm của ngòi bút, của con người. Từ đó, Nó làm phá sản nền văn hóa đạo đức, luân lý đặt trên căn bản Nhân, Lễ, Nghĩa, Trí, Tín của dân tộc Việt. Từ đó, mỗi ngày một chồng chất thêm những tội phạm thuộc diện man rợ, côn đồ. Rồi, tự nó tạo ra một nền văn hóa vô văn hóa dựa trên dối trá và lừa đảo.

II. Diện chính trị.

Phạm văn Đồng, dưới sự chỉ đạo của Hồ chí Minh, đã nhân danh thủ tướng của cái nhà nước nhân chủ nhân dân Việt cộng, ký công hàm công nhận chủ quyền của Trung Cộng trên vùng biển thuộc hai quần đảo Trường Sa và Hoàng Sa là máu thịt, là xương cốt của Việt Nam vào năm 1958. Từ đây biển đảo của ta đã phải xa lìa đất tổ.

Kế đến là Đỗ Mười, Lê khả Phiêu, Lê đức Anh, Nguyễn mạnh Cầm, Phan văn Khải, Võ văn Kiệt… đã cùng liên hệ ký hai Hiệp Định và Hiệp Thương biên giới vào các năm 1999 và 2000 để giao các vùng đất thuộc thác Bản Giốc, ải Nam Quan, bờ biển Tục Lãm, vịnh bắc bộ và núi Lão Sơn của Việt Nam cho Trung cộng.

III. Về Kinh Tế.

1. Đỗ Mười, Lê khả Phiêu. Võ văn Kiệt, Phan văn Khải, Nguyễn tấn Dũng, Nông dức Mạnh, Nguyễn minh Triết, Nguyễn phú Trọng… kẻ trước người sau, cùng liên hệ trong vụ việc ký khế ước cho Trung cộng đặc quyền khai

thác Bauxite ở trên cao nguyên Trung phần. Đây là loại "tài nguyên" như ung thư di căn, đã không có lợi về mặt kinh tế cho Việt Nam, còn tàn phá môi trường, sinh thái, đời sống của đồng bào ta ở trên cao nguyên và vùng đồng bằng của nam Việt Nam. Tệ hơn thế, tạo ra một đầu cầu cho Trung cộng lợi dụng thiết lập hệ thống căn cứ quân sự ngay trong giữa lòng đất của Việt Nam.

2. Nguyễn tấn Dũng, Nông đức Mạnh, Nguyễn minh Triết, Nguyễn phú Trọng... cùng những bí thư, thường vụ tỉnh ủy của mười tỉnh đầu nguồn đã ký giấy cho Trung cộng giả danh các doanh nhân để thuê bao trên 400,000 hecta rừng để độc quyền khai thác dài hạn trong 50 năm. Trong khi ngoại nhân độc quyền chiếm hữu đất thì dân ta không có vài chục mét vuông đất để làm nhà. Còn cảnh nào tang thương hơn thế?

3. Rồi trên bình diện cả nước, các chủ thầu Trung cộng đã trúng thầu hàng ngàn những dự án xây dựng từ nhỏ đến lớn. Từ cơ sở hạ tầng cầu đường, cho đến các cơ sở, nhà máy, mà nhân công của nước ngoài tự do ra vào cư trú trên đất nước Việt. Không có một loại văn bản nào để kiểm soát, kiểm tra.

Thưa bạn,

Trong hoàn cảnh này, dân ta ngủ không qua đêm. Sống không trọn ngày. Lúc nhắm lại thì thấy toàn ác mộng. Khi mở mắt ra chỉ thấy những bạo hành trong xã hội. Đi đến đâu, làm bất cứ việc gì cũng đều thấy những bóng ma công an, dân phòng đeo bám để rỉa rói với những luật lệ tùy nghi, tùy tiện.

Nếu có những đụng chạm giữa dân ta với những người đến từ phương bắc, ngôn ngữ chỉ cần ra dấu bằng tay hoặc giả câm thì trăm quan cán như một, to mang, trợn mắt kết luận dân ta phạm lỗi, phạm luật, rồi trốn khỏi hiện trường. Phần người khách gây họa thì đi nghênh ngang như ông chủ lớn. Trên đất liền, thành phố của ta đã thế, nói chi đến nỗi nhục, nỗi đau thương của ngư dân ta ở trên biển khơi?

Đó còn là chuyện nhỏ. Dân ta ngày nay mất ăn mất ngủ, lúc nào cũng phập phồng lo sợ một sáng, một tối, Trung quốc kéo tràn sang mà đặt nền đô hộ. Họ sang mà không cần đến một cuộc chiến. Bởi vì, cửa ngõ biên giới đã được bỏ ngõ theo lệnh của quan cán cấp cao từ trung ương, từ bộ chính trị! Nếu có xảy ra một cuộc đụng độ nào đó thì phải được hiểu là do lòng yêu nước của anh bộ đội, của người công an còn nghĩ đến nước mà xả thân giữ nước. Nhưng cái kết qủa có khi lại còn đau thương hơn.

Cuộc chiến năm 1979 đã chứng minh. Những người bộ đội biên cương của Việt Nam xả thân giữ nước, khi chết không có chỗ chôn thây. Trong khi đó, lệnh từ trung ương là phải làm mồ, xây nghĩa trang cho "liệt sỹ Tàu" ở ngay trên đất của ta. Sự việc ấy đã nói lên rằng. Đất ấy, là đất đã được nhượng, được giao bán rồi. Bởi lẽ, nếu là đất của Việt Nam có chủ quyền thì làm gì có nghĩa trang liệt sỹ cho những kẻ bành trướng?

Trường hợp họ đến từ một đất nước cách biên giới của ta hàng vạn dặm, không thể khiêng về thì còn có thể chống chế đôi phần. Nhưng ở đây, khiêng chạy bộ năm mười phút đã về đến nhà. Nhưng họ quyết nằm lại là phải có lý do. Lá rụng về cội. Đó cũng là một lý do, một ý nghĩa khác khi họ nằm lại và được nhà nước Việt cộng xây đài, dựng nghĩa trang liệt sỹ ở ngay trên đất của "ta"! Hỡi hồn thiêng qúy tử sỹ Việt Nam, hãy nói lên tiếng nói thay cho con dân Việt Nam nỗi đau đớn này.

Rồi khi rủi có tranh chấp lớn, thua thiệt lại đổ hết lên đầu lên cổ dân ta. Riêng phần quan cán, túi tham đã đầy, tiền của vơ vét từ tài sản, tài nguyên của đất nước, của đồng bào đã được quan cán đem đi gởi ở ngân hàng ngoại, hay mua nhà tậu phố ở phương xa an toàn. Tuy nhiên, tất cả đều tránh né, chẳng có quan cán nào tậu nhà, mua phố ở những nơi gọi là "môi hở răng lạnh". Quan đi thì sung túc. Phần cán ở lại thì tiếp tục tranh nhau nghề thái thú mà hành tội dân ta. Cảnh tang thương ấy, chắc lại trăm dâu đổ đầu tằm? Thử hỏi:

- Nạn lớn của nước ai lo gánh vác?
- Nỗi thống khổ của dân, ai vỗ về?
- Vết thương của dân tộc mỗi ngày thêm lở loét ra, ai chăm sóc, chữa lành?
- Và dòng nước mắt không khô cạn của toàn dân ai là người lau khô đây?

Tôi tin rằng nỗi lo lắng, nỗi thao thức vì dân tộc ấy đang nung nấu trong tâm can các bạn. Theo đó, quê hương ta có được ngày mai sống trong Độc Lập theo ý chí của tiền nhân hay không là do các bạn quyết định.

Rồi quê hương ta ngày mai có được một sinh hoạt trong Tự Do, Dân Chủ, Độc Lập hay không là do chính tâm lòng các bạn mở ra trong hành động cho nước và vì nước. Theo đó, Dân tộc ta ngày mai có được cơm no áo ấm hay không. Có còn cảnh dân oan kéo tràn trên cả nước hay không. Có còn những cảnh cơ hàn không nhà, không cửa hay không là do tâm hồn đại lượng của các bạn góp thành.

Nói cách khác, Việt Nam ngày mai có được tiếp xúc với một nền văn hóa nhân bản. Giải trừ đi những gian dối trong thời cộng sản hay không là do ý chí và sức sống của các bạn.

Rồi một nền luân lý, đạo đức nhân vị có được định bản trên quê ta, để tiêu trừ đi những tệ nạn cộng sản đang làm băng hoại xã hội hay không là do sự khai mở ra và lòng dũng cảm của các bạn mà có.

Tóm lại, ngày mai, ngày mai ấy của quê hương ta ra sao là do sức sống, sự ao ước và nỗi khát vọng về một quê hương có Tự Chủ, có Tự Do, có Nhân Quyền và Công Lý ở trong lòng các bạn.

Bạn thân mến,

Tôi xin mượn lời của Tổng thống, cựu trùm mật vụ KGB, Vladimir Putin để kết lá thư này là: *"Kẻ nào tin những gì Cộng Sản nói, là không có cái đầu. Kẻ nào làm theo lời của Cộng Sản, là không có trái tim".*

Tôi tin chắc chắn rằng, các bạn trẻ Việt Nam của chúng ta luôn là những người nuôi theo chí lớn của tiền nhân. Giữ vững nền Độc Lập của quê hương. Yêu nước, thương đồng bào của mình. Họ không bao giờ là những kẻ có cung cách nô lệ cho cộng sản, hay làm kẻ buôn dân bán nước. Trái lại, khí phách của Non Sông mới chính là hướng đi của những người trẻ hôm nay.

Chào thân mến,
Bảo Giang

Đường chúng ta đi

Đường chúng ta đi hôm nay, ai cũng nói là có nhiều gian khó, chông gai. Nhưng, Đường Chúng Ta Đi là đường nào? Những chông gai, gian khổ ấy ra sao? Và làm cách nào để vượt qua những chông gai hiểm trở ấy thì lại ít có người chỉ dẫn ra một cách rõ ràng. Hỏi xem, việc không chỉ ra được một hướng đi rõ ràng cho mình, cho người, có phải là một trong những nguyên do đưa đến sự thất bại không?

Có thể lắm! Bởi vì khi ta đã không có hướng đi cho mình, ta sẽ quay cuồng giữa cơn lốc, không biết lối ra đường vào. Không biết tà, không biết chính. Khi đó nó sẽ dẫn ta vào đường vô định hướng. Khi không định được hướng đi, ta dễ nhìn tất cả những sự kiện, những nhân sự chung quanh bằng đôi mắt đố kỵ, vô thức.

Rồi khi lòng bao dung, chủ lực của ý chí, nghị lực của tâm hồn không còn, nó sẽ thay vào đó là những cay đắng. Cay đắng dồn lên miệng, thành lời. Cay đắng dồn lên óc, thành chữ. Mà những chữ, những lời ấy, xem ra chẳng có một cái lợi nào, dù nhỏ, cho chính chủ thể. Tệ hơn, nó gây tổn hại cho chính chủ thể và làm hại tha nhân.

Đến khi những lời, những dòng chữ ấy không thể ngừng lại, nó sẽ có khả năng điên cuồng hơn dòng thác, hỗn loạn hơn trái phá, phá nát tất cả những ước nguyện tươi đẹp ban đầu, đẩy con người vào nỗi cô quạnh cay đắng một mình.

Kết quả của sự không tập hợp, vô định hướng là chúng ta cùng đi chung trên một con đường, cùng có chung một mục đích phải đến. Thế mà, sức mạnh mỗi ngày một tàn lụi, mục đích dường như càng lúc càng xa tầm tay với! Đến khi chợt thấy mục đích như mờ dần theo năm tháng, thay vì sửa sai, nhìn lại, ta lại cho thêm cay đắng đổ xuống trên đường. Những đôi mắt khắc nghiệt nhìn nhau. Rồi vô tình hay cố ý, người ta đẩy nhau xuống hố thay vì nắm lấy tay nhau, hỗ trợ nhau vượt gian khó để đạt đến cùng đích.

Đây quả là một hình ảnh không mang màu sắc tích cực cho bất cứ ai. Trái lại, có thể làm cho nhiều người không hài lòng, ngộ nhận. Nhưng xét cho cùng, hình ảnh này luôn tiềm ẩn trong Đường Chúng Ta Đi hôm nay. Theo đó, tôi mạo muội mở lại từng trang trên Đường Chúng Ta Đi, như đọc lại một trang kinh nghiệm. Hy vọng lý giải được phần nào những ưu tư cho những người cùng trên một tuyến đường. Hơn thế, mở ra một Con Đường để chúng ta cùng đi.

1. Bước tình thương.

Khi một đứa trẻ chập chững tập đi. Chân nó run, tay nó quờ quạng, miệng ú ớ chưa nói nên lời. Nhưng đôi mắt thật sáng, nhìn cha nhìn mẹ, nhìn anh em và những người chung quanh cổ võ, khuyến khích. Niềm tin đã nẩy nở, lớn dậy trong lòng em. Em mạnh dạn dấn bước trong vòng tay tình thương. Nhờ những nghị lực vô hình trợ giúp từ những đôi mắt đối diện, hoặc bên cạnh, em đã khởi đầu những bước đi chập chững. Rồi từng bước, bước lớn hơn, vững hơn của đời người. Chẳng nói ra thì ai cũng biết, em đã lớn dậy từ bước Tình Thương! Có lẽ nào bạn đã quên những bước đi này? Như thế, từ niềm tin của ta và cái sai của người, đều có thể giúp ta đi đúng hơn, vững hơn trong bước đi vì quê hương chăng?

2. Bước lễ nghĩa.

Một em nhỏ mới cắp sách đến trường, hẳn nhiên là em không thể nào hình dung được con đường nào em sẽ đi, nghề nghiệp nào em sẽ theo. Khi ấy, tay em trong bàn tay yêu thương của cha mẹ, của anh chị và của thầy cô dắt dìu. Em vững tâm, em mở to đôi mắt nhìn cảnh lạ người lạ, ngỡ ngàng với cái bút, quyển vở trước mặt. Nhưng em đã học, bài học đầu tiên của người. Bài học lễ nghĩa.

Khi mới đến trường, dĩ nhiên, em chưa hiểu được lý do tại sao người ta dạy em rằng: "Tiên học lễ, hậu học văn", dù rằng trước đó, trước khi đến trường, nói đúng hơn, ngay từ khi bập bẹ tập nói, em đã được học cách khoanh tay thưa cha, thưa mẹ, thưa ông thưa bà, thưa cô thưa chú... Hơn thế, em cũng còn nhớ, ngày còn trên nôi võng đưa, em đã được khôn lớn lên trong lời ru trọn đạo nghĩa của tình thương gia đình: *"Công cha như núi thái sơn Nghĩa mẹ như nước trong nguồn chảy ra. Một lòng thờ mẹ kính cha, cho tròn đạo hiếu mới là đạo con"*, và của tình tự non sông: *"Nhiễu điều phủ lấy giá gương, người trong một nước phải thương nhau cùng..."*

Rồi hôm nay, khi em nhận ra mặt chữ, nhìn ra những con số, nhìn ra được hình dạng của những khuôn mẫu con người, nhận ra những kỷ luật khác nhau thì hẳn nhiên là em hiểu được tầm mức quan trọng của việc học Lễ, Nghĩa, Tín, Trung, như thế nào. Từ đó, Em cũng hiểu được chữ Nhân trong nhân bản và bao dung của con người có ý nghĩa gì.

Đơn giản hơn, khi vừa nhuần mặt chữ, em đã biết rõ một điều. Nếu em không được dạy dỗ, không được giáo dục và không tự rèn luyện cho đời mình chữ Nhân, Lễ, Nghĩa, Tín, Trung, thì một con người với đủ những sân, si, rất dễ hành ác, và dễ trở thành những kẻ đại ác nhân, cướp của giết người, giết đồng loại, côn đồ như Việt cộng, hung tàn như Hồ chí Minh thay vì sống có ích cho nhân quần xã hội.

Theo đó, những đứa trẻ có được một nền giáo dục căn bản về Nhân, Lễ, Nghĩa, Tín, Trung, từ gia đình đến học đường, khi lớn lên, nếu không thể trở thành những rường cột giúp ích cho đời, cũng rất hiếm trường hợp trở thành những người làm hại xã hội, hay phạm vào những tội thập ác làm nhơ nhớp cho xã hội. Bởi vì, em đã lớn khôn từ bước Lễ, Nghĩa và kỷ luật sống.

Tiếc rằng trẻ em Việt Nam ngày nay khi cắp sách đến trường không còn được dạy dỗ nhiều về những bài học luân lý căn bản để hoàn thiện nhân bản vị của mình là : *"Tiên học lễ, hậu học văn"* hoặc giả, về xã hội là: *"Một cây làm chẳng nên non,. Ba cây chụm lại nên hòn núi cao"*. Đến khi vào đời thì phải lễ hiếu đi đầu: "*Thứ nhất phải có ông bà, thứ hai kế đến chính là mẹ cha*". Có nhìn những căn bản này ta mới thấy được cái nền giáo dục của Việt Nam Cộng Hòa là có nhân, có nghĩa. Có trên có dưới, có người có xã hội. Đây mới là căn bản giáo hóa con người.

Trong khi đó, nền giáo dục của Việt cộng đem vào nước ta thì đặt nền tảng trên ba ý niệm chính là Vô gia đình, Vô tổ quốc và Vô tôn giáo. Nó mang đầy tính đá cá, lăn dưa, đầy phản trắc. Trước hết, nó quàng vào cổ học sinh một vành khăn máu, dạy trẻ từ cha, bỏ mẹ, để ca tụng Hồ chí Minh và những tội ác của nó, với những bài học không có luân lý và đạo nghĩa của dân tộc như:

> "*Yêu biết mấy nghe con tập nói*
> *Tiếng đầu đời, lòng con gọi Stalin...*
> *Thương cha thương mẹ thương chồng*
> *Thương mình thương một*
>   *thương ông thương mười!*"
> (Tố Hữu)

Đây rõ là một nền giáo hóa vô luân, không cha, không mẹ, Vô gia đình của Cộng sản. Bài học này không hề dạy cho trẻ luân thường đạo lý làm người. Biết yêu mẹ, kính cha. Nhưng lại dạy cho trẻ, rồi giáo huấn cả người lớn nữa đi thương cái ác từ sách vở của CS đem vào. Đã thế, nó vẫn chưa ngừng lại ở đây. Nó còn tiến xa hơn thế, tiến như Xuân Diệu bày tỏ tận tâm can, tận tâm hồn của mình đối với người có công sinh thành dưỡng dục cho mình, đưa đến kết quả:

"Ai về Bố Hạ
Nhắn với vợ chồng thằng Thu
(ô. Thu là bố đẻ ra Xuân Diệu)
Rằng chúng bây là lũ quốc thù..."(Xuân Diệu)

Hỡi ơi, cha mẹ là người mang nặng đẻ đau. Đã không phải chỉ có công sinh thành mà thôi. Nhưng còn là giáo dục, nuôi con khôn lớn qua từng đêm, qua từng bước để mong con nên người. Kết quả, gặp Việt cộng, tất cả đều đảo điên. Chúng yêu kẻ thù của nhân loại này hơn cả cha mẹ đẻ ra mình. Chúng dạy dỗ nhau phản lại tình yêu cao cả với cha mẹ của mình. Để khi bước vào thực hành, chúng không ngần ngại đấu tố cha mẹ mình theo lời HCM chỉ bảo và làm gương. Hỏi xem, cái văn hóa ấy là văn hóa gì? Đã đúng là Vô gia đình hay chưa? Bạn hãy trả lời đi.

Kết qủa, Với lối giáo dục này, không lạ gì khi mở trang báo VNEXpress của Việt cộng ra xem. Không ngày nào là không có những bản tin cha mẹ "ăn dao, ăn búa" từ những đứa con học theo gương Hồ chí Minh. Rồi, trong học đường hầu như không mấy ngày mà không có những cuộc ẩu đã, đổ máu. Tệ hơn, nó xuất hiện ở trong cả nam lẫn nữ với những nhát chém trí mạng, mất cuộc sống, dành cho bạn, cho thầy!

Nếu chúng ta biết đau xót trước những bạo tàn ấy bao nhiêu thì cộng sản mừng vui hơn bấy nhiêu. Bởi vì, tương lai của dân tộc sẽ không thể trở mình. Tệ hơn, còn dễ bị đọa đày theo chương trình giáo dục bất nhân bất nghĩa mà HCM đã gieo rắc. Đã thế, Nó sẽ còn di họa lại cho, không phải chỉ là những đoàn đảng viên của nó, nhưng còn là tai họa cho xã hội nữa.

3. Bước trưởng thành.

Thường là với vốn liếng cơ bản về nền luân lý đạo đức từ gia đình, học đường và xã hội mà người thanh niên, thiếu nữ vừa trưởng thành đã mang toàn bộ những kiến thức cá nhân họ miệt mài bao năm qua ra mà phục vụ cho nhân quần xã hội. Tuy thế, với ước mong và phong độ của Trí, Dũng mà người thanh niên thiếu nữ hăm hở đem vào đời vẫn chưa đủ khả năng làm cho xã hội yên vui, thuận hòa. Bởi lẽ, cuộc cạnh tranh trong xã hội mỗi ngày đều có rất nhiều cạm bẫy và gian trá.

Từ đó, người thanh thiếu niên hay thiếu nữ kia không thể trưởng thành, đứng vững nếu như họ không biết tự võ trang cho đời mình cái dũng của thánh nhân, cái khí tiết của hào kiệt, cái tâm của Nhân Bản là nền tảng của xã hội. Như thế, e rằng cái trí của người tuổi trẻ kia thay vì giúp ích cho tha nhân, lại thành kẻ vị kỷ mà gây họa cho xã hội. Bởi lẽ, nếu ta bỏ mất một trong Liêm, Minh, Chính, là nền tảng luân lý của xã hội này, người tuổi trẻ kia rất dễ bước vào đường bạo ác, bỏ chính quy tà, rồi theo CS đem họa cho dân cho nước.

4. Bước đố ky.

Hẳn nhiên, cuộc sống mới thực sự là trường tranh đấu cho người nhập cuộc. Thêm vào đó, hai chữ danh, lợi, chính là những mấu chốt quan trọng có thể làm thay đổi hướng đi của một người, nhiều người. Bởi lẽ, danh và lợi đã nhập tâm vào cuộc sống con người, ngay cả những người nhà tu, nếu không phải là bậc chân tu khổ hạnh thì tâm trí họ cũng khó thoát ra ngoài hai chữ bả vinh.

Từ đó, con người sẽ bằng cách này hay cách khác mà níu kéo lấy hai chữ đó để cầu lợi cho mình. Họ sẵn sàng quy tà bỏ Chính, bỏ Liêm theo tham. Đây quả là hướng đi trái ngược với hướng đi Nhân Bản của con người, nhưng lại là bước đi thênh thang của CS. Bằng con đường này, chúng đã sẵn mở cửa và mời mọc tuổi trẻ bước vào để cùng làm nô lệ cho tội ác, làm kẻ phản phúc với giống nòi. Hẳn nhiên, đó là những điều tồi tệ cho gia đình, cho đất nước và cho tôn giáo, nhưng lại rất có lợi cho tập thể CS.

5. Bước cay đắng!

Có lẽ, vì không định vị được bước trưởng thành, nhiều người đã ngập lún trong cay đắng và sống với cái cay đắng ấy cho đến chết. Cay đắng dồn lên miệng, thành lời độc ác. Cay đắng dồn lên óc, thành chữ. Những chữ thiếu nền tảng của một lương tâm trong sáng nên trở thành những dòng chữ cay nghiệt hại người. Họ tưởng họ sẽ thành danh trên đường "lại quả" ấy? Thực tế cho thấy là thành phần ấy rồi ra cũng là những kẻ bị bỏ đi. Bởi lẽ, sự vô lương ấy đã giết chính họ trước khi nó làm hại người khác.

Tuy thế, dòng cuồng tự thờ Hồ lại khó dừng lại với kẻ học theo cộng sản và làm theo lời chúng. Tệ hơn, cái gian trá ấy cũng không dừng lại khi chúng đã chết. Trái lại, nó tiếp tục lừa người. Hãy nhìn xem, từ quan cán hàng đầu đến quan cán hàng cuối. Mở lý lịch ra, phần mục ghi về tôn giáo thì trăm tên như một đều đề chữ không. Nhưng đến khi chết chúng lại phỉnh đời, lừa người bằng cách di quan vào chùa, vờ nương cửa phật.

Đành rằng cửa phật từ bi chẳng từ bỏ ai. Nhưng chúng lại nhờ Phật, nhờ thần thánh để lừa người. Hãy nhìn trên tấm bia mộ của Y lại là một chữ Vạn, hay tượng Quan Âm, thay vì cái búa và cái liềm là biểu tượng "hành hiệp" trong đời của Y sẽ thấy nó mang ý nghĩa gì. Hỏi xem, có phải cả sau khi đã chết, Cộng sản cũng vẫn truyền đời là những kẻ trong dối trá không?

Sở dĩ tôi phác họa lại đôi bước đi đơn lẻ nhưng rõ nét này là muốn dẫn chứng một điều. Mỗi bước đi của một người đều có liên quan và ảnh hưởng ít, nhiều tới đường đi chung của tập thể. Người được giáo dục trong tình thương, lớn lên trong Lễ, Nghĩa, trưởng thành trong Liêm, Chính sẽ không thể làm điều ác, lại càng không thể trở thành kẻ ác. Trái lại, kẻ hoạt đầu, không biết đến điều Nhân, Lễ, Nghĩa, không biết đến Tín, Trung, bỏ đường Liêm, Chính, quy thuận Vô Luân, tôn thờ chủ nghĩa Tam Vô thì hẳn nhiên là cái họa cho đời, cho nước.

Từ những con đường ấy, tuy chưa nói ra, nhưng ai cũng hiểu và biết rằng: Đường Chúng Ta Đi hôm nay là con đường nào rồi. Đó hẳn nhiên là con đường Đại Nghĩa vì Dân Tộc, vì Tổ Quốc và vì Công Lý.

A. Về mặt xã hội:

Đường Chúng Ta Đi hôm nay phải là con đường xây dựng Tự Do, Dân Chủ, Nhân Quyền và Độc Lập đặt trên nền tảng Công Lý và Công Bằng xã hội. Ở đó, tất cả đều được định vị trên nền tàng Nhân, Lễ, Nghĩa, Tín, Trung.

B. Về Văn Hoá:

Đường Chúng Ta Đi hôm nay phải là con đường tẩy rửa mọi tỳ vết vô đạo của tập đoàn CS Hồ chí Minh ra khỏi dòng văn hóa của dân tộc. Phải tẩy rửa vì tập đoàn cộng phỉ này đã làm lem luốc, làm nhơ bẩn hình hài nhà Văn Hoá và Lịch Sử của dân tộc Việt Nam chúng ta.

Từ điểm tựa này cho thấy, đây là đường chúng ta phải đi, nối bước nhau mà đi. Bởi vì, đường đi Nhân, Lễ, Nghĩa, Trí, Tín, này không phải đến nay chúng ta tự vẽ ra. Nhưng chính là con đường mà cha ông ta đã để lại cho chúng ta bằng chính giá máu của mình.

Bảo Giang. 25/3/2001

Chung bầu trời, hai hướng đi

Gần một thế kỷ qua, người ta đã nói và viết rất nhiều về hai nhân vật cùng thời, có liên quan đến dòng lịch sử của Việt Nam. Một ở trong miền Nam và một ở ngoài Bắc. Tuy thế, những bài viết về họ xem ra vẫn chưa có dấu hiệu chấm hết. Trái lại, vẫn còn, nếu như không muốn nói là còn nhiều, còn dài. Bởi lẽ, những hoạt động của họ, không những chỉ liên quan đến đời sống của cá nhân họ, nhưng còn ảnh hưởng sâu sắc tới đời sống của người dân cũng như đời sống của đất nước nữa. Hỏi xem, Họ là ai thế? Họ là Ngô đình Diệm và Hồ chí Minh.

Một bên, được coi là người Hiền đã mang điều thiện đến trong sinh hoạt cho con người và cho đất nước Việt Nam. Ở đó, người dân được hưởng đầy đủ những quyền cơ bản của con người và nhân phẩm của người dân được tôn trọng và được pháp luật bảo vệ. Và ở đó, cánh cửa học đường mở ra cho mọi giai tầng trong xã hội cùng tham gia, hội nhập trong tinh thần Công, Minh, Liêm, Chính. Nhờ đó, sinh hoạt văn hóa, xã hội, chính trị ở miền nam với thể chế Cộng Hòa đã mở ra con đường Tự Chủ, Dân Quyền, Dân Sinh, cho người dân tận hưởng lợi ích và góp phần vào sự thịnh vượng của đất nước.

Ở chiều đối diện, một kẻ được coi là gốc sinh của gian trá, (gian trá ngay từ đôi dòng về lý lịch, ngày sinh cũng như ngày chết). Y đã mang tính ác, đem cái gian trá trong đời của Y gieo trồng vào đời sống của xã hội ở miền bắc Việt Nam. Từ đó, ngoài việc Y làm đảo lộn luân thường đạo lý của xã hội theo chủ trương áp đặt con tố cha, vợ tố chồng, anh em chém giết nhau theo khẩu hiệu: *"hãy lôi cổ bọn chúng ra đây mà đấu tố..."*. Y còn tạo ra và để lại muôn ngàn đau thương, lẫn uất hận cho người dân đất bắc trong những cuộc phân ly. Tệ hơn thế, máu lại nhuộm đỏ khắp ruộng đồng rồi tràn lên phố xá. Ngày thanh bình chưa thấy, đã thấy hàng hàng lớp lớp thanh niên miền bắc phải cầm súng lên đường vào nam. Riêng miền quê hương cũ thì mỗi lúc một ngập lớp dép râu từ phương bắc tràn qua chiếm cứ.

Kết quả, màu nắng thanh bình đã tan tác nơi phương nam. Ngày 30-4-1975 và sau đó chỉ còn lại những nước mắt và nghẹn ngào của mẹ chờ con, vợ ngóng chồng. Chỉ còn lại tiếc nuối khi mặt trời khuất bóng và cuốn đi lý tưởng, và hoài bão xây dựng đất nước trong Độc Lập, Tự Do, trong Công Lý và Hòa Bình mà người miền nam đã cố công gây dựng và bảo vệ.

Nay, tất cả đều thu về trong sóc cảnh. Rồi thay vào đó và trơ ra trước nhật nguyệt, trực diện trước mắt người dân miền nam là những bội nghĩa, vô đạo, bất lương theo đúng chủ trương và tinh thần của Hồ chí Minh được CS chuyên chở vào từ miền bắc. Nó bắt đầu như cơn mưa phùn lấm tấm rơi, rồi thành bão táp đổ ập xuống mảnh đất hiền hòa miền nam bằng những tráo trở chuyên nghiệp.

Khởi đầu, sau ngày 30-4-1975 là những ngôn từ đao to búa lớn chưa từng thấy. Nào là Độc Lập, nào là Tự Do, nào là Thống Nhất, đoàn kết... xem ra là không còn một ngôn từ nào to hơn dao búa mà những kẻ gọi là chiến thắng từ miền bắc không đem ra xử dụng. Kết quả, hàng hàng lớp lớp những đoàn xe môlôtôva, cũng như những chiếc xe GMC của miền nam đều được chúng mở hết công xuất chạy ngược về phía bắc. Trên đó có những gì? Toàn bộ là tài sản công cộng ở miền nam, hoặc là tài sản của tư nhân bị chúng tháo gỡ, vơ vét, chở về bắc phương làm cơ nghiệp. Vào lúc đó, người dân hiền hòa ở miền nam mới vỡ lẽ ra cái từ *giải phóng* của CS mang ý nghĩa gì!

Ấy là chưa kể đến chuyện đoàn cướp Hồ chí Minh đã vào cạy cửa Ngân Hàng Quốc Gia Việt Nam ở miền Nam và lén chở đi 16 tấn vàng để trả nợ chiến phí cho Liên Sô và TC.

Tuy thế, chuyện Việt cộng từ bắc kéo vào trộm cướp hay vơ vét về ấy chỉ là chuyện nhỏ, chuyện trẻ con. Nó chỉ như cái rơm, cái rác bên đường, không đáng để người miền nam lưu tâm. Bởi lẽ, họ đã biết rõ cảnh võ mồm và những cảnh nghèo khó của miền bắc từ lâu rồi, nên chẳng một ai buồn chấp nhất với chúng.

Tuy nhiên, sau những chuyến hàng ấy là từng đoàn người lẫn lộn trong hàng ngũ cán cộng vào nam với giọng lơ lớ thì người miền nam thật sự bắt đầu lo lắng cho sự trường tồn của đất nước. Chẳng mấy hôm sau, nỗi lo lắng từ trong gan phổi ấy biến thành sự thật. Bởi lẽ, trước mắt họ, lớp người lơ lớ đồng hương của Hồ chí Minh đứng vung tay múa chân, chỉ đông chỉ tây. Bên cạnh đó là hàng lớp cán bộ cao cấp nói rặt tiếng bắc chạy lúp súp theo hầu, đầu gật như cái máy.

Nhìn cảnh ấy, người dân miền nam đã hiểu ra lời công bố *"ta đánh chiếm miền nam là đánh cho Tàu, cho Liên Sô..."* của Lê Duẩn mang ý nghĩa gì?

Đã thế, một đất nước tuy danh nghĩa là Việt Nam, nhưng ở nơi đó, có những vùng đất như rừng đầu nguồn, Bauxite Cao Nguyên hay Formosa. Hoặc gỉa là Vân Đồn, bắc Vân Phong hay Phú Quốc... là những nơi đã và rồi ra sẽ là những vùng đất, phố xá, mà ngay cả cái bọn chạy theo hầu Tàu, làm lãnh đạo ở Hà Nội kia cũng không được phép bước chân đến nữa. Nói chi đến Hoàng Sa, Trường Sa. Bởi lẽ, tất cả đã thuộc về Tàu? Đổi lại, những kẻ như Trọng, Phúc, Ngân, Vượng, Chính, hôm nay, chỉ chắp tay chờ, vẫy đuôi mừng khi được gọi tên sang chầu kẻ xâm lược mà thôi!

• Việt Nam rồi ra sao?

Đây là một câu hỏi lớn cho mỗi người Việt Nam hôm nay. Bởi lẽ, nó không phải chỉ là việc hàng ngũ Việt cộng thay nhau sớm hôm cắp nón đi về phương bắc bái lạy. Cũng chưa hẳn là từ sự kiện có những vùng đất trong nội địa Việt Nam mà chính những kẻ được gọi là lãnh đạo của chế độ này cũng không được phép tự ý đến nữa. Nhưng là việc trẻ em Việt Nam ngay từ mẫu gíao đã phải ngày đêm ê a cái mặt chữ hình vuông. Tệ hơn, lại còn có cả một tập đoàn ăn phân (Fund) của Tàu để tạo ra kiểu chữ Việt theo âm Tàu để phục vụ cho mẫu quốc nữa. Đó mới chính là cái họa lớn cho đất nước ta. Vậy hãy hỏi xem, Việt Nam còn hay đã mất?

Ở đây, phần trả lời cho câu hỏi trên không nằm trong bài viết này, (xin dành cho bạn và dời lại trong bài sau). Bởi lẽ, bài viết này chỉ có mục đích trình bày theo năm tháng, những khát vọng, những chương trình cũng như những hoạt động thực sự của hai người (hai phía) đối địch nhau một thời, đánh nhau một dạo và đã thành lập ra hai thể chế khác biệt nhau trên hai phần của đất nước sau ngày 20-7-1954 mà thôi. Để từ đó, miền nam có được 20 năm, dẫu trong chiến tranh, họ vẫn duy trì và phát triển đầy đủ những lý thuyết nhân bản và nhân sinh của dân tộc. Ở đó, họ đã xây dựng một xã hội Tự Do, Độc Lập, Thịnh Vượng với một nền Công Lý vững mạnh, thật đáng sống.

Trong khi đó, ở phía bờ bắc sông Bến Hải, bạn đã biết rõ từ sau ngày 20-7-1954, cộng sản chủ nghĩa rộ hoa theo thuyết tam vô do Hồ chí Minh đem về. Nó đã đưa người dân Việt vào cảnh ngậm hờn trong kiếp đời nô lệ. Khởi đầu với cuộc đấu tố giết người, chiếm đoạt tài sản của người dân do Hồ chí Minh thực hiện. Kế đến, với muôn lao khổ sau 30-4-1975, Nó đã đẩy dân chúng không phải chỉ ở miền bắc, nhưng còn là cả ở miền nam, vào chung cuộc sống xem ra không thể hòa hợp được.

Trước hết, những tên, gồm cả đầu trộm đuôi cướp mang lớp áo cán bộ của cái nhà nước gọi là xã hội CS từ Hồ trở xuống, lại tự cho mình là kẻ tri thức và giữ công lý và điều hành xã hội. Thực tế, chúng chỉ là một loại ruồi trâu trong kiếp nô lệ của phương bắc mà thôi! Phần lớp trí thức của xã hội, lớp người *biết lo cái lo của dân* ở ngoài ấy hoặc ở trong nam đều đã bị chết chém, bị triệt hạ theo cái khẩu hiệu *"trí phú địa hào, đào tận gốc, trốc tận rễ*" của chúng năm nào rồi. Làm gì còn những trí thức xã hội ở nơi đây? Kết quả:

Nếu ngay từ những năm sau 1945, ở trong vùng Việt Minh tạm chiếm, Hồ chí Minh đã vung dao, đấu tố người Việt Nam để giết người cướp của theo lệnh của phương Bắc qua cái gọi là "cải cách ruộng đất". Ngay khởi đầu, chúng đã nghênh ngang hát bài ca và rửa dao bằng cái chết thê thảm của bà Nguyễn thị Năm. Một người như người mẹ, người chị, đã nuôi nấng, bao che cho những Trường Chinh, Lê đức Thọ, Võ Nguyên Giáp, Nguyễn chí Thanh, Lê thanh Nghị, Hoàng quốc Việt, Hoàng Tùng ... trong lúc chúng khốn cùng.

Nay, chỉ mấy hôm sau, Hồ chí Minh dưới cái tên C.B. đã tự viết bản cáo trạng vô nhân, bất nghĩa, vô tiền khoáng hậu để kết án người đàn bà này. Viết xong, Y cho người đem đến tận nơi để tuyên đọc thay cho bản cáo trạng để giết người phụ nữ này. Phần Y và Đặng xuân Khu cũng không bỏ lỡ cơ hội. Cả hai, *"kẻ bịt râu, kẻ đeo kính râm đi xem đấu tố..."*. (Trần Đĩnh, Đèn Cù).

Đọc đến đoạn này, bạn đã hiểu Hồ chí Minh là ai chưa? Và bạn có tiếc thương cho thân phận bà Nguyễn thị Năm, người đã cả tin và nuôi ong tay áo cái bọn đã đem đến tai họa cho toàn dân (trong đó có bà) để hôm nay bản thân bà phải gánh lấy họa diệt thân không? Nay, Bạn hiểu CS hay không thì cộng sản vẫn như thế đó!

Tuy nhiên, đứng trước vụ giết người này, có nhiều người cho rằng, nếu bà biết được lòng lang, dạ thú của bọn Hồ chí Minh, Đặng xuân Khu... như thế, có lẽ, bà đã có một cú điện thoại cho Pháp trong lúc bà làm bữa ăn ngon đãi chúng rồi. Thật tiếc, nếu có bữa cơm ấy thì dân Việt đã không vướng vào cái nạn cộng sản bạo tàn hôm nay!

Cứ thế, sau ngày phân chia đất nước, 20-7-1954, con dao mã tấu trong tay Hồ chí Minh càng bạo ngược hơn. Nó mở rộng mùa đấu tố trên toàn miền bắc với kết quả sơ khởi tính đến 1956 là có hơn 172 ngàn chủ gia đình bị chết chém. Hàng trăm ngàn người khác bị đưa đi đầy ở những vùng Cao Bắc Lạng. Dĩ nhiên, toàn bộ tài sản của họ, từ nhà cửa đến ruộng vườn, ao cá, đều lọt vào tay tập đoàn CS Hồ chí Minh. Riêng vợ con của họ đã được nhà nước biến thành những kẻ lang thang, xin ăn dọc đầu đường, cuối xóm, không hề biết đến ngày mai. Câu chuyện về bà Phạm thị Nhu, vợ nhà thơ Hữu Loan là một thí dụ điển hình.

Cùng trong thời gian này, sau 1954, ở miền nam với Ngô đình Diệm đã là một khác biệt. Trước hết, miền nam mở rộng vòng tay ra đón nhận người trốn chạy CS từ miền bắc. Rồi từ những túp lều bằng vải che đỡ nắng mưa lúc khởi đầu kia, họ được chính phủ trợ giúp và đưa về các vùng dinh điền để khai hoang, tự lập đời sống mới. Từ đây, sức cần cù của họ đã nở hoa trên khắp miền nam. Để rồi, từ bờ nam Bến Hải đến rừng già Cao Nguyên hay đầm lầy Cà Mâu, Cái Sắn, rừng già Hố Nai, Xuân Lộc, không một nơi nào không có những đổi thay theo dấu chân của họ.

Từ khi, những giọt mồ hôi của họ thấm đẫm đất miền nam thì ở đó vươn lên những đồng lúa xanh tươi bên những mái nhà khang trang, cây trái, mùa màng tốt tươi. Dĩ nhiên, không phải chỉ có lúa gạo trổ bông, nhưng là toàn cảnh miền nam đã vươn mình lớn dậy và chiếm đoạt lòng người với một nền văn hóa nhân bản đua nở. Ở đó, từ thành thị cho đến thôn quê, không một nơi nào không vang lên tiếng trẻ ê, a, hay vượt lên ngàn khơi là sức sống theo tiếng ca vang:

"Học sinh là người Tổ quốc mong cho mai sau". Những tưởng, họ sẽ được vui sống đời ấm no từ sức cần cù của họ trên phần đất mới. Và nhờ đó, đất nước đã chuyển mình, vươn vai với thế giới. Ai ngờ, chỉ trong sớm tối, *"giặc từ bắc vô đây, bàn tay nhuốm máu anh em"*.

Rõ ràng, khi đứng nhìn cảnh vươn vai của miền nam lớn dậy, Hồ chí Minh đã không có được cái căn bản của một phàm nhân biết xấu hổ vì cái bản chất vô học, không lễ gíao của mình. Trái lại, sau cuộc vung mã tấu chém giết dân miền bắc thì máu bạo tàn, lòng lang sói của Y càng hừng hực trổi lên. (Đây cũng là một trong lý do người ta cho rằng Y không thuộc dòng máu Việt Nam) Y không thể ngồi yên, hay sửa đổi. Thay vào đó là lòng căm thù, nỗi ghen ty lại cuồn cuộn nổi lên, Hồ chí Minh đã bước theo dấu chân Lê chiêu Thống, uốn mình quỳ gối, van Tàu, lạy Nga hỗ trợ cho Y mở cuộc chiến tranh vào miền nam. Trước là để tránh cái loạn tự phát ở miền bắc, sau là nhuộm đỏ quê hương Việt Nam dưới gối Tàu.

Còn dịp may nào tốt hơn cho mộng xâm lăng? Tàu cộng chỉ mong có thế. Hàng hàng lớp lớp người và vũ khí từ bên kia biên giới vội vã tràn qua biên giới Việt. Sự kiện này đặt người dân miền bắc vào bước đường tiến thoái lưỡng nan. Đi cũng chết, ở lại cũng chết. Nhưng đi thì còn hy vọng vượt thoát cho bản thân và cho người nhà. Ở lại, chỉ có một cõi. Đó là cõi chết. Do đó, dù không muốn, tuổi trẻ miền bắc buộc phải bồng súng vào nam để giết chết Tự Do và vùi dập khát vọng Độc Lập của đồng bào ruột thịt của mình.

Kết qủa, hơn 20 năm chiến tranh, Việt Nam không có ngày vui, nhưng từ bắc đến nam chỉ có những dòng nước mắt hòa trộn với máu đỏ tuôn chảy. Toàn thể dân tộc Việt Nam bị đẩy vào trong cảnh nồi da xáo thịt, bi thương. Ở đó, không có Độc Lập, không có Tự Chủ. Ở đó là mất đất, bị chiếm đóng và chia lìa.

Đọc đến đây, rồi ngoảnh nhìn lại ngày xưa, chắc bạn còn nhớ là dòng lịch sử của dân tộc Việt Nam trước đây đã ghi lại đoạn đường bi thương tương tự. Ở đó, Lê chiêu Thống hí hửng đi cầu giặc Tàu để giữ lấy ngai vàng. Tàu dưới lớp áo Mãn Thanh đã nhân dịp này đưa quân tràn sang chiếm đóng nước ta vào trước mùa xuân 1789. Nhưng chúng đã phải trả giá cho cuộc sâm lăng này sau cái chỉ tay của vua Quang Trung.

Nay có là một chút khác biệt, Hồ hay những tên cộng sản theo Hồ thờ Tầu bênh vực cho đường lối "cách mạng" thờ Tàu của chúng thì cho đến ngàn ngàn đời sau cũng không thể rửa sạch mùi hôi tanh này. Riêng phần sử Việt Nam vẫn đời đời chuẩn xác ghi tên bọn bán nước cầu vinh, rước voi về dày mả tổ là Hồ chí Minh, Lê Duẩn, Phạm văn Đồng, Đặng xuân Khu, Lê đức Thọ... Rồi nay là những Linh, Mười, Phiêu, Trọng, Dũng, Phúc... và bầy tôi của chúng sau này.

Ở một chiều ngược lại, hình ảnh Vua Quang Trung lên ngựa ra bắc diệt Lê chiêu Thống và lũ xâm lăng thì sử nhà Nam đời đời còn ghi lại công đức của Ngài. Theo đó, dẫu công cuộc chống bạo quyền cộng sản và Tàu cộng của miền nam hôm nay chưa đem lại chiến thắng như xưa, lịch sử Việt Nam vẫn ngàn đời còn ghi lại công lao của họ trong cuộc chiến đấu này. Bên cạnh đó là hình ảnh của những anh tài đã hy sinh vì tổ quốc như Ngô đình Diệm, hay những Lê văn Hưng, Nguyễn khoa Nam, Trần văn Hai, Lê nguyên Vỹ, Phạm văn Phú, Ngụy văn Thà... đời đời còn lưu dấu.

Bảo Giang.
10-3-09.

Chuyến bay cuối

Viết cho ngày 30-4-1975, Viết tặng cho những ai đi trên chuyến bay cuối cùng rời Đà-Nẵng vào trưa ngày 29-3-75. Đặc biệt, cho một người lính trẻ tên Trực, đã trở về với sự sống bằng cách ôm... chân chiếc máy bay boeing 727 trong chuyến bay có một không hai trong lịch sử chiến tranh Việt-Nam.

BG.

Cùng với lớp sóng người cuồn cuộn, chạy giặc bằng đôi mắt trắng ngược xuôi trên đường là từng đoàn, từng toán quân bị tan rã, bị đuổi bắt, đang hốt hoảng, hỗn loạn kéo nhau về thành phố. Họ kéo về từ muôn lối, muôn ngả và bằng đủ mọi loại phương cách khác nhau.

Kẻ trên xe, người chạy bộ. Kẻ hò hét, người khóc lóc. Kẻ gánh gồng, người ôm vũ khí, kẻ còn ...tay không. Nhưng dù họ về bằng bất cứ phương tiện nào, hay từ bất cứ con đường nào đi chăng nữa, tất cả những con người này, quân cũng như dân, từ già cả đến trẻ, không phân biệt gái, trai đều có chung một khuôn mẫu giống nhau. Khuôn mẫu ấy chính là sự kinh hoàng, hoảng hốt, lo sợ vẫn còn in hằn trên khuôn mặt, hiện diện trên ánh mắt và trong lời nói của họ.

Những tưởng rằng, khi đặt chân vào được lòng phố, những dấu vết kinh hoàng, lo sợ kia sẽ được bỏ lại sau lưng. Ai ngờ, những nỗi nhọc nhằn thống khổ kia vẫn không chịu dừng lại khi bàn chân của họ đã thực sự bước vào trong lòng phố. Trái lại, nó còn tăng theo cường độ của lo âu bởi những bản tin đồn. Tin đồn mất nước, mất thành phố. Những bản tin đồn này càng lúc càng nhiều, người dân chạy loạn không còn biết tin vào ai. Họ dáo dác đôi mắt, nhìn trước nhìn sau, chỗ nào cũng thấy trống trải, khó mà tìm được nơi an thân. Bởi vì:

Khi nhìn lên, tiếng động cơ của các loại máy bay vần vũ không ngớt. Ngó ra khơi, tiếng máy tầu như mỗi lúc càng vỗ mạnh vào bờ. Và trên đường phố thì tiếng còi xe thi nhau kéo inh ỏi lẫn trong những tiếng chửi thề, văng tục. Vào lúc ấy, người dân chạy giặc hầu như đã mất hẳn niềm tin vào mảnh đất, nơi mà trước đó ít lâu họ ao ước đến bên nó, để nhờ nó giang tay ra bao bọc lấy mình. Có ngờ đâu, khi họ đã đổi cả sinh mạng, tài sản của gia đình để đến được nơi mong ước đó, họ mới biết được một điều. Chẳng có phần đất nào gọi là yên để dừng chân cho người dân Việt một khi đôi dép râu và cái mũ cối của loài Hồ đã úp chụp xuống bên đường.

Thành phố Đà Nẵng không nhỏ và sinh hoạt thường nhật của Đà Nẵng được chia ra làm nhiều khu vực mang tính cách riêng biệt, khác nhau như: Vùng phi trường, khu bến cảng, khu thuộc bộ tư lệnh quân đoàn, khu tòa hành chánh, trường học, chợ, nhà thương v.v. Sinh hoạt ở đây vốn dĩ ngột ngạt, phức tạp, nay bỗng nhiên cùng lúc phải đón nhận thêm những lớp sóng người tràn về như thác lũ, thành phố như oằn mình, cong lưng. Hoặc giả, muốn gẫy đổ, bẹp dí xuống theo dấu chân của những người vừa đè lên mình nó. Vào lúc ấy, Đà Nẵng hầu như không còn lấy một khu đất trống. Từ trường học, nhà thương, đến bến tàu, công viên, hè phố. Đâu đâu cũng thấy người nằm la liệt và thế là Đà Nẵng của niềm tin yêu đang chìm vào trong hỗn loạn.

Khi người về chưa tìm được chỗ tạm dung thân, cư dân của thành phố đã vội lên cơn sốt, ngồi đứng không yên. Họ không yên tâm bởi vì tiếng đạn pháo đã nổ gần sát đâu đây. Và càng lo lắng hơn vì một bản tin chưa rõ xuất xứ nhưng cứ lao đi vùn vụt: Đà Nẵng rồi ra sẽ chịu chung một số phận bị rút bỏ giống như Huế, Quảng Trị!

Từ khúc quanh ấy, Đà Nẵng không còn là Đà Nẵng của yêu thương, của bao bọc, của bất khuất, của tự hào. Đà Nẵng đang biến thành nơi của toan tính, nơi của lừa đảo, phản bội. Nói cách khác, Đà Nẵng không còn đủ hấp lực để lưu giữ bước chân người ở lại. Kẻ mới đến, dĩ nhiên phải tìm đường đi tiếp, nhưng chính những người từng sống với nó thì cũng không kém phần quyết liệt. Phải bỏ lại sau lưng khung trời và vùng đất đã bao bọc lấy âm phần của họ qua nhiều đời. Phải đạp lên trên xác người mà đi.

Lúc khởi đầu, câu chuyện gĩa từ Đà Nẵng chỉ xuất hiện trong những dinh thự, công sở. Nhưng chẳng bao lâu sau, nó loan truyền đến tất cả mọi hang cùng ngõ hẻm trong thành phố. Lúc đầu, người ta nói nhỏ vào lỗ tai của nhau ở trong công sở, trại binh, bộ tư lệnh. Nhưng chỉ vài phút sau, bản tin chạy ra đường, ra phố vào trường học, qua chợ búa đến nhà thương. Thế là từ ông gìa bà cả đến đứa bé thơ. Từ ông quan to đến người lính hạng hai, chẳng còn một ai nghĩ đến chuyện phải ở lại bảo vệ lấy thành phố thân yêu nữa. Thay vào đó là những tính toán, dò hỏi và chỉ dẫn cho nhau phương cách ra đi nhanh nhất và an toàn nhất. Lạ thật! Đà Nẵng bỗng dưng bị coi là một phần đất có đầy sự chết, cần phải bỏ đi. Bỏ đi không một thương tiếc.

Rồi Đà Nẵng thực sự chìm sâu trong cơn bão lửa vào đêm 28-3-1975. Đêm ấy là đêm cả thành phố rung chuyển. Đà Nẵng đã cuộn tròn theo ngọn khói bốc lên cao. Từ xa nhìn lại, có lẽ chẳng một ai dám nghĩ rằng. Đó là thành phố có người ở, nhưng tin rằng nó là miệng một ngọn núi lửa đang thời kỳ bạo phát. Bởi lẽ, sau những loạt đạn pháo gọi là "giải phóng" thi nhau gầm thét là: Nơi đây là cảnh chợ tan hoang với ngọn khói lửa ngùn ngụt bốc lên không người cứu. Phía trường học kia là gạch ngói vỡ tan với những thân người chết chồng lên nhau.

Nếu nơi đó là nhà thờ, nhà chùa. Quả đạn giải phóng cũng không tha tượng Chúa, tượng Phật. Chúa đã chết khổ đau, Phật đã về nơi cực lạc, có nhận thêm một miếng đạn của bác, mất thêm một khúc chân, cánh tay hoặc bị chém ngang giữa người cũng chẳng ăn thua gì. Rủi nơi đó là nhà thương. Gặp người chưa chết thì nhận thêm mảnh đạn làm phần cơ nghiệp để hoàn toàn được giải phóng. Kẻ đã chết, nhưng chưa kịp chôn sẽ có được cơ hội chết thêm một lần nữa để đầu ở một nơi, xương thịt một nơi. Và nếu nơi đó là một tiệm bán thịt chó thì bác đảng lúc vào sẽ hưởng thêm khẩu phần không phải là thịt chó nướng.

Đến khi ánh bình minh vươn lên vào ngày 29-3-1975, Đà Nẵng đã thay hình đổi dạng. Hầu như không một nơi nào còn nguyên vẹn. Xác người Việt Nam nằm chết ở khắp mọi nơi. Họ đã chết một cách rất bất ngờ, chết thật tình cờ. Chết chẳng một lời giối dăng.

Có nơi, cả một gia đình, từ ông bà đến vợ chồng con cái đang quây quần bên mâm cơm. Quả sơn pháo của Việt cộng nổ tung giữa bàn. Chẳng nói ra thì ai cũng hiểu được một điều là: Những người có mặt không kịp nhìn nhau, hoặc nói với nhau câu từ biệt. Riêng phần xương thịt của họ thì được trộn lẫn với các món ăn, bắn tung tóe văng vãi khắp mọi nơi trong nhà. Và nồi cơm, bát canh trở thành những nồi và bát máu, chờ Hồ nhân, cán cộng đến chia nhau.

Rồi lại có người đang bồng con thơ chạy trốn, "soạt", một âm thanh nghe rất lạ tai do điệu vung nhanh nhẹn từ cái mã tấu trong tay người đảng viên Việt cộng tạo ra. Kết qủa, đầu người thiếu phụ lăn rớt sang một bên, và đứa trẻ bị văng ra khỏi tầm tay của bà mẹ mà chẳng hiểu là chuyện gì xảy ra. Khi lớn lên, em được tuyên truyền là nhờ bác đảng làm giải phóng em mới có một ngày như hôm nay.

Đến ông già chống gậy rời đất bắc năm 54 mới lạ. Ông chạy chậm qúa. Chạy suốt hai mươi năm, nay lại gặp lũ ôn dịch ngày nào. Lão chưa kịp nói câu nào, đôi dép râu đã vả vào mặt lão, cái gậy liền rời tay lão. Từ nay cho mãi về sau lão chẳng còn phải lo sợ chạy trốn giặc cộng và cũng chẳng phải dùng cái gậy ấy làm chân đi đây đó nữa...

Rồi kẻ chưa kịp vui mừng vì chạy thoát ra khỏi một đoạn đường, nơi đang có cuộc giao tranh, hay nơi có tiếng đạn pháo gọi hồn của Hồ nhân. Lại bắt gặp một tiếng nổ bất ngờ do quả mìn của giải phóng gài sẵn trên đường. Kết quả, sau tiếng nổ, thân người ngã xuống không toàn thây. Chết mà vẫn tưởng mình nằm mơ.

Lại có cảnh chết đứng, người chết ngồi. Cảnh nằm sấp, hình nằm ngửa. Người cụt đầu, kẻ mất chân, mất tay. Đây người đang cháy dở. Kia một đống thịt vụn bầy nhầy với ruột gan, tim óc văng tung tóe, lôi kéo đàn chó đói đến tìm miếng ăn. Rồi lại thêm những vũng máu thâm đen đang rủ đàn kiến, lũ nhặng, lũ ruồi đến chia phần với giải phóng. Và chẳng một nơi nào mà không có cảnh khóc, cảnh cười, cảnh réo gào. Cảnh đứa bé ngồi bên xác mẹ đã lạnh cóng. Và cảnh người còn sống lại ngược xuôi tìm sống. Kết quả, vào buổi sáng hôm ấy, 29-3-1975 Đà Nẵng chỉ còn lại hai địa điểm tạm gọi là an toàn. Và nó là cái đích cho mọi người đổ xô đến. Đó là phi trường và bến tàu.

Khi nắng vừa lên, một vùng bãi biển rộng lớn và khu vực chung quanh bến tàu Đà Nẵng không còn một chỗ trống. Người gồng gánh, kẻ tay bồng, tay bế. Thêm người tay súng, kẻ lưng lựu đạn. Người buồn rầu, kẻ cao ngạo ngồi trên xe nhăn răng ra cười chen lấn nhau. Một nơi gần đó, từng đoàn xe tăng, xe kéo pháo đợi tàu di tản. Tất cả đều một lòng quyết chiếm lấy phần đất riêng cho mình. Khi ấy từ quân đến dân. Từ giàu sang đến khố rách. Từ trí thức đến bần nông, lao động. Từ người sang đến kẻ hèn đều có chung một mục đích giống nhau: Phải dành lấy cho mình, cho con cái của mình một chỗ đứng trong chuyến tàu xuôi nam kia. Do đó, cảnh hỗn loạn và chết chóc càng thê thảm hơn.

Lính mất người chỉ huy. Dân không người hướng dẫn nên có dịp va chạm tàn sát lẫn nhau. Lợi dụng tình thế bất ổn định ấy. Những thành phần bất hảo của xã hội đã ra tay hành nghề cướp của giết người. Chỉ cần một nụ cười, một ánh mắt kiêu bạc. Một gói hành lý nom giàu sang, một thân thể nõn nà duyên dáng là có đủ chất liệu tạo ra cảnh cuồng sát.

Ở cuối đường tuyệt vọng ấy, niềm tin được sống sót của người dân Đà Nẵng chợt bùng lên khi những chiến hạm, tàu thuyền đón đoàn người di tản xuôi nam từ từ hướng vào bờ. Dĩ nhiên, chẳng một ai cần nghe lệnh. Họ vội vã kéo theo vợ con, cháu chắt, anh em, ào ào lao vào dòng biển xanh và bơi ra chiến hạm. Lúc ấy, sóng biển không màu sóng biển, thay vào đó là lớp sóng người nhấp nhô. Màu xanh biển đậm đã biến thành màu da người, màu quần áo, màu hành trang trôi nổi.

Niềm vui của ngày bất hạnh không kéo dài. Khi đoàn tàu chưa bắt đầu làm công tác vớt người xuôi nam. Cơn đạn pháo của Hồ nhân đã thi nhau réo gào. Nó đổ ầm ập xuống trên thân người giống như một trận mưa rào, hay như nắm cát ném xuống mặt thau nước. Nói theo kiểu của Văn Tiến Dũng trong "**đại thắng mùa xuân**" thì "*đời một người bộ đội đi làm giải phóng, cách riêng, đời của những anh đội kéo pháo, bắn pháo, chưa bao giờ có những giây phút hiên ngang anh dũng đến thế. Họ đã đứng thẳng người nạp đạn và bắn pháo thay vì phải chui rúc trong hang, trong ổ, nạp đạn, bắn vội vài trái rồi lại tìm chỗ ẩn thân. Bởi vì, mục tiêu của họ hôm* *nay chỉ là đoàn người dân gồng gánh, đang tìm đường trốn chạy cộng sản! Anh hùng hết biết!*

Kết qủa, biển người, biển nước biến thành biển lửa, quyện tròn theo cột khói, cột nước tung bắn lên cao. Trong phút chốc, đoàn tàu vội quay mũi ra khơi tránh đạn. Riêng đoàn người xuôi nam có số phận kém may mắn hơn. Họ bị vùi dập xuống lòng biển. Người để lại vợ con, anh em, cha mẹ. Kẻ để lại bạn bè chiến hữu lẻ loi.

Sau cơn cuồng pháo thảm sát của Hồ nhân. Máu đỏ loang thẫm bờ biển xanh, và trên sóng nước nhấp nhô là những thân xác vô thừa nhận. Dưới nước là biển đỏ, trên bờ là ruộng máu. Xác người, cánh tay, cái chân, cái đầu, khúc ruột nằm phơi mình đón nắng. Trên bãi nóng, mồ hôi đỏ thấm vào cát chảy thành dòng nối vào biển màu. Từ giờ phút ấy, khoảng 9 giờ sáng ngày 29-3-1975, Đà Nẵng không còn một hình dạng nào như trước nữa. Đà Nẵng đang đợi thần chết với nhịp độ hỗn loạn hơn.

Ngoài bến tàu, phi trường Đà Nẵng được coi là nơi an toàn hơn. Gọi là an toàn thôi chứ thực ra nơi đây, trật tự, an ninh cũng không còn được kiểm soát. Nó cũng bị vùi dập, chìm trong khói lửa từ đêm trước. Những cánh chim từng vùng vẫy dọc ngang khắp bầu trời của quê hương. Cuối cùng nhận số phận hẩm hiu, như số phận của những người lính không được lệnh chiến đấu. Nó chỉ may mắn hơn ở bến tàu là số tử vong chưa lên cao.

Đêm ấy, trong một căn hầm trú ẩn tại phi trường, có những khuôn mặt quen thuộc như Phi, Trực, Danh, Đặng, Tiến... ngồi bó gối nhìn nhau. Họ là những người lính trẻ năng động, là biểu tượng anh dũng cho một quân đội đầy sức sống, bỗng dưng biến thành những cái xác không hồn co ro bất động.

Lúc đầu họ còn cười, còn nói, còn coi cuộc pháo kích của Việt cộng là một trò chơi vui tai lạ mắt, không hiệu nghiệm. Chẳng bao lâu sau, nhìn cái máy liên lạc ở trong phòng, luôn phát ra những tiếng rè rè thay vì một mệnh lệnh cần thiết, họ đâm ra bực mình, gắt gỏng. Bởi lẽ, từng điếu thuốc đốt cháy đỏ trên đầu môi không làm tắt được những ánh chớp bùng nổ vì đạn pháo giữa lòng phi đạo. Trái lại, làm cho họ thêm bối rối giao động. Một sự giao động chưa từng xảy ra trong cuộc đời làm lính chiến của họ. Cuối cùng Phi tức tối nói như thét:

- "D. M." giờ này không cho lệnh bay còn chờ đến khi nào. Chúng pháo thêm lúc nữa thì máy bay cũng thành tàu bò chứ hay ho gì.

Phi nói thế, vì họ là những người lính quen với đường bay và bầu trời. Họ đã từng lao vào vòng lửa đạn. Đã coi cái chết nhẹ nhàng như đôi cánh bay. Họ sợ gì đạn pháo? Vì khi bay lên cao, có thể họ sẽ không trở lại theo đôi cánh chim bị gãy. Tuy nhiên, đời lính bay, họ muốn nhận cái rủi ở trên cao hơn là phải ngồi chờ đạn pháo rơi nổ tung giữa hầm. Rõ ràng, chuyện Phi nói ai cũng biết, nhưng không một ai dám nghĩ đến việc chui ra khỏi căn hầm, để tìm cánh chim lướt gió. Họ không dám bởi một lẽ đơn giản là không có lệnh. Lát sau, Danh nóng mắt, phụ họa:

- ".M.", chỉ huy cái kiểu đếch gì mà không thấy lệnh lạc gì hết. Họ tính bắt mình ngồi đây chờ độc đắc hay sao đây?

Tiếng Danh thét tưởng chừng át cả tiếng đạn pháo. Mười con mắt nhìn nhau. Lát sau Tiến trả lời:

- Mày không muốn chờ, cũng phải chờ. Không có lệnh, mày vác con tàu đi là tù rục xương con ạ. Hơn nữa, đang pháo thế này ai mở phi đạo cho mày chạy trốn hả thằng ngốc kia?

Danh, một phi công khu trục đỏ mắt nhìn Tiến. Sự thật phơi bày trước mặt. Đã là lính, Danh phải tuân hành theo mệnh lệnh. Dù, có khi lại là một cái lệnh rất...ngốc. Danh hậm hực. Danh đau lòng, Danh tiếc bầu trời. Danh thương đường bay. Danh đưa chân đá tung cái thùng đạn kê làm ghế ngồi trong phòng trú ẩn:

- Dĩ nhiên tao cần phi đạo. Nhưng cái thằng mặt mẹt Ôtô kia, mày cũng muốn ngồi đây chờ lệnh chết nữa hay sao?

"Ô tô" là hỗn danh bạn bè đặt cho Đặng. Đặng giỏi lại nổi tiếng gặp may và lì lợm vì món nghề đỗ Lôi Hổ bằng cách đáp ô tô trong rừng.

Đại khái, đáp "ôtô" là một cách đáp đùa dỡn với tử thần, chỉ những tay gan bằng trời mới dám thử. Bởi lẽ, sau khi nhắm được mục tiêu ở dưới đất. Từ trên cao độ, viên phi công sẽ tắt máy. Con tàu chở đầy người rơi tự do xuống trên mục tiêu. Nếu không bình tĩnh tính toán và mở máy con tàu lại đúng lúc. Tay mơ sẽ được đi tàu suốt. Số Đặng rất may, mới vào nghề bị vật cho một qủa, con chuồn chuồn của Đặng bị banh càng trên tuyến đường Trường Sơn. Hôm ấy, Đặng chết hụt và nổi danh. Hôm nay, gã ngửa mặt nhìn lên nóc hầm, vẻ hiền lành như con gái vừa lớn, diễu cợt:

- A, cái thằng này láo nhỉ? Vào giữa lúc tổ quốc lâm nguy. Mày lại dám ngồi trong tàu của tao để xem tao đáp trật đường à?

Danh vênh mặt:

- Sợ máu gì. Có lạnh càng cũng không hơn lúc tao ném bom nhầm ở ngoài...biển!

Vài tiếng cười khô khan, héo úa vang lên. Chợt, Đặng vươn tay đứng dậy, ném điếu thuốc cháy dở xuống đất. Đặng đi ra phía cửa hầm trú ẩn, ngửa mặt nhìn trời đêm. Lát sau, hắn quay vào đứng giữa phòng. Bàn tay kéo mạnh các giây khóa trước ngực:

- Tới giờ đi hành nghề rồi đây. Thằng nào dám theo tao đi tàu... suốt?

Không cần suy nghĩ. Danh đứng bật dậy:

- Tao!

- Khá lắm. Thằng bà già kia, Đặng chỉ Tiến, mày có đi không?

Tiến lừng khừng trả lời:

- Thôi, thì tao cũng liều giao tấm thân vạn thặng của tao cho cái càng gẫy của mày để thử thời vận một phen xem thế nào!

- Mày không ân hận chứ? Còn hai thằng chó chết dở kia, ngồi yên à?

Hỏi xong, tự Đặng bảo Phi:

- Thôi mày ở lại. Chờ thằng an phi kia dẹp xong đạn pháo, mày làm ơn cho nó bám càng chuồn chuồn của mày mà dọt.

Tiếng Phi ngập ngừng:

- Khoan đã, đừng có vội!

- Khoan với dùi gì nữa. Tao đi đây!

Nói xong, Đặng lao mình ra khỏi căn phòng. Theo sau Đặng là Danh rồi Tiến. Có tiếng Phi đuổi theo sau:

- Cẩn thận nhá!

Ba bóng đen lao vụt giữa trời đêm và được soi đường bằng những ánh lửa của đạn pháo đuổi theo. Vừa chạy, vừa tránh đạn pháo. Cuối cùng, Đặng đã an toàn leo lên mình cánh chim quen thuộc.

Thật may mắn, con tàu còn đầy bình săng. Đặng mở máy. Tiếng "rô tô" rít đều trong gío làm Đặng phấn khởi. Cùng lúc ấy, Tiến leo lên tàu, đến ngồi trên cái ghế phía tay trái. Theo sau Tiến là hai ba người khác nữa. Đặng quay lại nhìn những người lính này, gã không hiểu những người này đến từ căn hầm nào mà nhanh đến thế. Con tàu đã sẵn sàng rời mặt đất. Đặng vẫn không thấy Danh, gã bực mình chửi đổng:

- M., cái thằng khu trục này làm gì mà chậm như rùa vậy. Không nhanh chân, chúng pháo vỡ tàu của bố mày ra bây giờ.

Tiến đặt bàn tay trên vai Đặng, ngậm ngùi:

- Dọt đi. Nó... ở lại... rồi! Tụi tao...dính pháo...tao kéo nó đi...nhưng...

Đặng nghiến răng, bàn tay ấn mạnh trên cần lái. Con tàu rung chuyển rời mặt đất giữa những tiếng ồn ào thúc dục từ phía sau lưng. Phần Trực, Phi, sau khi ghé đôi mắt nhìn chớp đỏ lên cao an toàn, cả hai lặng lẽ quay trở vào phòng trú ẩn. Họ lặng lẽ vì những ẩn tình riêng tư. Phi chưa đi vì cả gia đình Phi ở Đà Nẵng. Phi dự tính, sáng mai gã sẽ lấy con tàu về nhà, bốc cả nhà cùng bay vào nam rồi muốn đến đâu thì đến. Riêng Trực, có lẽ cái tên đã làm hại gã. Trực lúc nào không trực, lại trực chính đêm nay! Theo đó, Trực phải ở lại bảo vệ an phi như lời Đặng bông đùa.

Trời vừa tảng sáng, Trực chui ra khỏi căn hầm trú ẩn. Nghe từng đợt tiếng nổ vẫn vang dội quanh phi trường. Phi nắm cánh tay Trực kéo lại:

- Mày đi chịu chết à thằng ngốc?

- Chết cũng phải đi.

- Mày định đi đâu?

Trực không trả lời, nhưng dặn Phi:

- Mày chờ tao một lát. Tao sẽ về ngay rồi mình cùng dọt.

Phi vỗ mạnh tay trên vai Trực:

- Nhớ cẩn thận vào. Đừng đi lâu quá.

- Được rồi.

Sau khi đạp máy xe, Trực quay lại bảo Phi:

- Qua trưa, tao chưa về, thì đừng chờ nữa.

Nói xong, Trực lao mình trên chiếc xe Honda ra khỏi cổng phi trường. Đến lúc này, Trực mới thực sự bàng hoàng vì sự đổi thay khác thường của Đà Nẵng. Chỉ sau một đêm, Đà Nẵng không còn là Đà Nẵng ngày nào. Hầu như tất cả mọi nơi đều thấy những cảnh hỗn loạn và người người dành dật nhau chạy trốn. Họ chạy bởi vì từ phía đàng sau, bám sát theo gót chân họ là khói lửa và tiếng thét gào trong bi thương.

Bên cạnh sự đổ nát tang hoang vì đạn pháo, sự thống khổ của người dân mong cầu sự sống, còn gặp những cảnh tai ương không kém đạn pháo do những thành phần bất hảo của xã hội như lao công đào binh, du đãng, tù vượt ngục, lợi dụng thời cơ, thay đổi quần áo của các quân binh chủng ra tay gieo họa, và cướp của giết người dọc theo từng con phố. Đà Nẵng đã hoàn toàn mất an ninh. Nhiều công sở trại binh đã bỏ trống.

Trực xả hết tốc lực, chiếc xe Honda đang chạy gấp, nó lao lên trên vũng máu và đám thịt nát vụn. Chiếc xe trượt bánh, hất tung Trực xuống mặt đường. Quên đau, Trực vội bò dậy. Dựng chiếc xe lên, chạy tiếp. Ngay lúc ấy, một toán người không rõ sắc phục xuất hiện ở cuối con đường, nổ một loạt đạn dài về hướng Trực. Hốt hoảng, Trực lao chiếc xe vào trong ngõ hẻm. Chiếc xe nằm quay ngang nổ máy. Chưa kịp hoàn hồn, một qủa pháo nổ ngay trước mặt làm bật tung cánh cửa. Thật nhanh, Trực chạy vào trong gọi lớn:

- Tâm, Tâm ơi!

Căn nhà vắng tanh không bóng người. Một cảm giác rợn lạnh đến với Trực. Trực rùng mình chạy ra phía sau.

May mắn, Trực gặp ông bà Sinh, Tâm và mấy người em run rẩy trong căn hầm trú ẩn. Nghe tiếng người quen kêu gọi bên ngoài. Ông bà Sinh rồi Tâm lần lượt ra khỏi hầm. Sau phút bàng hoàng gặp gỡ nhìn nhau. Trực hỏi vội:

- Thưa bác, hai bác có đi không?

Ông Sinh vẻ vừa lo âu vừa chán nản:

- Đi làm sao kịp nữa hả cháu. Đường phố thì đầy những cướp bóc, lại còn đạn pháo không dứt!

- Nhưng tụi nó sắp vào đến nơi rồi bác ạ.

Ông Sinh khoa tay trước mặt làm một cử chỉ buông xuôi:

- Thôi mặc. Tới đâu thì tới. Đi cũng chết, ở nhà có khi cũng chết. Xin chiều theo ý của trời đất vậy.

Trực chưa biết tính ra sao. Nếu ông bà Sinh không chịu đi, dự định của Trực đêm qua, khi không theo Đặng làm chuyền tàu suốt hoàn toàn mất ý nghĩa. Lý do, Trực muốn đến đón gia đình ông bà Sinh vào phi trường rồi cùng xa Đà Nẵng như đã bàn tính từ trước. Nhưng lúc này ông Sinh lại đổi ý làm Trực khó xử. Như đoán biết được tâm trạng của Trực, Tâm bước đến trước mặt anh:

- Hay là anh đừng vào Sài Gòn nữa?

Trực lắc đầu:

- Không, anh phải đi. Hay em xin với ba mẹ để anh đưa em đi trước.

Khi không nghe được lời đề nghị của Trực, chả biết nghĩ gì, bà Sinh bảo chồng:

- Hay là mình cho con nó đi với anh ấy?

Sở dĩ bà Sinh nói như thế là vì bà có lý do của bà. Cách đây hơn hai năm. Khi Trực đổi ra Đà Nẵng. Trực đã đến chào ông bà Sinh theo lời dặn của ông Tước, bố của Trực và là người bạn thân lâu năm của ông bà Sinh. Từ lần chào thăm hỏi ấy, Trực thường xuyên lui tới nhà ông bà Sinh. Rồi cả đôi bên, dù chưa có lễ hỏi cưới chính thức cho Tâm và Trực. Nhưng họ đã mặc nhiên chấp nhận tình cảm ấy. Kế đến bà cũng nghĩ rằng. Trực làm việc trong phi trường, hy vọng sẽ có phương tiện đưa Tâm vào nam. Chết đuối thì vớt lấy nước bọt, bà nghĩ thế. Phần gia đình bà, lúc này nếu có muốn kéo nhau đi cũng chả còn phương cách nào khác, nên đành chịu. Khi nghe vợ hỏi ý kiến, ông Sinh lặng lẽ một lát rồi hỏi con:

- Ý con muốn thế nào?

Tâm ôm chặt lấy bà Sinh:

- Má, hay cả nhà mình đi luôn đi, ở lại đây làm gì nữa?

Ông Sinh đôi mắt đỏ nhìn lên trần nhà, rồi nhìn ra khung cửa đã bị sập, tiếng ông dứt khoát:

- Ba mẹ sẽ ở lại nhà, nếu con muốn. Ba mẹ cho phép con đi trước.

Bà Sinh như hoàn toàn đồng ý với ý kiến của ông. Bà đi nhanh lại phía bàn thờ. Bà thắp cây nhang đưa cho Tâm:

- Chúng con lạy ông bà, lạy trời đất rồi đi mau lên, kẻo trễ.

Nước mắt tuôn hai hàng. Tâm run run cầm cây nhang trong tay. Nàng chưa kịp quỳ lạy trước bàn thờ. Nàng đã oà lên khóc nức nở. Bà Sinh ôm xiết chặt con vào lòng:

- Thôi nín đi con. Mẹ khấn cầu trời đất cho chúng con đi được bằng an. Nếu còn phúc còn phần, lo gì không có ngày gặp lại gia đình.

Tuy bà Sinh khuyên nhủ con nín đi, đừng khóc nữa. Nhưng chính trên khuôn mặt bà, chẳng lúc nào vơi dấu lệ. Bà không nói nên câu khi cầm tay Tâm đặt trong lòng tay Trực:

- Cháu Trực, hai bác tạm giao Tâm cho cháu. Cháu thưa lại với ba mẹ cháu đôi lời dùm bác.

Tiếng nói của bà tắc nghẹn lại giữa cổ. Ông Sinh vội quay mặt đi. Tâm quỳ phục xuống trước mặt ông bà Sinh:

- Thưa ba mẹ...con đi.

Tiếng khóc vỡ oà trong giờ tiễn biệt. Những bàn tay vội rời nhau. Tâm đi. Nàng được coi như là về nhà chồng trong ngày chạy giặc. Nàng đi không quần áo cưới, không xe kết hoa, không bàn tiệc. Phần những người ở lại thì cầu mong cho nàng có được hơi thở tự do, không cộng sản. Không phải nhìn thấy những cái mũ cối, những đôi dép râu làm hoen ố đời người.

Ra khỏi nhà, thật may mắn. Chiếc xe của Trực vẫn còn nằm nguyên trong vị trí cũ. Trực đến, dựng chiếc xe lên. Đạp máy, nhắm hướng trở lại phi trường.

Dù đoạn đường không xa lắm. Trực cũng mất khá nhiều thời gian mới vào được đến phi trường. Lúc này cổng phi trường đã không còn lính gác. Lớp sóng người chạy giặc đang ùn ùn kéo nhau vào. Trực dắt Tâm chạy bộ vào khu hầm trú ẩn tìm Phi. Căn phòng trống trơn. Khi chạy lên phòng phi hành. Tấm bảng vẫn ghi rõ giờ bay cho các chuyến bay, nhưng không một bóng người. Trực hoang mang nhìn ra bãi đậu, gã chỉ thấy khói lửa nghịt trời. Giữa lúc đầy thất vọng, Trực giật mình vì tiếng gọi lớn từ phía sau lưng. Lúc quay lại, Trực nhìn thấy Phi, người bạn chung hầm đêm trước đang chạy đến:

- Mày làm gì bây giờ mới tới?

- Còn cái cánh quạt nào hay không? Mà ông già, bà bô mày đâu? Phi nhún vai tỏ vẻ không hài lòng:

- Rõ chán, đến giờ phút cuối ổng đổi ý. Khi tao trở lại đây, chúng nó đã dông hết rồi.

- Mình ra ụ chứa tìm trực thăng... dọt luôn chăng?

- Ra đó là tan xác con ạ. Bọn "đề lô" của chúng đã vào phi trường rồi. Bên an phi vừa tóm cổ được hai thằng khốn. Chúng giả dạng sỹ quan của mình đứng gọi máy khơi khơi ngay đầu phi đạo.

- Không liều, đứng đây chờ chết à?

Phi buông xuôi:

- Đành vậy. Vì có ra được, cũng không thể cất cánh.

- Tại sao?

- Rất đơn giản. Không một chiếc nào còn săng và không kiếm ra người đổ săng. Tàu không có săng cũng bằng không.

- Sao mày biết?

- Tao vừa từ ngoài đó trở về.

Trực buồn bã, đưa đôi mắt nhìn quanh. Ý định theo con tàu tháo chạy rời Đà Nẵng bị cắt ngang. Trực đề nghị:

- Ra bến tàu chăng?

Phi hất hàm cao ngạo:

- Hỏi câu ngu đến thế là cùng. Mình dân bay, ở đây có phương tiện còn phải bó tay. Ra ngoài đó, ai cho mày đi nhờ.

Vừa nói xong, đôi mắt Phi sáng lên, anh đập mạnh bàn tay trên vai Trực:

- Tao có cách rồi. Mày nhìn kia.

Theo hướng tay của Phi. Một chiếc máy bay hàng không dân sự kiểu Boeing 727 đang rà rà đáp xuống đường phi đạo. Không chậm trễ ba người kéo nhau lên chiếc xe Ford của quân cảnh không quân đậu gần đó. Trực ngồi vào ghế lái, phóng hết tốc lực chạy ra phi đạo.

Lúc ấy, vào khoảng gần trưa ngày 29-3-1975. Sau khi đáp xuống. Thay vì vào trong phi cảng, nó lại chạy vòng vòng dọc theo các con đường vào ra phi đạo. Đảo hết vòng nọ đến vòng kia, nhưng không dừng lại. Cùng lúc, từng lớp sóng người tìm sống, cuồn cuộn chạy đuổi theo sau lưng nó. Chiếc máy bay chạy không nhanh hơn người chạy bộ, nhưng không một ai lên được. Đã thế, từng mỗi vòng bánh máy bay chuyển động, là có từng đoàn người ngã gục xuống đất. Họ ngã gục, một phần vì số người đông đảo, đứng dọc theo hai bên đường phi đạo, dành giật, chen lấn nhau để đuổi theo chiếc máy bay. Phần vì đạn pháo mỗi lúc một nhiều và chính xác.

Cứ thế, tiếp theo từng tiếng nổ là những tiếng rú gào thảm thiết của ngã xuống, người còn nguyên vẹn, kẻ nát tan. Mặc, kẻ còn sức sống, lại thế chỗ trống ào ào tiến lên. Họ xô lấn nhau, đạp trên xác người. Lội qua vũng máu để đuổi theo chiếc máy bay là hy vọng duy nhất của họ đang rề rề chạy trước mặt.

Cái chết cận kề trong gang tấc, nhưng không ai sợ hãi và nghĩ đến việc bỏ cuộc. Bởi lẽ, nếu họ không nhanh chân bắt kịp chiếc máy bay kia. Họ sẽ bị bỏ lại. Như thế, thảm nạn của cố đô Huế trong tết Mậu Thân năm nào sẽ tức khắc tái diễn trong cuộc đời của họ khi lũ Hồ nhân và đảng vẹm nhe răng, trợn mắt kéo nhau vào thành phố. Do đó, cảnh hỗn loạn dành giật nhau trên xác người, trong vũng máu càng lúc càng ghê rợn hơn.

Lúc đầu, chiếc xe Ford an phi mở còi hụ chạy đuổi theo sau máy bay. Không chạy được bao xa. Trực đổi hướng, anh chạy vòng qua các công sự chiến đấu, rồi theo ngã tắt, Trực lái xe ra "taxi quay" chận ngang đầu chiếc máy bay. Trong toan tính của Trực, anh muốn dùng chiếc xe làm vật cản đường, bắt chiếc máy bay phải dừng lại.

Khi máy bay đến khá gần. Phi dõng dạc đứng lên trong bộ quần áo và cái nón sắt có chữ QC của Trực. Tay Phi cầm súng chĩa thẳng vào chiếc máy bay như có ý ra lệnh cho viên phi công phải dừng lại, nếu không Phi sẽ nổ súng. Kết quả, Viên phi công như coi thường cái lệnh ấm ớ của Phi. Máy bay vẫn tà tà tiến đến, nó đang thách thức với hiệu lệnh và chiếc xe của Trực.

Về chuyện này, Jan Wollett kể: "*Một nhóm người lái chiếc xe vận tải nhỏ (ford) đuổi bên cạnh chiếc tàu bay.*

Một người đàn ông đứng dậy, xe chạy đến trước chúng tôi. Tôi nhìn về phía anh ta, lúc ấy chúng tôi đang đi chậm, anh ta rút một khẩu súng lục, bắn vào chúng tôi. Đột nhiên tôi có cái cảm giác kinh dị y như đang đứng giữa khung cảnh của một phim cao bồi... Chúng tôi cho tàu chạy khỏi người đàn ông có súng và đi chậm, rồi dừng lại".

Đến lúc nghe tiếng thét của Tâm. Trực hốt hoảng ấn mạnh chân ga. Chiếc xe lao thẳng vào ụ cát bên đường vào đúng lúc chiếc máy bay chạy ngang trước mặt. Cả ba chưa hết bàng hoàng, bỗng thấy chiếc máy bay như ngừng hẳn lại trước mặt. Hơn thế, cánh cửa ra vào của máy bay từ từ mở ra. Không một chậm trễ. Trực nhảy xuống khỏi xe, đỡ Tâm xuống, rồi cùng Phi chạy như lao vào trong lòng chiếc máy bay cứu tinh.

Niềm hy vọng được cứu sống bỗng bùng lên trên những đôi mắt kinh ngạc. Đoàn người chạy giặc như thác lũ đổ ào đến chung quanh máy bay. Họ không còn thì giờ thẩm định xem. Đâu là cửa vào trong thân máy bay. Đâu là lối đi lên khoảng trống bên cạnh nơi đặt chân dưới thân máy bay, hoặc là nơi chứa hàng. Họ chỉ cần biết một điều. Bất cứ cái gì của máy bay, họ có thể bám vào được là họ sẽ bám lấy. Bám rồi không bỏ ra nữa. Chẳng ai dại dột buông tay ra khỏi cái vị trí họ vừa nắm được! Bởi lẽ, nếu họ buông tay ra, người khác sẽ sẵn sàng thay thế và họ sẽ mất hẳn chỗ đứng.

Trực và Phi cũng không ngoại lệ. Khi vừa bám vào được thân máy bay. Phi, Trực rồi Tâm dắt díu nhau lên. Họ là một trong những người đầu tiên lên và chiếm được chỗ dung thân an toàn nhất trên chiếc máy bay đó. Chỗ "an toàn" này do Trực kể lại như sau:

- "Vì hốt hoảng chúng tôi trèo vội lên chiếc máy bay. Nhưng sau khi leo lên máy bay, đi được vài bước, Phi và tôi biết là lầm. Nơi tôi đang đứng là khoảng trống nhỏ dưới thân máy bay bên cạnh khu vực chứa hàng và chân máy bay thay vì trong lòng của nó. Tôi quay đầu bước trở ra để tìm lối lên khác, nhưng không thể trở lại được.

Lý do. Phía bên ngoài đã chật cứng người. Nếu tiếp tục lách ra, tôi sẽ không có cơ hội trở lại và sẽ mất luôn vị trí "an toàn" sẵn có. Tôi và người bạn đành ở lại, giữ lấy chỗ trong cùng của khoảng trống nhỏ đó, rồi muốn tới đâu thì tới. Tuy thế, chúng tôi không cô đơn, vì có vào khoảng ba mươi người đã chen chúc nhau trong một căn buồng không mấy thú vị chung quanh nơi để chân máy bay này. Như thế, so với những người còn ở dưới đất. Tôi đã... may mắn hơn họ nhiều."

Chỉ trong khoảng thời gian ngắn, hút chưa xong vài hơi thuốc, chiếc máy bay như đã bị đè bẹp bởi làn sóng người di tản. Bên trong chật như nêm cối, bên ngoài hàng hàng lớp lớp người vẫn nối gót dành giật, kéo đẩy nhau lên. Ngay lúc ấy, một quả pháo nổ làm rung chuyển mặt đất và thân tàu. Nhiều người có mặt tưởng tiếng nổ ấy đã xé tan tành chiếc máy bay ra hàng trăm nghìn mảnh vụn. May mắn, nó chỉ bị thủng một vài mảnh bên thân cánh trái. Viên hoa tiêu vội vàng cho phi cơ chuyển bánh trước khi đóng cửa tàu. Phi hành đoàn kể lại như sau:

... Dầu thế, chúng tôi vẫn phải bay lên. Phải thoát khỏi Đà Nẵng... Sau tiếng nổ lớn một bên cánh bị thương. Đáng lẽ chúng tôi đã mất mạng vì các hư hỏng của phi cơ... Cuối cùng, với 358 con người ở lòng tàu, còn lại 60 người khác trong khoang chở hàng, ụ chứa bánh, có cả người mắc

trên ụ bánh xe, chúng tôi đã về đến Sài Gòn... (JAN Wol-lett, Trưởng Tiếp Viên Hàng Không chuyến bay Boeing 707 này.).

Ai sẽ diễn tả nổi những tiếng gào thét trong kinh hoàng, đớn đau lúc bánh của con tàu bắt đầu lăn trên phi đạo. Bởi lẽ, dưới mỗi vòng quay của bánh xe là một đoạn dài những máu, những thịt của người Việt Nam chạy giặc. Họ là những người đang đứng trên đường hay là người bám vào trụ bánh, chân máy bay? Không ai có thể phân biệt được.

Tất cả, dưới sức nặng của con tàu và sự chuyển động mỗi lúc một nhanh dần đều của những vòng bánh đang quay, là từng thớ thịt, lớp xương tan, vỡ như cám trên đường. Vòng chuyển động tăng thêm, chiếc máy

bay như lướt trên mặt đường từ từ rời phi đạo. Lúc nó rời phi đạo, nó còn mang theo lên không một số người vẫn ngoan cường bám chặt vào các trụ của chân bánh xe, hoặc là khung cửa. Chắc không có ai nỡ trách họ giỏi nghề đánh đu, hoặc là dại dột đem buộc mạng sống của mình vào trong hy vọng mong manh ấy?

Thử hỏi, cánh tay sắt nào có thể khóa chặt được thân người vào với những vị trí như thế? Chiếc máy bay lên cao dần, thân người mỗi lúc một nặng thêm. Những cánh tay mệt mỏi rã rời kia bắt buộc phải từ giã chân máy bay, và từ giã cuộc sống của chính họ. Họ bắt đầu lơ lửng giữa trời. Rồi chạm thật mạnh vào một vật cứng, người ta gọi là trái đất. Không một tiếng nấc, không một tiếng kêu đau đớn! Từng người, từng người. Nối tiếp nhau lơ lửng giữa không gian không dù. Tiếng kêu cứu không một ai nghe.

Tiếng gào khóc không một ai hay biết. Chỉ thấy những cánh tay, cánh chân quờ quạng đảo ngược giữa trời xanh. Họ đang...bay. Bay với giấc mơ tự do không cộng sản. Bay với hơi thở cuối trên phần đất nặng đau thương nhưng lắm vương vấn này.

Máy bay đã lên cao, xa rời mặt đất. Nhưng không hiểu tại sao viên phi công không cho rút chân vào ụ chứa và đóng cái vỏ bọc phía bên ngoài lại. Phi bực mình chửi đổng:

- M. cái thằng lái tàu này, nó không biết rút chân và đóng cái bảng phía dưới lại cho bố nó nhờ một tý hay sao? Bộ nó không biết hàng chục mạng sống trong cái lỗ hổng nhỏ này sẽ chết vì sự ngu ngốc của nó à?

Phi chửi để mà chửi. Có chửi cũng chẳng ai nghe. Bởi vì:

- Thứ nhất, nó sợ khi co chân lại sẽ kẹp chết người Việt Nam. Kẹp chết người nó phải tội và Chúa sẽ phạt nó.

- Thứ hai, nó sợ khi co lại sẽ kẹp dính người vào trong các trục chuyển động của bánh. Việc ấy sẽ gây ra trở ngại lớn khi nó muốn mở ra và đáp xuống.

Rồi thật nhanh, do bản lãnh của những người đã từng bay. Phi bảo Trực cởi nút khóa dây thắt lưng ra, khóa chặt thân người vào những trụ giây điện chằng chịt trong ụ bánh. Sở dĩ, Phi bảo Trực như thế. Vì khi bay lên cao độ, với áp xuất thay đổi, vị trí không an toàn sẽ không thể nào điều khiển cánh tay của mình được như ý muốn. Kế đến, Phi rùng mình không dám nghĩ đến việc cái chân, cái bảng đỡ phía ngoài nếu nó... nhất định không chịu co lên và đóng lại. Vị trí nơi Phi, Trực đang đứng có khác gì cái hộp không đáy biết bay? Như thế, số mạng của những người đứng quanh đây chỉ có trời mới biết là còn hay mất.

Khi máy bay đã lên cao, chân máy bay chỉ co lại nửa vời. Những cơn gió mạnh như ngàn cơn lốc xoáy, theo nhau ào ào tràn ập vào khoảng trống. Khi vào chỉ có gió lộng, nhưng lúc trở ra, nó cuốn theo những thân người lỏng tay, không một bấu víu hoặc không thể cột người vào trong những vị trí khả dĩ vững chắc trong ụ tàu. Càng bay cao, gió càng làm lạnh buốt những thân người bé nhỏ. Rồi dù không muốn, những con người khốn khổ kia đành chấp nhận định mệnh khe khắt, rời tay, xa nơi có sự sống khổ đau.

Trong khi đó, Trực, Phi may mắn hơn. Thân họ đã được khóa chặt vào trụ giây điện bằng những giây ba chạc, thắt lưng còn mang trên người, nhưng bốn cánh tay còn lại phải vòng qua, ôm chặt lấy và níu kéo sự sống còn của Tâm. Chỉ một lúc sau, Tiếng phi thét lên:

- Mày cởi nửa áo bên trên ra, cột người Tâm vào trụ giây điện. Nhanh lên, nếu không thì chết cả lũ bây giờ.

- Được, mày ôm chặt nhá. Tao cởi áo đây.

Phi thét lớn hơn:

- Mau lên!

Tuy bảo Phi là ôm lấy Tâm để cho mình cởi nửa phần áo bay ở bên trên ra, nhưng Trực vẫn không dám rời Tâm. Một tay Trực ôm ngang người nàng. Cánh tay còn lại, cố gắng lắm, Trực chỉ mở được hàng nút áo trước ngực. Cởi một cái áo, công việc tưởng chừng như dễ dàng. Lúc này Trực thấy vạn nan. Lý do, người Trực đã khóa chặt vào trụ giây điện. Nếu mở ống khóa, có lẽ Trực sẽ tức khắc được nhảy dù không có dù về mặt đất. Nhưng không mở khóa, Trực làm sao cởi được áo?

Thoáng mắt, khoảng trống chung quanh ụ chứa chân máy bay. Lúc đầu chen chúc nhau có tới mấy chục mạng người. Lúc này nhìn lại còn lác đác năm bảy người. Tình cảnh ấy càng làm Trực lúng túng. Rồi khi nhìn xuống trên khuôn mặt sinh đẹp của người nữ sinh công lập Đà Nẵng, Trực không dấu nổi cơn đau.

Trên nét mặt tái mét, xám xanh của nàng đã có vệt máu đỏ chảy ra từ hai bên lỗ mũi. Trực biết, Tâm đã hoàn toàn tê liệt. Nếu không có cánh tay của Phi, của Trực, Tâm không còn có mặt ở nơi đây. Trực chợt hối hận vì việc trở lại nhà ông bà Sinh và đưa Tâm ra đi. Trong khi đó, phía bên kia, chừng như sốt ruột vì mỗi lúc người Tâm một nặng, nhưng Trực vẫn chưa cởi xong cái áo. Phi lại chửi thề ầm ĩ, hét lên:

- Tao bảo mày buông tay ra, cởi áo mau lên, chết hết cả đám bây giờ.

Nghe thế, Trực khẽ lách cánh tay giữa hai cột giây điện. Từ từ gỡ tay Tâm ra khỏi người Trực. Cùng lúc, Trực nhoài người đẩy Tâm xoay mặt về phía trước, bảo nàng:

- Em ôm lấy Phi để anh cởi áo.

Tâm mở lớn đôi mắt nhìn Trực khẽ gật đầu. Sau cái gật đầu ấy, Tâm nới lỏng vòng tay qua người Trực. Nàng từ từ xoay người sang phía bên Phi. Nhưng đúng lúc Tâm nới vòng tay, quay người. Trực thấy hụt hẫng, rồi bàng hoàng nhìn theo. Cơn cuồng phong, đầy phẫn nộ giữa lưng trời đã nhanh tay cuốn người Tâm ra khỏi cánh tay của Trực và Phi.

- Á.....

Trực lao người theo:

- Tâm...!

Cùng theo tiếng thét kinh hoàng giữa khung trời ấy
là toàn thân Trực treo lơ lửng giữa cái hộp không đáy
đang bay. Đôi mắt Trực như muốn rách toác ra theo bóng
hình của người yêu dấu giống như một điểm đen, đang
mờ nhạt giữa lưng trời. Nàng trở về với trái đất chăng?
Không nàng đã về với giấc mơ trốn chạy cộng sản, cũng
là giấc mơ hãi hùng khủng khiếp nhất trong đời người!

Nhìn theo, Trực tròn căng đôi mắt, móc quả lựu đạn
mini trong túi áo ra. Y ghé răng, rút ghim gài... Cùng lúc,
Phi nhìn thấy, Phi lao người sang đấm mạnh trên cánh
tay Trực.

- Bỏ tay ra...

Cùng với tiếng thét là cánh tay của Phi như trời giáng
xuống trên tay Trực. Y giật mình, buông tay. Chỉ chớp
mắt, một tiếng nổ còn nghe rõ và chút ánh sáng nhẹ chợt
loáng lên vòm trời. May là nó đã ở ngoài tầm sát hại.
Một lát sau, chân máy bay co rút vào trong thân tàu và
cái cánh cửa đạy phía bên ngoài cũng được khép nhỏ lại.

Khi con tàu chở người di tản về đến không phận Sài
Gòn, nắp đạy và chân máy bay lại mở ra. Đợt gíó mạnh,
lạnh cắt da tràn ập vào ụ cánh.

Nó đánh thức Trực và Phi dậy. Khi nhìn thấy nhà,
nhìn thấy phố. Niềm vui được sống sót căng tràn lên đôi
mắt đỏ.

Đến khi chiếc máy bay là là xát trên mặt đất. Phi phấn khởi đứng thẳng người dậy. Anh cởi tung giây khóa ngang người ra khỏi trụ giây điện. Nhẩy bổng sang bên Trực, hét lớn:

- Mình sống... ự...

Câu nói chưa dứt, chân máy bay chạm mạnh trên mặt phi đạo. Sức va chạm qúa mạnh, thân máy bay rung chuyển, chồm lên. Nó hất Phi lên cao và lộn ngược vào trong góc trống. Phi gập người xuống không nói năng, chỉ còn lại đôi mắt trừng mở. Trực run người, hai tay ôm chặt lấy trụ giây điện.

- Phi... mày có sao không...?

- Mày có sao không?

Phi không trả lời. Trực gọi đến rát cổ, Phi vẫn làm ngơ! Phi đã bỏ Trực, Phi đã bỏ đàn chim. Phi đã bỏ chuyến bay cuối. Và Phi đã gĩa từ giấc mơ tự do, hòa bình không cộng sản trong phút cuối cùng của chuyến bay di tản, khi nó đã đưa Phi an toàn về đến miền đất tạm dung.

Đến khi nằm trên chiếc băng ca trong xe cứu thương. Trực nấc lên từng chập, nhưng không còn nước mắt, dù là giọt nước mắt thống khổ, dành cho cho Phi, cho Tâm... cho những người bạn đã bỏ Trực trong đoạn cuối cuộc hành trình đầy thê lương, kinh hoàng này.

Viết theo lời kể của Trực, người quân cảnh an phi đã ôm chân máy bay về đến Sài Gòn vào chiều ngày 29-3-1975.

Bảo Giang,
4/1999

Người lính
bên dòng sông Ba

Có những người lính không bao giờ chết. BG.

Có một lần Thông bảo với người lính:

- "Mùa Thu năm 1945 chính ra là mùa thu của chỗi dậy, của hồi sinh trong vận mệnh đấu tranh của dân tộc. Nhưng tiếc thay, mùa thu của hào khí đã biến thành mùa thu của bi thảm, của đau thương, của chia rẽ, của ly tán và của hận thù vì sự bội phản của Hồ chi Minh... Người lính trố mắt nhìn khuôn mặt xạm nắng của viên sỹ quan trẻ:

- Trời ơi, sao hôm nay nghe ông thầy nói toàn chuyện trên mây không vậy?

- Đây không phải là chuyện trên mây, bởi vì nếu không có sự bội phản của giặc Hồ, tôi và cậu dễ gì đã gặp nhau trong bộ binh phục này!

Nghe thế, người lính như nhận ra nguyên do cơ bản của câu chuyện chiến tranh. Hơn thế, anh thoáng hiểu được nỗi lòng u uẩn của viên sỹ quan trẻ, người mà anh có dịp gần gũi trong suốt sáu tháng qua. Tự nhiên anh ta quên e dè, vui vẻ góp chuyện với Thống trước khi lên phà sang sông:

- Thiếu úy, hôm nay đơn vị mình qua sông, lên cao nguyên trấn đóng. Lỡ mai mốt tụi nó... dứt đường về thiếu úy tính sao?

- Tôi sẽ nằm lại ở bến phà này để cho cậu qua sông!

Người lính phá lên cười khi nghe Thống nói. Bởi lẽ, ông hay diễu, đã thế ông còn trẻ, chưa vợ nhưng có nhiều đào, lẽ nào ông ấy chịu rời Phú Yên, quê hương thứ hai của ông để lên... nằm chết ở miền đất đỏ cao nguyên?

- Tính làm người hùng hay sao hả ông thầy?

Thống cười dễ dãi:

- Tôi không thích làm người hùng, nhưng sẽ làm một người lính sống chết cho quê hương và cho đồng đội.

Người lính đẩy cái ba lô ra trước mặt, đứng dậy:

- Ông thầy chơi điệu qúa. Tôi... chịu ông thầy rồi đó. Từ đây ông thầy đi tới đâu là tôi theo tới đó!

- Không được, cậu còn có mẹ già và người em gái ở đây, sớm muộn tôi cũng xin cho cậu đổi về đồn trú tại địa phương

- Ông thầy chơi thế là không có đẹp với đàn em, bởi lẽ, ông thầy cũng có mẹ và em gái ở Phú Yên mà!

Nghe anh ta nói, Thống lờ sang câu chuyện khác, nhưng vẫn giữ nguyên ý định sẽ tìm cách cho người lính chân tình này được trở về địa phương khi có dịp. Gần một năm sau ngày lên cao nguyên, người lính ấy đã rời trung đoàn 47 biệt lập để trở về làm việc trong một đơn vị hậu cứ ở Phú Yên, riêng người sỹ quan trẻ chưa bao giờ rời xa cảnh rừng núi cao nguyên, xa đơn vị đầu tiên từ khi ra trường này.

Thống không xin đổi đơn vị không phải vì không nhớ sông Ba và Phú Yên, nơi anh đã ấp ủ giấc mộng đầu đời. Cũng không phải là Thống không muốn được gần gũi với mẹ già và gia đình. Nhưng cuộc chinh nhân đã làm anh trưởng thành, quen dần với những miền đất mới và nguôi ngoai phần nào những nhớ nhung quê xưa.

Rồi chiến tranh mỗi lúc một thêm khốc liệt. Bề ngoài, Thống trở thành một người lính đang tới và là niềm hy vọng lớn của đơn vị. Nhưng bên trong, nước mắt của anh mỗi ngày một rơi xuống nhiều hơn vì sự ra đi của đồng đội, của thuộc cấp. Đã thế, anh không biết tìm đâu ra chìa khóa thần để giữ tròn đơn vị khi nồng độ chiến tranh mỗi lúc một tăng cao. Chìa khóa thần không có, Thống băn khoăn, lo lắng trong từng hố chiến hào, trong từng tấc đất của đơn vị trấn đóng. Kết qủa, sau những chiều mưa thâm thối núi, Thống lặng lẽ một mình trước cảnh tàn phá của chiến tranh. Anh tự nhủ:

- Giả như không có cuộc bội phản, cướp công kháng chiến của toàn dân vào năm 1945 do Hồ cộng chủ trương, chắc Việt Nam ta không đi vào ngõ lầy của cuộc chiến hôm nay?

Điều ấy thì đã hiển nhiên, ai cũng biết rõ câu trả lời là thế. Hơn thế, người dân trên phần đất này còn biết rằng, nỗi kinh hoàng của người dân không ngưng lại ở tụ điểm Hồ cướp công kháng chiến của toàn dân vào năm 1945, nhưng nó còn bộc phát thành niềm đau gấp trăm ngàn lần khi bản hiệp định chia đôi đất nước do chúng chủ trương đã ra đời.

Thật vậy, khi nhìn lại, bản hiệp định này có khác gì một lưỡi dao của thần chết, hay lưỡi tầm sét của thiên lôi đã chém bổ xuống trên đầu trên cổ người Việt Nam. Nó chém đứt dòng sinh mệnh của dân tộc Việt và chặt đứt thân hình mẹ Việt Nam ra làm hai. Từ đó, máu không ngừng loang chảy dọc theo đường bị chém. Người ở phía bên kia của lưỡi dao là miền Bắc thì hơi thở thoi thóp, chờ chết trong bạo lực, trong đấu tố. Trong khi đó một nửa thân hình còn lại, nằm ở phía bên đây bờ sông cũng tơi tả vì những dấu đạn bom do chính Hồ chi Minh điên cuồng tạo ra!

Cảnh người Việt Nam bị nhát chém, có khác gì cảnh một con thú bị thương. Nó lồng lên, cố vùng vẫy, trốn chạy để mong tìm lấy đường sống. Từ đó, người ở phương Bắc, vội vã lên đường di cư vào nam lánh nạn. Tuy thế, cũng có dăm kẻ ở trong nam trúng bẫy Việt cộng lại tìm đường ra bắc. Khi đi, họ vội vàng vơ lấy vài mặt hàng cần dùng rồi gấp rút quang gánh lên vai, bỏ lại sau lưng nào là cha mẹ, vợ con và thân quyến mà đi.

Dĩ nhiên lúc ra đi, nhiều người trong nam đã đi với khát vọng góp bàn tay của mình vào công cuộc diệt lũ xâm lăng, giải phóng quê hương thoát cảnh lầm than dưới gót giày phong kiến và ngoại xâm, và mưu cầu cho một ngày thanh bình để quay về mái nhà xưa với cơm no áo ấm. Kết qủa, lòng yêu nước nồng nàn ấy đã bị Hồ chí Minh trơ tráo, lừa phỉnh. Để họ, một mặt bị mang tiếng là những kẻ đã đẩy cả nước vào cơn sóng đỏ của cộng nô. Một mặt khác, tạo nên cảnh nồi da xáo thịt với chính vợ chồng, con cái và thân nhân của họ còn ở lại trong nam sau này. Qủa là một oan khiên!

Đến kẻ tìm vào, cũng có muôn ngàn những trăn trở. Họ vì nửa mảnh cơ đồ còn lại mà phải ra đi. Ra đi để giữ lấy mảnh đất ấy làm sản nghiệp, rồi gầy dựng nó lên như một căn bản để chờ ngày phục hồi, giải phóng quê hương đất bắc, giải phóng đồng bào của mình ra khỏi cái tai ách Việt cộng. Ý chí qúa lớn. Khốn nỗi, chuyến đi nhiều bất tường. Chả có mấy người không có viền nước mắt chạy quanh mi.

Già thì ray rứt vì bước chân mỗi lúc một xa dần nấm mồ tổ tiên, xa dần nơi chôn nhau cắt rốn, xa dần phần đất mến yêu, kỷ niệm. Bé thì hoang mang vô định, không biết đường mây chân trời nào mà đi. Tuy thế, đi được là đi, chả mấy người muốn toan tính đến việc ở lại. Đây là một quyết định táo bạo, đổi đời. Bằng mọi gía, họ phải dắt đàn con lũ cháu xuống tàu há mõm, hay tìm được một chỗ trên chuyến tàu hỏa xuôi Nam để giã từ thiên đàng cộng sản của Hồ chí Minh thì cuộc đời may ra mới khá.

Theo vết chân đó, chưa khi nào Thống quên câu chuyện mà bà đội Bảo, mẹ Thống, đã kể lại với hai anh em của anh nhiều lần trước khi anh nhập ngũ. Chuyện kể rằng, lẫn trong đoàn người gồng gánh bỏ quê hương đất bắc trong mờ sáng hôm ấy, có một góa phụ còn khá trẻ. Nàng chỉ độ 30, vóc người nhỏ nhắn, khuôn mặt trái soan, không một chút điểm trang. Nàng mặc một chiếc áo cánh màu nâu, quần lĩnh đen. Nàng cột thêm cái khăn đen thắt mỏ qụa ở trên đầu để che bớt nửa vành khăn tang còn mới.

Với lối trang điểm này, từ quần áo đến cái khăn mỏ qụa bạc màu làm cho nàng nom già hẳn đi. Mặc cho hình hài tơi tả với những đổi thay, nàng vẫn đội cái nón rách trên đầu và cây đòn gánh trên vai quẩy trọn lấy tương lai của nàng. Một bên là toàn bộ gia sản, bao gồm từ nồi niêu, xoong chảo, đến áo quần và đồ ăn nước uống đi đường cho ba người. Còn một bên quang là đứa bé gái mới lên ba. Nó ngồi gọn gàng trong thúng, một tay nắm chặt giây quang, trong lúc một tay khác vẫn ôm một gói đồ nhỏ, trong đó có tấm hình của ông đội Bảo.

Ông đội Bảo, chồng của người thiếu phụ, lúc trước tham gia trong phong trào kháng chiến chống tây. Ông đã vào chiến khu với Việt Minh nhưng sau cuộc tổng nổi dậy vào mùa thu 1945, ông đã nhìn ra được sự thật. Việt Minh gọi tắt là Vẹm, không phải là một lực lượng tranh đấu cho quyền lợi của dân tộc Việt Nam, nhưng là một tổ chức vũ trang bạo động, muốn dùng bạo lực sắt máu để cướp chính quyền và phục vụ cho quyền lợi của đảng cộng sản Đông Dương theo chủ thuyết vô gia đình, vô tổ quốc, vố tôn giáo.

Ngay cái "Vô" thứ nhất đã hoàn toàn trái ngược với cuộc sống luân lý của gia đình ông. Nên ông đã rời hàng ngũ Việt Minh trở về bên quốc gia khá sớm. Khi về, ông đã trở thành một người lính. Người lính vì non sông. Chẳng bao lâu sau, không may, ông mất khi đứa con thứ hai mới tròn năm...

Đó là chuyện cũ, nhưng nay, theo từng nhịp bước của đôi chân, gánh giang sơn trên vai bà vẫn gõ đều nhịp kẽo kẹt, nghe buồn thảm. Riêng mồ hôi thì không ngừng nhỏ giọt chia ly xuống trên con đường quen thuộc, thay cho lời nói giã từ của bà. Cứ thế, bà đi. Đi trong nước mắt và đi trong heo hắt. Khi đi, bà không dám nhìn lại phía sau để vương thêm dòng lệ, chỉ thỉnh thoảng dòm chừng cái thúng phía sau lưng, hoặc nhỏ nhẹ thúc dục đứa con trai hơn mười tuổi đầu đang chạy lúp súp theo sau đôi quang của bà. Tội nghiệp thằng bé, đầu đội một cái mũ rách, đi chân đất, vai đeo một cái bao vải nhỏ, trong đó đựng vài bộ quần áo và vài chai nước lạnh. Nó cứ mãi chạy bộ theo bà mà chả biết phải đi đến nơi đâu.

- Mẹ ơi, chờ con với!

Nghe tiếng con gọi, người thiếu phụ nói theo nhịp chân bước:

- Chạy mau lên con.

Đứa bé gắng trên đôi chân, nắm lấy tay mẹ nó:

- Mình đi đâu vậy hả mẹ? Hay là về thôi.

Bà nhìn con trả lời:

- Không về được con ạ. Mình đi vào Nam đây.

Đứa bé ngơ ngác khi nghe câu trả lời xa lạ. Nó hỏi lại:

- Vào Nam ở đâu hả mẹ. Mình vào đấy làm gi? Đường có xa lắm không?

Bà âu yếm nhìn con, nhưng không có thì giờ để giải thích cho con.

- Nhanh chân lên con kẻo nhỡ tàu.

- Tàu gì hả mẹ?

- Đừng hỏi nữa con, đi nhanh lên mẹ giắt. Nếu có ai hỏi đi đâu thì con nhớ bảo là đi thăm người nhà bị ốm con nhá!

Đứa bé nhìn mẹ gật đầu, tuy nó chả hiểu câu chuyện ra sao. Phần bà, bà lại yên tâm cất bước.

Đến khi nắng vươn mình lên trên đồng lúa mới, bà thấy đôi chân mỏi rời rã, mồ hôi ướt đẫm lưng áo và cây đòn gánh trên vai càng lúc như càng muốn cong uằn xuống. Bà muốn dừng lại để nghỉ ngơi một lát cho đỡ mệt, nhưng lại thôi. Thôi vì, sợ hình ảnh của người đi, một khi đã vẽ rõ nét lên đường chân trời thì cũng chính là lúc dễ được thu vào đôi mắt Việt cộng đang rình rập đâu đây. Và thôi vì người thiếu phụ ấy rất... ngại gặp bác hoặc là những bạn bè nối khố của bác, nên bà càng vội vã đôi chân. Mãi đến khi bà nhập chung được với đoàn người đi, bà mới thong thả nhịp bước.

Trong lúc bà miệt mài bước đi với bao nỗi lo lắng vây quanh, thì trái lại, đứa con của bà càng đi nó càng thấy hứng khởi. Nó đã quên hẳn con đường xa với đôi chân mỏi lúc ban đầu. Nó quên luôn cái sân đất, cây soan già, hàng cau và những khu gò mối có hoa sim tím vào những lúc đồng trống, là nơi mà nó và lũ bạn lối xóm thường tụ tập để bắn bi, đánh đáo, chơi vụ, chạy diều. Nó cũng quên luôn cái hình ảnh tối hôm trước, mẹ nó giục nó đi ngủ sớm, trong lúc toàn thể gia đình nó như đang toan tính một điều gì bí hiểm. Rồi đến chừng nửa đêm, mẹ nó lay gọi, nói nhỏ bên tai:

- Dậy, dậy đi con, dậy đi với mẹ.

Thằng bé choàng giấc ngủ khuya, ngơ ngác nhìn mẹ. Dưới ánh đèn mờ chỉ soi đủ sáng vài khuôn mặt, mẹ nó mặc cho nó thêm một cái áo khác ở bên ngoài, đeo vào vai áo nó một cái túi vải và lặng lẽ giắt nó ra khỏi nhà. Thường ngày nó là một đứa trẻ khá ồn ào. Nhưng không hiểu vì lý do gì, sáng nay nó lặng lẽ lắm. Dắt con ra khỏi cửa, bà khép hờ lại cái cánh cửa, sau đó, xâu đôi quang vào hai đầu cây đòn gánh, rồi đặt lên vai. Nó cúi xuống nhìn và thấy trong một cái thúng, em nó, con Huyền đang say ngủ. Nó chưa kịp hỏi xem là có chuyện gì, bà đội Bảo cầm lấy tay nó:

- Đi con, đi với mẹ!

Thằng bé chưa hoàn toàn tỉnh ngủ, nắm lấy tay mẹ bước đi. Ra đến đầu ngõ, như chợt nhớ ra điều gì, nó giật cánh tay bà, hỏi nhỏ:

- Mẹ, còn các cô các chú và ông bà đâu?

- Khẽ chứ con, cả nhà đã đi hết rồi!

Cái âm thanh ấy như chuyền vào trong tâm hồn trẻ thơ một điều bất an. Nó hạ thấp giọng xuống:

- Đi đâu hả mẹ?

- Đừng hỏi nữa con, nắm lấy tay mẹ, kẻo ngã!

Nó nghe lời, níu lấy tay bà và xa xóm xa thôn. Đến lúc này, lúc nắng đã hiện rõ trên đường thì thằng bé lại tung tăng chạy nhảy không ngừng. Có lúc nó cắm cổ chạy một hơi thật dài lên phía trước, rồi ngồi xuống lề đường chờ đợi, hay lại chạy vụt lại, nắm lấy giây quang, chuyện trò với em nó. Lại có lúc, nó chạy bay vào cánh đồng cỏ, đuổi theo vài cánh bướm, đuổi theo con cào cào hay lũ chuồn chuồn đang là là, nhấp nhô trước mặt.

Những lúc ấy, nó thấy bầu trời mở ra và nó muốn được đi, đi càng xa càng tốt. Bởi vì, có được đi xa, nó mới có thể đu mình vào một cuộc viễn du kỳ thú. Nó mới thu được nhiều những câu chuyện lạ để về kể cho lũ bạn lối xóm của nó cùng nghe. Mới nghĩ đến đó, lòng nó như mở hội và thấy những đôi mắt của lũ bạn lối xóm mở to ra mà chiêm ngưỡng cái vĩ đại, lạ lùng do nó mang về.

Giữa lúc đang mải mê với niềm vui lớn ấy, nó bỗng giật mình vì tiếng gọi của bà đội Bảo. Khi ngẩng đầu lên, nó đã cách bà một quãng xa. Thằng bé vội cắm đầu chạy đuổi theo, vừa chạy vừa lên tiếng gọi. Đến nơi, nó hổn hển nói với bà:

- Sao mẹ đi nhanh thế?

Bà vỗ nhẹ bàn tay trên vai áo con:

- Mau chân lên con, đừng rong chơi nữa, kẻo trễ tàu.

- Sắp đến chưa hả mẹ?

- Gần rồi con ạ.

Nghe thế, đứa bé ngoan ngoãn đi theo đôi quang của bà. Chẳng được bao lâu sau, nó lại đuổi bướm, hái hoa bên đường và quên lời mẹ nó dặn. Lúc nắng lên đến đỉnh đầu, phần vì đôi chân rã rời, phần vì khát nước. Bà dừng chân lại bên một gốc cây đa bên đường bảo con:

- Ngồi lại đây nghỉ một chút rồi đi con ạ.

Không nghe tiếng trả lời, bà giật mình quay lại phía sau, rồi vội vàng đặt đôi quang xuống. Con Huyền cũng bước ra khỏi cái thúng nắm lấy tay mẹ. Phần bà, bà tự kiễng đôi chân lên, nhìn lại suốt một đoạn đường dài, nhưng không nom thấy bóng dáng đứa con đâu. Mắt bà hoa lên vì nắng và vì hoảng hốt. Bà gọi lớn tiếng:

- Thông ơi, con ơi!

Tiếng bà dội vào cánh đồng không làm cho con Huyền thêm hoảng sợ, nó vội níu chặt lấy tay mẹ nó:

- Mẹ, con đây mà, mẹ gọi ai vậy?

- Con có nhìn thấy anh con đâu không?

- Anh Thông đi đâu rồi hả mẹ?

Những câu hỏi, câu trả lời chẳng ăn nhập vào nhau làm bà thêm sốt ruột. Bà đau đớn, gạt mạnh những giọt mồ hôi đang chảy rề rề trên trán, trong lúc đôi mắt vẫn mở lớn nhìn lại đoạn đường vừa qua. Càng nhìn, nỗi thất vọng càng hiện rõ lên trên ánh mắt của bà. Bởi lẽ, con đường vắng không có lấy mấy bóng người! Lúc ấy, bà chỉ mong có phép lạ để con bà hiện ra. Nhưng phép màu ở đâu mà có! Lòng bà bắt đầu rối loạn. Bà lăng xăng bước tới bước lui, nhưng chưa biết phải làm gì.

Quay trở lại con đường cũ để tìm kiếm con là phải, nhưng khi nhìn xuống đôi quang với gói hành lý qúa nặng, bà bắt rùng mình. Nếu phải để gánh hàng và cho đứa con nhỏ ở đây canh chừng thì thật tình, bà không dám. Còn dắt con theo thì giống như đổ của đi! Bất chợt, nước mắt theo mồ hôi đã chảy tuôn xuống trên đôi gò má của bà. Con Huyền thấy mẹ nó khóc, nó lại vội trèo vào ngồi gọn trong cái thúng và mếu máo khóc theo mẹ.

Một lát sau, chừng như không thể chịu đựng nổi sự đau đớn và thời gian dày vò, bà cúi xuống bảo nhỏ đứa con gái:

- Con ngồi yên đây chờ mẹ một tý nghe chưa. Mẹ chạy một vòng xem có thấy anh con đâu không?

Nghe nói, đứa bé lắc đầu, nước mắt dàn dụa trên mặt:

- Mẹ... con đi với mẹ!

Bà giỗ ngọt con thêm lần nữa:

- Nghe mẹ đi con, ngồi trông chừng gánh hàng cho mẹ một tý, mẹ sẽ về ngay.

Nói xong, bà tất tưởi chạy ngược lại con đường cũ. Vừa chạy vừa réo gọi con, nhưng không quên nhìn lại đứa con gái và gánh hàng. Con

Huyền thấy mẹ nó chạy, nó cũng vội leo ra khỏi cái thúng, réo gọi bà.

Vì vội vàng, nó té xấp xuống, cái thúng úp chụp lên đầu nó. Nó càng hoảng sợ, gào khóc to hơn:

- Mẹ, mẹ ơi, chờ con với, chờ con với.

Bà đứng lại, nhìn hết tầm mắt về hướng trước, cũng không thấy tăm hơi đứa con đâu. Trong lúc đó, con Huyền đã lật được cái thúng ra và đuổi tới bên bà. Bà ôm chầm lấy nó rồi bế nó lên tay. Cả hai mẹ con cùng tuôn nước mắt. Đến lúc đôi quang, gánh hàng đã rời xa tầm mắt, bà vẫn ngược đường tiến bước. Thêm một đoạn nữa, đôi mắt bà bỗng mở lớn lên khi nhìn thấy có bóng người đang đi về hướng của bà. Bà vội chân bước. Lúc nhìn rõ hình ảnh của toán người đối diện, nét hy vọng vụt biến tan trên mặt bà. Bà lo lắng hỏi thăm người này người kia.

Lạ qúa, bà nhận ra khuôn mặt của nhiều người nhưng không một ai muốn trả lời bà. Tệ hơn, chẳng ai muốn dừng bước. Họ làm như có sẵn chủ đích từ trước. Tất cả đều né tránh bà, né tránh câu chuyện của bà kể lể. Cực chẳng đã, bà níu lấy cánh tay của một cụ già đi đoạn hậu:

- Cụ ơi... con lạy cụ, cụ thương con với!

Bị níu kéo bất ngờ, cụ già hoảng thần hồn, vội gỡ tay bà ra và trả lời:

- Chị nhầm rồi, nào tôi có đi vào nam đâu. Tôi đi thăm đứa con vừa mới nhập trại thương binh đấy!

- Con, con lạy cụ...

- Ơ hay, sao vớ vẩn thế. Tôi đã bảo chị là...

Tuy miệng nói cứng, nhưng thật ra đôi mắt cụ già đã có vẻ hoảng sợ. Miệng ông ú ớ chưa biết phân giải ra sao. Đột nhiên, câu nói ngưng lại nửa vời.

- Con lạy cụ Hàn, xin cụ thương...

- Thương với giúp gì...

Bà đội Bảo cởi cái khăn mỏ qụa trên đầu ra:

- Ơ, nhà... nhà đội Bảo đấy à? Phải nhà đội Bảo đấy không? Mẹ con chị đi đâu thế?

Ông lão mở to đôi mắt ra nhìn người thiếu phụ đứng trước mặt như muốn xác định rõ thân thế của người đối diện trong nhân dạng cải trang:

- Bẩm cụ Hàn con đấy ạ?

- Có việc gì mà nhà đội lại ở đây thế này?

- Chẳng dám giấu cụ, thằng bé nhà con đã đi lạc nên mẹ con nhà cháu phải quay lại tìm nó?

- Thế người bên ấy đâu hết cả rồi?

- Bẩm cụ, khi ra đi thì đã chia nhau mỗi người một đường rồi ạ?

- Vậy thì bây giờ nhà đội tính sao. Quay về à? có nhẽ là không nên!

Thay vì trả lời, người thiếu phụ hỏi:

- Cụ có gặp thằng cháu nhà con trên đường không ạ?

Thật ra, bà hỏi chỉ để mà hỏi, vì cụ Hàn gì đó làm sao biết được mặt mũi đứa con trai của bà ra sao. Ông ta liền trả lời:

- Không, tôi không thấy ai. Mà khổ người nó ra sao?

Người thiếu phụ đưa tay làm dấu, kể lể hình dáng cho cụ Hàn nghe. Khốn nỗi, người khách trên đường chừng như không muốn nghe thêm bất cứ một câu chuyện nào của người thiếu phụ muốn kể. Thấy vậy, bà đội Bảo vội nói:

- Lúc đi tìm thằng cháu, con có để gánh hàng trên đường, cách đây không xa lắm, nếu đi qua, cụ làm ơn trông chừng giúp con một cái ạ!

Nghe nhờ thế, cụ Hàn mừng rỡ:

- À... Chuyện ấy thì được!

Trả lời xong, cụ Hàn chừng như vỡ lẽ ra đầu đuôi câu chuyện, cụ tiếp:

- Có vậy mà không nói sớm, làm cho người ta tưởng nhầm chị là những con cán bộ giả dạng... Thôi, tôi đi đây! Mà gánh hàng của chị để cách đây bao xa. Nhớ quay lại cho sớm, tôi không chờ lâu được đâu!

Nghe cụ Hàn bảo thế, người thiếu phụ cung kính gập người xuống chào:

- Lạy cụ đi bình an ạ.

- Phải...

Nói xong ông ta vội bước cho kịp đoàn lữ hành, để riêng cho bóng nắng đổ xuống đường một hình ảnh lẻ loi của một người mẹ ôm con khóc mếu. Bóng người đi càng lúc càng xa, riêng bà mỗi lúc một thêm sầu héo. Bỗng có tiếng con Huyền reo lên trên tay bà:

- Mẹ, anh Thống kìa?

Bà luống cuống, đưa mắt dọc ngang:

- Đâu, anh con đâu?

- Kia kìa.

Bà tỉnh dần, nhìn theo hướng tay con Huyền, thấy một bóng hình nhấp nhô trong cánh đồng trống. Cả hai mẹ con cùng lên tiếng gọi:

- Thống ơi.

- Thống ơi, Thống ơi! Phải con không?

Nghe tiếng gọi, đứa trẻ đang mải mê với niềm vui đuổi bướm hái hoa, giật mình nhìn lên rồi chạy trở ra đường. Nó trở ra đường với niềm vui vì trên tay có một cái chai nhỏ và vài con dế đá. Bà ôm chầm lấy con, nước mắt vỡ òa thay cho lời trách mắng. Không chậm trễ, ba mẹ con bà vội vã dắt nhau trở lại đoạn đường vừa đi qua.

Khi đến bên gánh hàng, bà nhìn rõ có dấu vết của những người ngồi nghỉ chân ăn trưa, nhưng họ lại đi cả rồi. Bà nghĩ, tuy biết nhau, nhưng chả ai dám ngồi lại đây mà chờ với đợi. Bà nhón chân đứng lên trên gò mối, bà còn nom rõ bóng họ chưa ra khỏi con đường dài. Cùng lúc ấy, anh em con Huyền, thằng Thống chụm đầu bên nhau cười khúc khích vì hai con dế đang đá nhau trong lọ. Thấy vậy, bà mỉm cười, mở nắp chai nước, rót lấy một bát nước chè đặc rồi dục con, mỗi người ăn vội vắt cơm nắm rồi lại lên đường.

Trời chập choạng tối, bà vào tới thành phố. Gánh hành trang trên vai bà lúc này chỉ còn lại một gói nhỏ ôm gọn trong tay. Lý do, trên đường vào thành, Việt cộng đã tài tình đặt những nút chặn, cho lũ cán bộ, hộ lý của chúng cải trang thành người lương thiện ra níu kéo, chặn đường người đi:

- Ôi hòa bình rồi, chị còn đi đâu nữa, vào đây với em đi chị. Đi đường xa, chị có mệt không, em rót nước cho chị và cho các cháu uống nhá!

- Cái thằng bé này, chắc hai ba ngày nay chưa có gì ăn rồi, vào đây cô lấy cơm cho cháu ăn nào!

- Chả nên vội chị ạ. Vào đây nghỉ đỡ chân đã, mai hãy đi!

- Ơ hay, nhà ấy hay nhỉ, đưa con đi đâu thế này, về với anh chứ!

Câu chuyện trơ trẽn thế, mà Hồ chí Minh cứ nói cho được. Cuối cùng, bà quyết định vứt bỏ đôi quang và hành lý đi đường, bà lấy vuông vải bó lại những đồ dùng thật cần thiết giống như cái tay nải đeo xát vào người và tay nắm chặt lấy đôi bàn tay của hai đứa con:

- Nhớ nghe con, không được rời tay mẹ. Nếu có ai hỏi thì con cứ bảo là đi thăm người nhà nhá.

Cho đến nửa đêm hôm sau, bà đã dẫn được hai đứa con lọt vào trong sân ga Hàng Cỏ. Người tiếp viên đã chỉ cho bà một chỗ hạng bét trong toa xe còn trống. Bà len lỏi, giặt con lên. Vừa lọt hẳn người vào trong toa xe, bà ngồi phịch xuống trên một góc sàn tàu còn trống. Bà ôm lấy con, ngước nhìn quanh, bỗng dưng nước mắt chảy tràn xuống trên khuôn mặt bà. Đó là nước mắt mừng vui hay nước mắt của ngày tiễn biệt phần đất của cha ông?

Chuyến xe mang đoàn người bỏ quê hương đất bắc sau nhiều ngày vượt đường, đã dừng lại một ga nhỏ của miền nam Tự Do. Ga Tuy Hòa. Theo đoàn người đi, người thiếu phụ dắt tay con bước xuống sân ga. Mảnh trời mới, bước chân nhỏ làm cho ba mẹ con bà thêm ngỡ ngàng, hoang mang. Rồi sau gần nửa năm sống trong trại tạm cư, người thiếu phụ bỏ đất bắc ra đi, không nghe thêm một tin tức nào về những người thân của bà. Bà quay nhìn lại hai đứa con nhỏ, và nhận phần đất này làm nơi định cư thay vì đi sâu vào miền nam.

Mấy mảnh ván vỡ, dăm miếng tôn cũ, vài ba cây cột, cái kèo đã đan nhau, làm thành một cái túp lều nho nhỏ che chở lấy cuộc đời của người thiếu phụ và hai người con trong những ngày đầu của cuộc di cư. Rồi từ căn nhà thô sơ, ọp ẹp ấy, người thiếu phụ đã dốc toàn sức lực là cái vốn liếng duy nhất còn lại của bà ra để đổi lấy miếng cơm manh áo cho ba mẹ con bà.

Trước cảnh nhiều khi như mưa dầu nắng lửa, người thiếu phụ vẫn an nhiên tần tảo, gánh gánh hàng rảo bước qua từng con đường, con phố độ nhật. Lúc đầu, người ta còn thấy lẽo đẽo hai đứa trẻ chạy theo bên đôi gánh hàng của bà, nhưng dần dần, chỉ còn lại một mình người thiếu phụ dọc ngang trên đường. Riêng hai đứa con của bà thì nhập chung với những đứa trẻ cùng trang lứa cắp sách đến trường. Tuy nhiên, ngoài những giờ đến trường, người ta thường bắt gặp một thằng bé vóc dáng mảnh mai đang phụ giúp bà những công việc lặt vặt như chẻ củi, khiêng nước, hoặc phụ gánh gánh hàng ra chợ cho mẹ trước khi nó đến trường.

Sau ít năm sống trong cảnh thanh bình, sức cần cù của người thiếu phụ năm xưa nay được đền bù bằng một cửa tiệm nhỏ với căn nhà khá khang trang trong lòng phố. Những tưởng rằng, từ đó niềm vui sẽ dậy với mái ấm, với tương lai. Nào ngờ, Hồ chí Minh sau những năm say máu trong cuộc múa dao đấu tố nhân dân, nay chúng lại điên cuồng đẩy người vào cuộc chiến sinh bắc tử nam. Kết qủa, tiếng súng lại đùng chát nổ ven biên, ven làng. Và đứa trẻ bị lạc trong cuộc di cư năm nào đã nói với mẹ:

- Mẹ cho con vào quân đội không?

Bà nhìn con, không nói. Nhưng trong cái nhìn ấy đã ẩn chứa tất cả mọi thương yêu. Đêm ấy, lần đầu tiên bà nói chuyện cho hai người con của bà nghe về cái chết bi thảm của chồng bà. Lúc đầu cả hai đều kinh ngạc, đau đớn, nhưng sau nghe như chất ngất niềm hãnh diện. Rồi từ trong khổ đau, nay lại vươn lên một hy vọng mới. Thống sẽ rắn rỏi vào đời, nuôi cho trọn cái ước nguyện của người cha...

Đó là một bước đi nhỏ của Thống, nhưng là một bước lớn của dân tộc. Từ đó, anh bắt đầu trưởng thành trong bước đi hiên ngang của người chiến binh trong quân đội Việt Nam Cộng Hòa. Từng ngày qua, hoa mai nở trên cổ áo của anh thì cũng đẫm nước mắt của người chỉ huy tại chiến trường. Nhưng ngày vẫn bước qua mau, chiến tranh mỗi lúc một tàn khốc hơn và người lính chiến, một đứa bé của hôm xưa, nay cũng tràn thêm nhiều nỗi âu lo.

Nắng vẫn lên, mỗi mùa mưa nắng qua đi đều để lại nhiều vương vấn của riêng nó. Tuy nhiên, chẳng có ai thể ngờ được, câu chuyện tình cờ của một người sỹ quan vừa ra trường rồi dẫn lính qua sông năm xưa lại nghiệt ngã đến với phận mỏng của Thống vào chiều hôm nay.

Thống đau đớn nhìn đoàn quân bị rách nát vì lệnh lui binh của thượng cấp. Thống bồi hồi rướm lệ khi về đến bờ sông Ba. Bờ sông Ba lúc này nom nó giống như giòng Trường Giang với Hạng Vũ ngày nào hơn là dòng sông của tuổi thơ trong mắt Thống. Anh đứng lặng lẽ, nhìn dòng sông cuồn cuộn và đoạn cầu nổi mới làm đang bập bềnh trên sông. Ta sẽ dẫn lính chạy trốn qua sông, hay chôn vùi họ với lệnh ở lại giữ bên đây cầu?

Thống đăm đăm nhìn xoáy vào dòng nước, nơi bắt đầu có những thân người, vì tranh nhau qua cầu, hoặc vì trúng đạn pháo đã nổi lềnh bềnh trên sóng nước. Cơn đau xé ruột, sức Thống có thể làm được những gì trong lúc này? Lính còn anh thì chưa hỗn loạn, nhưng dân thì không ai ngăn cản được. Họ tràn xuống sông, tranh nhau qua cầu để tìm cái sống. Chỉ một lát sau, những người lính thuộc quyền của anh cũng bắt đầu nao núng. Phía trước, cầu phao không vững. Phía sau giặc đuổi đến bằng những đợt pháo tràn. Không qua sông, không còn cơ hội sống sót.

Bất ngờ, Thống cho lệnh tập họp bộ chỉ huy trung đoàn. Ông căn dặn và ra những mệnh lệnh cần thiết khi phải qua sông. Cuộc họp ngắn ngủi, Thống bảo vị chỉ huy phó:

- Anh dẫn anh em qua sông trước đi. Tôi sẽ ở lại đây cho đến khi người lính cuối cùng đã qua sông. Anh khẩn cấp lên đường và chuẩn bị tác chiến ở phía bên đó.

Vì biết rất rõ ý chí của vị chỉ huy, viên trung đoàn phó đứng nghiêm chào, lui ra, cho lệnh từng đơn vị sang sông. Khi toán cuối cùng do Thống chỉ huy sửa soạn sang sông. Cộng quân pháo kích dữ dội hơn rồi mở đợt tấn công bằng bộ binh nhằm chiếm lấy cầu phao. Trong đoạn cuối khốc liệt ấy, không một người lính nào rời bỏ vị trí chiến đấu. Trái lại, tất cả vẫn kiên cường giữ lấy đầu cầu lui quân cho đồng đội và cho đồng bào.

Đạn bắt đầu vơi cạn, Thống ra lệnh cho binh sỹ co cụm và sử dụng hạn chế. Chính lý do này khiến địch quân tiến xát đến mục tiêu. Anh có phần lo lắng, bởi vì những người lính bên anh đã nghe rõ từng tiếng thét gào man rợ của lũ giặc Hồ. Rồi anh nhìn những người lính trong chiến hào đang chiến đấu. Đôi mắt chợt bừng lên nhìn đầu sóng. Anh không muốn cho bất cứ ai bị bắt, bị chết oan vì hết đạn. Hơn thế, anh muốn tất cả phải được qua sông bình an.

Bất ngờ, Thống dứng thẳng người lên, ra lệnh cho tất cả mọi người còn lại phải sang sông ngay. Những đôi mắt người lính ngỡ ngàng nhìn vị chỉ huy. Không một ai muốn rời xa Thống, nhưng lệnh không thể không thi hành. Từng người, từng người theo nhau chạy xuống cầu phao. Có người vừa chạy vừa chào vị chỉ huy của minh. Thống nằm chặn ngay trên đầu cầu phao. Địch tiến càng lúc càng gần, cầu phao mỗi lúc một trôi ra giữa dòng.

Rồi đoàn quân đã hoàn tất việc sang sông. Nhưng bờ Trường Giang của Hạng Vũ năm nào lại theo dòng nước chảy về sông Ba với Thống. Anh đã ở lại, ở lại với viên đạn cuối cùng của đời binh nghiệp vì nước.

Xa xa kia tiếng kèn như còn vang mãi nơi ngoài biên khu.

....
Hồn chinh chiến ngậm ngùi lá cỏ.
Lớp tang thương nhuộm đỏ áo bào.
Ngày đi tay với non cao,
Trở về một túi chôn vào núi sông...
(trong Bài Ca Tình Nước, cùng một tác giả).

Bảo Giang
Tháng 3-2003.

Câu chuyện bên chợ chiều

 au khi nép mình vào hẳn bên trong mái che, lão Thụy mới hoàn hồn để biết là trong lúc chạy, cái mũ cối lão đội trên đầu đã đứt giây và bị cơn gió mạnh cuốn đi mất dạng rồi. Phần manh áo vá và cái quần cụt trên người thì như bám xát vào thân hình gầy đét của lão vì nước mưa. Riêng đôi dép râu, mưa thế, chứ to gấp mười lần thế, nó cũng chẳng vuột ra khỏi đôi chân lão được. Lão bật cười nhìn xuống đôi dép lần nữa, rồi đưa tay lên vuốt mái tóc và khuôn mặt ướt đẫm nước...

Đối diện với lão Thụy, phía bên kia hàng hiên chợ có vài con chó đói, gầy trơ xương. Lúc này, chúng thôi gầm gừ, tranh nhau những mẩu xương, nhưng đứng nép vào bên bức vách, rùng mình giũ nước, vẻ hiền lành tội nghiệp. Rồi ngay dưới chân lão, nước mưa thành dòng nước đục đỏ bắt đầu chảy xiết theo đường mương. Nó chảy và cuốn trôi theo những mảnh vụn của lá khô, lá gói bánh, giấy gói hàng, bã mía. Những mảnh vụn, tưởng chừng như làm dơ bẩn cho mặt đất, rất cần có giòng nước chảy cuốn trôi đi. Nào ngờ, con nước vô tình trôi, đã đem đi và chôn vùi cả một mảnh giang sơn, nơi kiếm sống của lũ kiến.

Khi đến đây kiếm sống, có lẽ, chúng đã không muốn cạnh tranh với bất kỳ một loài sinh vật nào khác. Chúng chỉ muốn được tự tồn, tự tồn trong phận mình! Chúng có ngờ đâu, chỉ vì thuở trời đất nổi cơn gió bụi. Chúng đã không giữ nổi phần đất tốt, béo bở để mưu sinh. Tệ hơn thế, chúng phải giang tay giang chân, bám cho chặt vào miếng lá, bã miá, như mảnh thuyền trôi nổi, đang lật úp, lộn nhào theo con nước xoáy, để bảo vệ cho mạng sống của chính mình!

Bên cạnh cái nghịch cảnh chơi vơi theo giòng nước đó là thân phận những con ruồi ướt cánh, nằm im lìm bất động trên mặt ghế, chân bàn, hay nép mình vào cái cột. Chúng an thân nghỉ ngơi vì tin rằng đã gặp may mắn, tìm được một chỗ trú thân tốt!

Nhìn dòng nước cuốn, lão Thụy chợt thấy mình cô đơn. Cô đơn như cái chợ chiều vẫn vũ dưới cơn mưa. Vào lúc ấy, lão Thụy không thể tìm đâu ra những hình ảnh của một phiên chợ sớm mai. Nghĩa là, lão không nom thấy ông hàng thịt, lăm lăm con dao lớn bản trong tay. Gã làm như đang xẻ thịt cho khách, nhưng sự thật, phố chợ có người, mà hàng thịt chỉ có xương và ít bạc nhạng! Do đó, gã phải vờ đập mạnh sống dao trên mặt thớt, chủ ý gây ra tiếng động, gây sự chú ý cho người qua lại, trong lúc miệng gã không ngừng lời rao khoe thịt ngon, thịt rẻ!

Lão Thụy cũng không hình dung ra những hàng tôm, ngồi chiếm nguyên một góc trái của khu chợ. Sau mỗi mủng, người bán hàng không ngừng tay quạt ruồi, rồi chốc chốc lại bốc từng nắm tép trong tay, xòe ra trước mặt mời rao cho người qua lại:

- Tép ngon, tép rẻ, mời bà, mời cô mua nào!

Lời thì ngon, gía chẳng ngon! Những lúc gần đây, xem ra khách hàng như đã tập được một thói quen giống nhau. Họ thích đi qua hàng tôm để lấy cái mùi của nó về nấu canh hơn là việc phải mua mớ tôm về đổ... bánh xèo! Đến mấy hàng cá, lẽ nào chịu thua hàng tôm. Khi còn sớm, các hàng theo nhau neo gía. Đến khi, chợ tàn qúa nửa, hàng cá thì đặc những ruồi. Người bán hàng vẫn kiên trì mời rao:

- Cá tươi đây, cá vừa về bến đây! Chậm chân thì hết, nhanh chân thì còn!

Lời rao như rót mật vào lòng, người mua chừng như lại quen tai không màng! Bởi lẽ, đã sống trong thời đại của dáo mác, ngồi vào mâm cơm có khi nào thiếu cao lương (việt cộng nó gọi bo bo là cao lương), mỹ vị (củ mì đã chạy chỉ), nên người dân cần chi phải mua tôm với cá! Nếu có đi chợ thì chỉ cần vài ba bó rau là đủ. Bởi vì, cơm không rau như người đau không thuốc! Thuốc có thể thiếu, nhưng rau, chợ không bao giờ thiếu, tội gì không mua! Hơn thế, cả nước đang đau thì chỉ cần bó rau là đủ.

Còn chỗ lão đang đứng đây chính là là vị trí của vài xạp hàng xén. Ở đây có bán đủ các mặt hàng nhu yếu phẩm, từ gạo, muối, đường, dầu ăn, đến bánh kẹo và quần áo. Rồi hàng bán chén dĩa, nồi niêu xoong chảo, bát đũa. Hàng bán các dụng cụ cần thiết cho việc nhà nông, con dao, cái cuốc cái xẻng. Tóm lại, dù nhỏ, nó vẫn hội đủ những lệ bộ cho một phiên chợ. Và có đầy những hỷ nộ mời rao của một cuộc khởi đầu!

Nhưng lúc này, phố chợ im lìm. Im lìm trong gió bão! Lão Thụy một mình co ro trong cái lạnh bất tường. Lạnh vì nước tạt giăng ngang qua hông chợ, thấm vào người lão. Và lạnh vì mái che nhìn rõ trời, mỗi lúc một đổ thêm nước xuống trên người. Lão thở dài, dõi mắt dọc theo hông chợ, lối về nhà. Đoạn đường khá ngắn, nhưng mịt mù, không thấy rõ lối về dưới làn nước đổ. Đã mấy lần nhìn vai áo ướt, lão tự nhủ:

- Về cũng ướt, ở đây cũng ướt! Chi bằng về?

Tuy thế, lão không dám xông pha dưới cơn mưa lũ để về nhà. Lão tiếp tục đứng nép mình trong mái che chừng như mỗi lúc bị thu hẹp nhỏ lại vì những ngọn nước tạt ngang. Để tránh những cơn gió mạnh, lão từ từ lùi sâu vào trong lòng chợ. Lát sau, lão ghé mông ngồi lên trên mép một cái bàn xiêu vẹo. Lúc ngồi chưa yên, lão Thụy giật mình khi nhìn thấy một người khác, cùng trong cảnh ngộ tránh mưa như lão. Bốn con mắt cùng mở ra, mở ra để nhận ra nhau. Nhưng sau cái nhìn chợt thấy nhau, một người ngoảnh mặt nhìn đông, kẻ khác lặng lẽ hướng sang tây!

- Họ là những người không quen, không biết mặt nhau?

- Họ mắc chứng bệnh câm điếc?

- Họ là những kẻ tử thù, không thể xích lại gần nhau?

Tất cả những câu hỏi võ đoán này đều sai. Sai vì, hai người đàn ông đang co ro trong căn phố chợ giột nát kia đã biết mặt nhau từ mấy chục năm qua, và chắc chắn cả hai cùng không mắc bệnh câm điếc từ lúc lọt lòng. Hơn thế, cả hai đều là người Việt Nam thuần hậu, có chung một nguồn gốc Việt với đầy đủ những đức tính cơ bản của nòi giống truyền lại: Hiền hoà, hiếu khách, cởi mở và đầy lòng nhân ái vị tha. Nhưng vì sao họ nên nỗi thế?

- Có lẽ, do câu chuyện vào một chiều mưa trước ngày ba mươi tháng tư!

Hôm ấy, trong cảnh mưa rơi sập sùi, làng thôn với đôi mắt trắng, tay bồng tay bế, dắt díu nhau bỏ cửa, bỏ nhà ra đi. Họ ra đi như cảnh đàn chim vỡ tổ. Bay thác loạn, bay tứ tán. Ra đi không chờ không đợi, không vẹn toàn. Kẻ đi trước có lỡ đạp mìn, trúng đạn, hay gục xuống vì đường dao giải phóng, người đi sau cũng cứ chùm chúm, dắt díu nhau đi lên! Họ đi trong âu lo, đi trong sợ hãi. Đi trong tiếng khóc và đi trong nỗi chết...

Riêng lão Thụy, thay vì nhập cuộc với đoàn người bỏ nhà, bỏ cửa ra đi. Lão mở bừng đôi mắt ếch lên nhìn giời, rồi hân hoan cắm lên trước cửa căn phòng trống, nơi dùng làm tiệm hớt tóc, một kế sinh nhai chính thức của lão trong suốt vài chục năm qua, cái lá cờ của Việt Cộng. Cắm xong, lão giang tay đứng ra giữa đường, cản lối đi của những người chạy giặc:

- Hòa bình rồi, hết chiến tranh rồi, bà con còn muốn chạy đi đâu? Mỹ đã cút, Ngụy đã nhào, đất nước đã hoàn toàn được giải phóng, mời làng xóm ra chào mừng cách mạng thành công đi!

Đoàn người khốn khổ ngơ ngác đứng lại nhìn nhau. Mưa ướt áo không thấm lạnh, mà lòng tự nhiên băng giá. Phút ngỡ ngàng chưa qua, ba thằng trẻ ranh làm du kích, theo lệnh của lão chúng nổ dăm ba phát súng vu vơ. Lão Thụy nhanh tay, dúi vào tay mỗi người chạy giặc một cái lá cờ Việt cộng. Lão hiên ngang dẫn đầu một đội ngũ, lên chiếm trụ sở ủy ban hành chánh xã, kề xát bên chợ đã bỏ trống từ chiều hôm trước!

Đến nơi, lão kéo lá cờ quốc gia xuống, và thay vào đó bằng lá cờ máu của chúng. Lão kéo lên đúng lúc có tiếng xe cơ giới của giặc thù chạy ngang qua. Lão liền hô hào làng xóm vẫy tay, vẫy cờ chào mừng đoàn quân rừng rú! Sau cái vẫy tay ấy, lão đã vươn lên. Vươn lên trong gió cách mạng. Riêng bà con lối xóm thì theo nhau xuống... thiên đường cộng sản! Và chính trong lúc khốn cùng ấy, làng thôn mới có dịp rỉ tai nhau bàn tán về lão:

- Lão Thụy là ai? Lão là Việt Cộng nằm vùng dưới màu áo của anh thợ hớt tóc bấy lâu nay? Hay lão là chỉ điểm viên cho những vụ ném lựu đạn vào phố chợ và trụ sở ủy ban trước kia? Hay lão là kẻ trở cờ?

Những câu hỏi chưa tìm được câu trả lời, chỉ thấy lão đi, khi thì một tháng, lúc lâu hơn. Riêng cái tiệm hớt tóc của lão giờ đây thôi đón khách. Thay vào đó, nó được trang trí thêm cái hình nhân của tên Hồ cộng nằm bên cạnh đôi dép râu, và cái mũ cối đặt úp trên bàn. Từ đó, những lời thêu dệt về lão càng nhiều. Lão làm lớn, con lão đi tập kết từ lúc mười lăm, mười sáu. Chúng sẽ về, đem vinh quang về cho lão. Như thế, đời lão đã có Hồ, có đảng, có mã tấu, có dép râu, lão cần chi cái tiệm hớt tóc với những món đồ nghề cũ rích kia? Lão chưa quăng nó đi là vì lệnh của trung ương đảng sẽ cho người đến chuyển hết những dụng cụ ấy về viện bảo tàng lịch sử của Việt cộng để trưng bày đấy.

Rồi giữa lúc đời lão đang vươn lên trong khói cách mạng Việt cộng, cơn gió lốc đã làm trốc mái che đời lão.

Hai thằng con của lão, đi theo tập kết đã chết khô trên Trường Sơn hơn mười năm về trước. Mãi đến nay, nhà nước mới chiếu cố báo tin cho lão khỏi chờ. Khi báo, nhà nước đã... quên không cho lão biết cái ngày chúng chết để cho vợ chồng lão làm giỗ. Hơn thế, còn dấu luôn việc đã xây lăng mộ cho chúng ở nghĩa trang liệt sỹ nào! Lão chỉ biết, theo bản văn gởi kèm với cái mảnh bằng liệt sỹ, nhà nước chỉ vỏn vẹn khuyên lão chả nên buồn vì việc con lão bị chết mất xác, bởi nhẽ nó đã thành liệt sỹ rồi. Do đó, vợ chồng lão chẳng cần phải đi tìm mảnh xương tan của chúng nữa. Riêng việc làm giỗ cũng không cần. Bởi lẽ, con lão và Hồ đã gặp nhau ở âm phủ rồi.

Tuy thế, sau khi đọc thư của nhà nước, lão không theo lời khuyên của nhà nước, trái lại, vẫn cố sức đi tìm con. Nhưng khi đi dò hỏi các cơ quan, chẳng cơ quan nào hay biết về việc con lão ăn bom Mỹ mà chết, hay chết vì đạn của lãnh đạo từ ngày nào. Hỏi đến đơn vị, chả đơn vị nào hay, nên vợ chồng lão chỉ còn bốn con mắt đối kháng nhau.

Ít ngày sau, đảng và nhà nước việt cộng tặng cho lão một tấm bảng, trong đó có bốn chữ "tổ quốc ghi công", và một cái mảnh bằng hưởng... lộc liệt sỹ để làm vốn. Nhà nước hy vọng, nhờ tấm bảng này. Trước hết, vợ chồng lão không nên oán đảng, hờn bác. Bởi lẽ đã vào chiến đấu là chấp nhận hy sinh! Hơn thế, nếu nó không theo bác đi tập kết thì có nhẽ chúng cũng ăn bom của Mỹ Nguy mà chết. Chết thế thì làm gì có bằng liệt sỹ! Theo đó, nhà nước chúc lão sẽ được vươn lên trong thiên đàng cộng sản hơn là ngồi tưởng nhớ đàn con! Kế đến, nhờ tấm bảng ấy, gia đình lão sẽ có đủ mười phần vinh dự hơn người!

Nhưng không ngờ, khi nhìn tấm bằng làm vốn này, vợ lão đã không biết nghe theo lời bác lời đảng, còn to mồm nhiếc mắng lão ngu dại. Tệ hơn thế, mụ cả gan mắng cả những nhà cách mạng nhớn là loại bất nhơn bất nghĩa. Kết quả, mụ vợ lão lăn ra mà thác! Thác sau một ngày làm việc với công an thị xã. Bà đã thác trong cơ hàn, cay đắng.

Sau khi vợ lão về lòng đất, lão mới vỡ mộng và tự biết về cái gía của một cuộc mong chờ. Nó, trước tiên, không đơn giản như lão từng suy nghĩ. Trái lại, những kẻ đưa lão vào cuộc chiến tương tàn, dẫn con lão vào cuộc lửa đạn khơi máu đồng loại với những khẩu hiệu thật lẫy lừng kia, có lẽ không phải là những con người. Bởi lẽ, người đâu có loại người như thế? Nhưng nghiệt ngã thay, lão thấy lão giống họ hơn là giống người!

Tuy nhiên, sau nhiều đêm đôi mắt thao láo, lão thấy có dấu lệ ứa ra hai bên khóe mi. Lão nghi ngờ đưa tay lên lau dấu lệ, rồi cười mừng rỡ như chưa bao giờ được mừng. Lý do, lão biết khóc trở lại, có nghĩa là lão còn có thể cải hóa để trở về với con người. Nên lão đã khóc thương con, thương lão và thương những mảnh thịt, đống xương tan nát dưới sức nổ ép của những qủa lựu đạn, do lão chỉ huy ném vào phố chợ trong ngày lễ, ngày tết năm nào. Những qủa lựu đạn mà lúc trước lão tin rằng, nó sẽ đi vào vinh quanh với Hồ với cộng, thật ra, nó chính là những trái phá, giết chết chính bản thân và gia đình lão...

Trong khi đó, ông Vọng, người đang đứng chung một mái che rách nát với lão Thụy, cũng có những nỗi u uẩn riêng.

Trước khi về cái xóm thôn, có chừng vài chục nóc gia này lập nghiệp bằng nghề thổi ống bễ (lò rèn), cách đây mấy chục năm. Ông Vọng, đã mang vào người một vết tích chiến tranh không tài nào tẩy xóa được. Đó là một cái sẹo rất dài, chạy dọc theo bên đùi, xuống tận bắp chân trái. Nó là kết quả được tạo thành từ tiếng nổ của quả lựu đạn nội hóa, do Vẹm ném vào đồn của ông trước ngày chia đôi đất nước. Khi vết thương vừa ăn da non, một vết chém khác, tàn nhẫn hơn, chém đứt đôi đất nước của ông ra làm hai. Do đó, ông đã phải dắt vợ con, bỏ mảnh quê hương đất Bắc lại sau lưng, gia nhập vào đoàn người di cư vào Nam.

Vào đến đây, ông tạm quên đi chuyện ngày xưa, dồn tất cả sức lực vào đôi tay, cùng vợ con xây lại cuộc đời mới. Từ mảnh đất hoang được cấp phát, ông đổ mồ hôi xuống, kiến tạo thành một mái gia đình khá yên vui.

Chẳng bao lâu sau, tiếng súng phá hoại lại đùng, chát, nổi lên bên làng. Ông dù không muốn, câu chuyện chiến tranh, thêm một lần nữa lôi cuốn ông và quyện tròn quanh cái ống bễ. Ông phải ngày đêm, thổi đỏ ống bễ, tạo ra những vũ khí cơ bản cho dân làng dùng trong việc đào hào đắp lũy, vót chông, tự vệ trong Ấp chiến lược. Những lúc ấy, ánh mắt ông đã sáng lên, đặt vào ánh thép trên đe. Ông tự tin vào một sức mạnh tự tồn của dân tộc!

Kết quả, cuộc chiến mỗi lúc một sôi động, hai người con lớn của ông đã lên đường theo chiến chinh. Phần ông, ánh mắt đợi chờ trên đe, mong có ngày hòa bình không bao giờ vơi cạn. Trong bối cảnh, cùng mơ ước có ngày hòa bình, tự do, độc lập cho quê hương. Lão Thụy, đã trở thành một trong những người bạn lối xóm thân tình của ông. Họ bên nhau trong từng nỗi lo, niềm trông đợi...

Bỗng một ngày, khi nghe rõ những tiếng đập cửa vẻ mạnh bạo, dồn dập, ông Vọng đâm ra lo lắng, dục đứa con trai út ra xem khách nào đến. Cánh cửa mở ra, lão Thụy với dung nhan, ngôn từ đổi khác, chân trong chân ngoài hỏi lớn tiếng:

- Hai thằng anh mày về chưa?

Thằng Nam, năm ấy mười lăm tuổi, lúng túng chưa biết trả lời sao. Lão tiếp:

- Chúng theo chân Mỹ, Ngụy giết hại nhân dân. Hôm nay Mỹ đã cút, Ngụy đã nhào, chúng vẫn chưa về đăng ký với chính quyền cách mạng hay sao?

Từ bên trong, ông Vọng như linh cảm được sự bất tường. Vết thương chiến tranh mấy chục năm qua ông mang trên người, nay bỗng dưng trở đau dữ dội. Ông gượng đứng dậy đón khách:

- Kìa ông Thụy, lâu qúa không gặp. Ông khoẻ chứ? Mời ông vào trong nhà uống bát nước.

Lão Thụy chừng như không muốn nghe lời chân tình cũ, lão bảo:

- Nước với non gì. Bọn tàn binh đã đi trình diện, đăng ký cải tạo cả rồi. Riêng hai đứa con của ông trốn ở đâu mà chưa thấy mặt?

Khởi đầu, khi nghe những lời ấy, Ông Vọng còn tưởng là lão khéo đùa, nhại lời. Nhưng khi nhìn rõ khuôn mặt, đôi mắt của lão. Ông Vọng thấy đầy khá lạ, nên bảo:

- Thật tình, tôi không dám dấu ông. Đến nay, đã tháng ngoài rồi, gia đình tôi trông đứng trông ngồi, mà không có một đứa nào về. Tôi không biết chúng sống chết ra sao!

- Việc sống chết không liên hệ gì đến tôi. Lão Thụy lớn giọng hơn, tôi chỉ nhân danh tình hàng xóm, nhắc nhở ông hãy tích cực động viên chúng đi trình diện cải tạo. Trước là được trở nên người mới, trong xã hội mới. Sau là được hưởng nhờ sự khoan hồng của nhà nước. Bằng không, khó tránh đường dao giải phóng!

Nói xong, lão Thụy bỏ đi và cánh cửa nhà ông Vọng từ từ khép lại. Khép lại trong âu lo và cái quan hệ giữa hai người đồng thôn năm nào không thể tồn tại. Chẳng ai qua lại với ai nữa.

Nói thì như thế, nhưng thật ra, ông Vọng chưa bao giờ quên được ánh mắt của lão Thụy đã nhìn dán lên người ông trước lúc bỏ đi. Hơn thế, ông cho rằng, khơi nguồn từ ánh mắt của lão đã dẫn đến cái chết của thằng Nam, con ông, trên đất Cam Bốt!

Ông Vọng còn nhớ, vào buổi chiều của một ngày tàn thu năm 1975, trong lúc vợ chồng ông đang mỏi mòn, chờ đợi tin tức của con. Một người lính cũ của Trung vội vã đến, rồi đi, sau khi để lại cho ông bản tin xé ruột. Trung Úy Nguyễn Tận Trung đã chết trên đường di tản từ Quảng Trị ra cửa Tư Hiền. Nghe xong bản tin, cả hai vợ chồng ông như thấy trời xa xuống đất. Họ thay nhau, quỳ sụp xuống, ôm trọn lấy tấm ảnh bán thân của Trung. Nhưng, không một ai trong gia đình ông dám khóc thành tiếng!

Giữa lúc lệ nhòa giăng ngang đôi mắt, ông Vọng lại nhớ đến thằng cả. Không biết nó có kịp đi, hay lại gẫy cánh giữa trời không một ai hay!

Kết quả, giữa vui buồn không rõ nét. Ông nhận được tin của Bắc từ miền đất lạ cùng lúc với bản tin thằng Nam, trúng tuyển vào đoàn thanh niên xung phong! Rồi Nam được gởi chi viện cho chiến trường Cam Pu Chia với một đoạn kết có sẵn. Mảnh đời non trẻ của Nam ngã xuống, nằm trên đất chùa tháp, không về! Những câu chuyện ấy trói buộc vào nhau, nào có khác gì một cơn ác mộng?...

Đến hôm nay, hai người hàng xóm một thời, kẻ thù một dạo, bất ngờ gặp nhau. Gặp nhau để thấy rõ phần bất hạnh và nỗi muộn phiền của mỗi bên. Gặp nhau để biết hai cái khổ cùng khổ, nhưng không đồng ngộ!

Một bên, hoài đời trong giấc mơ, giấc mơ là một bát cơm của người! Kết qủa, miếng cơm không có và giấc mơ tàn lụi. Suốt một đời theo "cách mạng" Việt cộng, để mong có được cơm no áo ấm, có được một ngày độc lập, hòa bình tự do cho quê hương. Không ngờ, lão lại bắt gặp

cái hòa bình, tự do theo kiểu Việt cộng. Đã thế, vào lúc cuối đời, trên thân hình tàn tạ của lão, chỉ còn một manh áo rách, một cái quần cụt tả tơi. Tả tơi như phần đời còn xót lại của đôi dép râu đứt quai, nối cột nhiều lần dưới bàn chân chai, mất cảm giác của lão. Như thế, niềm hạnh phúc, nỗi ước mơ của lão, của dân tộc sẽ không thể đến và tồn tại với đôi dép bình trị và cái mũ cối oan khiên của Hồ, của cộng!

Nhiều lần, lão trách mình đã khờ khạo, ngu dại để bị lừa dối, để bị mất cả tuổi thanh xuân trong lao tù, để mất cả đàn con. Lão giận lão không có đủ khôn ngoan, để biết trước cái sự thể giải phóng, cách mạng của Việt cộng như ngày hôm nay. Nếu biết, lão thà chấp nhận manh áo rách, cái cày cái cuốc với mảnh vườn trong xóm thôn, để có được niềm vui nhỏ với vợ con, với hương thơm ngày mùa hơn là việc tự ở lại làm cơ

sở, và gởi hai đứa con đi theo tập kết. Và nếu biết trước, lão đã không mất dân, mất làng, không bị tiếng đời mỉa mai. Nay lão tự nghĩ thế, nhưng có ăn năn, dường như cũng trễ, lão chỉ còn lại một tiếng thở dài thấm thía. Bụi nước bay ngang trước mặt, mà lão tưởng chừng là giọt nước mắt nóng cuối cùng trong đời, lão còn có thể chảy ra.

Rồi một bên khác, lửa nguội dần theo ánh thép. Ánh thép không tạo nổi niềm tin! Lúc cuốn mình trong giấc mơ tự do cho quê hương. Ông từ giã tuổi thanh xuân theo nghiệp nước. Phần đời của chiến tranh là một vết thương trên thân thể. Vết thương không còn đau, và cũng không có gì để hối hận. Tuy nhiên, mỗi lần thấy nó là một lần thấy toàn bộ niềm đau của đất nước.

Dĩ nhiên, lúc ra đi, ông đã không mang theo trong người mộng ước có nhà lầu, xe hơi. Cũng không vui theo bả vinh hoa cho bõ tiếng đời. Nhưng chỉ muốn, có ngày hòa bình, có ngày tự do, có ngày người dân Việt bên nhau xây dựng quê hương. Để từ đó, ít nhất, ông có được một niềm vui trong tự tính dân tộc. Tự tính đã không làm hổ mặt tiền nhân trong việc dựng nước, giữ nước.

Rủi thay, vì chểnh mảng, vì cuộc cờ vui qúa chén. Niềm mơ duy nhất còn lại của ông là một nửa quê hương, cũng rơi vào tay Hồ cộng. Để từ đó, cả hai miền cùng chung một nỗi đớn đau, cùng chung một mảnh khăn tang thấm lệ từng đêm. Riêng ông, chịu thêm cái đau của một người mất con trong lúc gần tàn chinh chiến. Tệ hơn thế, mất một đứa khác giữa lúc tiếng súng tương tàn đã thôi nổ trên quê hương, nhưng lại nổ trên đất chùa tháp vì mộng tham tàn của cộng nô.

Ngần ấy nỗi đau đè xuống trên tấm thân gìa. Cộng thêm cảnh mờ đôi mắt chờ đợi tin người con ra đi theo đoàn quân năm nào. Những tưởng có ngày, nó sẽ đem về, không những chỉ cho ông, mà còn cho làng thôn niềm hạnh phúc trong ngày khai hội mới. Nhưng ngày khai hội, mở kèn chừng như không thấy. Chỉ thấy cảnh trống đánh xuôi kèn thổi ngược:

"Trong làng tiếng trống cầm hơi thở,
Ngoài nước khua chiêng khéo tảng lờ!

Càng làm cho lòng ông thêm tan nát. Tan nát không phải vì thiếu miếng cơm manh áo. Nhưng vì một sự chờ đợi có lẽ không gặp! Theo đó, ông cũng không dấu nổi tiếng thở dài! Hai tiếng thở dài bên phố chợ bất ngờ gặp nhau, bốn ánh mắt lại mở ra. Mở ra trong muộn phiền. Lão Thụy buột miệng:

- Mưa lớn qúa?

Lời than thở vừa dứt, lão sửng sốt đến độ ngỡ ngàng. Bởi vì lão không ngờ là được nghe thấy lời đáp trả:

- Phải, mưa to qúa ông ạ.

Không bỏ lỡ cơ hội, lão Thụy xoay hẳn người lại, nhìn người giáp lưng:

- Ông bà có khỏe không?

Ông Vọng ấm ức nhìn mưa rơi, lão Thụy không ngần ngại:

- Tôi biết, trong phần đời của tôi, về mặt tình cảm riêng, tôi có lỗi với ông bà. Và đối với làng thôn, tôi làm thế, thật không phải đạo!

Ông Vọng quay lại, nhìn con đường đã được mở ra trước mặt. Con đường duy nhất, ông đã từng nghĩ đến để đi. Như thế, chẳng còn một lý do nào để trói buộc ông vào những thù nghịch, nghi kỵ. Trái lại, hơn lúc nào hết, nó thúc dục ông phải mở đôi mắt bao dung ra. Mở ra, để ông quên niềm đau, quên sự đối nghịch của dĩ vãng. Mở ra, để ông có thể đón nhận người đồng thôn, quay về trong tình tương ái dân tộc:

- Nói cho ngay, chuyện xưa ấy tôi chẳng muốn nhắc lại làm gì nữa. Nhưng mỗi khi nghĩ đến ngày mai, lòng tôi thấy buồn hơn.

Ông Vọng bỏ lửng câu nói, lão Thụy vội tiếp lời:

- Ông nói phải! Con đê đã vỡ, không thể một lúc mà đắp lại được! Tuy thế, ta không thể ngồi nhìn nó tàn phá làng thôn! Không thể ngồi yên, nhìn nhân dân mỗi lúc một thêm cơ hàn, đói khổ dưới cái đe búa liềm. Việc xây dựng lại, ý ông định thế nào, tôi chưa rõ. Phần tôi, dứt khoát phải tháo bỏ cái gông cùm cộng sản này. Tôi, ngoài cái thân xác vô dụng này, không còn gì để mất thêm nữa...

Lão chưa dứt tiếng, bốn con mắt của người cùng giao động nhìn nhau. Họ nhìn và như đã thấy nhau. Thấy nhau hơn là bằng lời nói. Ngoài kia, sau cơn mưa một chút sáng nhẹ đã vươn lên trên đường chân trời. Một con gà trống nhảy đứng lên trên hàng rào. Nó xo vai, vỗ đôi cánh ướt cất cao cổ gáy gọi. Cả hai người cùng buột miệng:

- Mưa đã tan rồi ông ạ!

Nói xong, hai người của làng thôn một thời, đối địch một dạo, nhìn nhau. Họ hăm hở, kẻ trước người sau, lần lượt nhảy qua rãnh nước. Khi đi, tay chưa nắm trong tay, nhưng cả hai cùng bước trên con đường trơn trượt về nhà. Nhà chung một hướng dưới nắng Vàng che chở.

Câu chuyện tưởng chỉ có thế, ai ngờ, chưa đầy một tuần sau. Cái trụ sở ủy ban đang họp chi bộ, bỗng phát nổ và cháy lớn. Người người hoang mang bàn tán... Ông Vọng cũng đến xem. Đến nơi, nước mắt của ông đã chảy xuống trên đống tro tàn còn lại mảnh vải giống như màu áo của lão Thụy.

Bảo Giang.
4/1995

Thăm con ngày xuân

Cuối cùng, ông Thịnh gật đầu bảo con gái:

- Nếu vậy, ba sẽ đi một chuyến. Con liệu đánh thư sang báo tin cho anh con biết.

Điệp tươi nét mặt, lấy bút giấy để lên bàn:

- Con viết thư báo tin đây, nhưng ba đừng đổi ý nhá?

- Ừ viết đi, nhớ dặn kỹ anh con là ba chỉ sang chơi mấy ngày thôi đấy!

Điệp cười hỏi lại ông Thịnh:

- Ba đi có mấy ngày thôi à?

- Vậy thôi, chứ đi làm gì lâu?

Nói thế là ông Thịnh đã mở hết khúc ruột ra, ông muốn cho con ông hiểu rằng đây là một chuyến đi chẳng đặng đừng. Nó như buộc ông vào cái thế không thể làm khác hơn được, nên ông phải đi.

Nhớ lại, hơn mười năm trước đây, vào một ngày cuối đông gần tắt nắng, ông Thịnh cũng đã một mình thẫn thờ bên khóm Mai già rụng lá với nỗi lòng khó giải. Tết nhất đã kề, thằng con trong cải tạo chưa một hy vọng trở về, lại thêm một thằng nhấp nhổm ra đi. Đứng trước cảnh giờ khóc giở mếu này, ông Thịnh không biết sử trí ra sao nên đành phó mặc cho vận mệnh và cho một mình bà Thịnh xoay trở. Một mặt, bà đôn thúc con cái làm đồ tiếp tế cho vài người con còn ở trong tù Việt công gọi là trại cải tạo. Một mặt ngấm ngầm hỗ trợ chuyến ra đi của thằng con út. Đến khi mọi việc bước vào phút cuối, ông Thịnh lòng tan nát bước quay vào thay vì đứng trước cửa nhìn bóng con khuất dần nơi đầu ngõ.

- Đi thế này là... hết!

Bà Thịnh xót ruột nhìn con và nhìn ông bằng đôi mắt đỏ. Khi ấy, tự bà biết rõ điều than thở trong lòng ông có ý nghĩa gì. Tuy nhiên, thay vì khóc cho khúc ruột chia lìa, bà lại gạt dòng nước mắt trong hy vọng. Hy vọng từ chuyến đi này, con của bà có được một ngày mai khá hơn là cuộc sống với cái bi đát hiện tại. Trời đã không phụ niềm mong ước thầm kín của bà. Con bà đã có ngày mai, tuy nhiên, bà có thể phải trả một gía qúa đắt. Chả bao giờ bà còn nhìn thấy mặt nó nữa.

Chẳng bao lâu sau, Việt cộng lâm vào bước đường khốn cùng. Trên trường quốc tế, không một người bạn. Nhìn lại những đồng chí, chúng thấy toàn những kẻ thù. Từ sự kiện này chúng phải chấm dứt cảnh rình rập, tìm bắt người vượt biên, vượt biển.

Thay vào đó là tận dụng mọi ngôn ngữ như lời tạ tội, để mở ra cái gọi là đổi mới và mở ra một chương trình không bao giờ có ở trong những cái đầu bằng gỗ ở Hà Nội: Đánh bóng Việt kiều là những người mà chúng đã to mồm kết tội, bắt bớ lúc họ tìm đường vượt biên, vượt biển trước kia như là những người con lỗi lạc của tổ quốc ở ngoài ngàn dặm. Sau đó, thiết tha khẩn khoản mời lớp người này về thăm quê hương, cũng như khuyến khích thân nhân của họ đi thăm khúc ruột ở ngoài vạn dặm xa.

Khi nghe câu chuyện đánh bóng, chả ai không bật cười. Bật cười vì cái thế lưỡi vốn dĩ không sương, lại thêm giống như cái đuôi bò, đuôi trâu phe phẩy đập ruồi, đập phân của nhà nước Việt cộng. Tuy nhiên, đã có một số người về lại quê xưa để thăm cha mẹ bà con thân thuộc, lại cũng có người ra ngoại quốc để thăm con thăm cháu. Những chuyến đi này, dĩ nhiên, được hiểu và đánh gía là tình yêu thương của người Việt Nam trối vượt hơn hẳn mọi sự gian nguy gỉa trả. Nó thách đố và thắng lướt hẳn cái cuồng bạo man rợ của việt cộng hơn là chuyện mắc mưu chúng.

Gia đình ông Thịnh không ngoại lệ, khi Vũ ra đi, những tưởng là miên viễn mất nhau. Không ngờ, đất trời còn ngoảnh mặt lại nên gia đình ông không tránh khỏi những nỗi bồn chồn, giao động. Đặc biệt, lúc bà Thịnh lâm bệnh nặng, không phải chỉ một mình bà mơ ước được nhìn thấy mặt đứa con trai út, nhưng toàn thể gia đình ông đã cầu mong được một lần sum họp vẹn toàn trước lúc bà ra đi. Kết qủa, có hai giải khăn tang đặt trên quan tài của bà thay thế cho hai người con vắng mặt. Một còn trong tù và một ở phía bên kia vòng bán cầu.

Sau khi bà Thịnh ra đi, ông Thịnh xuống nom thấy. Chiều chiều, ông thường thơ thẩn một mình trong quãng vắng lặng nhìn trời để đếm tháng năm qua. Nhưng tháng năm cứ như núi khổ tiếp tục đổ ập mối sầu xuống trên tuổi đời của ông. Ông không rằng không nói, ông kéo cái ghế dựa ra ngay trước cửa, rồi đặt vào một vị trí thuận tiện nhất. Ông muốn ngồi ở đó để nhìn ra đầu ngõ. Và ông đã ngồi ở đó bất kể ngày hay đêm. Thấy ông cứ một mình âm thầm lặng lẽ đợi chờ, Điệp, cô con gái của ông đã có lần bạo dạn bảo ông:

- Hay là ba sang bên chỗ anh chị ấy một chuyến.

Ông Thịnh nhìn vào cuối chân trời, không mấy hứng khởi:

- Ba đã gần 80 rồi. Còn vui thú gì nữa mà đi? Hơn nữa, đường xá xa xôi lắm!

- Vẫn biết đường xa, nhưng anh con không thể về, ba cứ ngồi ở nhà mà lo thì cũng chẳng đến đâu. Con nghĩ ba nên đi một lần cho biết. Trước là cha con gặp nhau, chuyện trò cho thỏa nỗi niềm nhớ thương, thắc mắc. Sau là có dịp nhìn ngắm xem cái xứ người nó tròn méo ra sao.

Nghe Điệp nói, ông Thịnh gỡ cặp kiếng để xuống trên mặt bàn và đưa mắt nhìn con. Ông biết nó muốn ông đi xa một chuyến cho khuây khỏa nỗi buồn, nhưng lại phải nói tránh đi một nẻo khác. Ông chả trách con, bởi vì chúng không thể hiểu được ông. Bước vào tuổi đời như ông, mọi người đều thấy mỏi gối chồn chân. Họ muốn đi ra đi vào nhìn căn nhà của mình hơn là việc đi đây đi đó.

Ông Thịnh cũng không ngoại lệ. Hơn thế, mỗi lần ông định bước ra khỏi nhà là một lần lòng ông chùng xuống, rồi nao nao nhớ về chuyến đi của mấy mươi năm về trước. Hôm ấy, vào lúc nửa đêm ông đã lặng lẽ tay bồng tay bế, dắt díu bốn đứa con trai một cô con gái và bà vợ bụng mang dạ chửa rời xa miền đất Thái Bình, xuống tầu há mồm vào nam tìm Tự Do.

Sau khi xuôi nam, ông đến Xuân Lộc nhận nơi đây là quê hương thứ hai của ông. Ông đã đổ mồ hôi, đổ nước mắt xuống trên khu rừng khỉ ho cò gáy. Đổi lao nhọc lấy miếng cơm manh áo cho vợ con. Ông những tưởng, đây sẽ là phần đất sum họp của cha con ông lúc ông về chiều. Ông chả khi nào nghĩ rằng. Chuyện phải bỏ cha bỏ mẹ, bỏ của chạy lấy người kia sẽ có một ngày lại tái diễn với đám con cháu của ông.

Kết cuộc, ông đã nhầm! Nhầm vì Việt Cộng nó tính toán khác với cái tính toán của ông. Ông muốn an vui, chúng muốn khuấy động. Ông muốn thấy thanh bình, chúng muốn máu đổ thịt rơi. Rồi ông muốn có độc lập tự do, chúng lại muốn làm thân nô lệ, khiến cả nước ngập tang thương, và gia đình ông không tránh được tai vạ. Đứa vào tù, đứa phải bỏ nhà ra đi.

Đã tang thương như thế, bà Thịnh, người đã từng chia ngọt sẻ bùi với ông qua mấy chục năm trời, người đã cùng ông nửa khuya bồng con bồng cháu chạy bỏ quê hương miền bắc trước kia, rồi cũng là người cùng ông, gồng gánh, vượt rừng lội suối đi thăm lũ con trong ngục tù cải tạo vào những năm gần đây, đột ngột bỏ ông mà đi.

Bà ra đi, để lại cho ông bức cảnh gà trống cục cục bên lũ con. Bà ra đi, mang theo cả phần đời ước nguyện của ông. Ước được về thăm lại Thái Bình quê xưa với bà. Giờ bà đã khuất núi, còn vui thú gì nữa mà ông đi? Đã thế, lúc bà ra đi, bà còn di lại cho ông một lời trăn trối khá gay: Ông nhớ gặp lại hết lũ con rồi hãy đi! Từ đó, ông cứ suy đi tính lại lời trăn trối của bà. Có lẽ, vì lời trăn trối ấy mà ông Thịnh đành phải làm một chuyến đi ngoài dự trù của ông:

- Nói rõ cho anh con biết. Ba chỉ sang thăm nó mấy ngày thôi. Ba không thể đi lâu được!

Điệp mỉm cười nhìn ông:

- Con đã viết rõ trong thư rồi. Là anh chị không được giữ ba ở lại qúa vài ba...năm!

Ông Thịnh dừng bước chân, nhướng cao mí mắt:

- Làm gì mà những vài ba năm?

Trong khi đó, ở Vũ cũng có những nỗi niềm riêng. Khi ra đi thì mong cho thoát khỏi tay giặc cộng. Đến khi lên được bến bờ tự do thì lại ngoảnh mặt về nam cho dòng nước mắt tuôn rơi! Việc được gặp lại người thân, chyện có ngày trở về quê xưa chỉ như một giấc chiêm bao. Nên ngay khi đặt chân lên đất Úc, Vũ làm đơn bảo lãnh đoàn tụ cho gia đình. Nhưng ông bà Thịnh đã dứt khoát bác bỏ đề nghị ấy. Ông bảo:

- Ông già rồi, ông không muốn đi đâu. Hơn nữa, ông không muốn bỏ xác ở nước ngoài! Chết ở ngoại quốc làm gì có nhang có khói!

Sau khi biết rõ ý kiến của ông Thịnh, Vũ cho bản sao lá đơn vào góc tủ, cất giữ nó như một kỷ niệm buồn. Chẳng bao lâu sau, trong lúc bạn bè lần lượt báo tin mừng đoàn tụ thì Vũ nhận được bản tin xét đánh: Người anh kế, sau khi ra khỏi tù việt cộng đã phát bạo bệnh mà chết.

Như thế, mười khúc ruột trước sau đã đứt mất hai. Rồi ngay trong lúc đôi mắt chưa hết đỏ, nửa đêm choàng tỉnh giấc như vẫn còn thấy nhau, tim gan Vũ lại đứt rời ra từng đoạn, từng khúc khi nhận tin về bà Thịnh. Bản tin đọc chưa dứt, tấm giấy báo đã rơi xuống trên mặt bàn, hứng trọn lấy những giọt nước mắt đau thương, ly biệt hôm nào:

- Mẹ, mẹ... cho con vào thúng đi.

Bà Thịnh áo đẫm mồ hôi, chân không ngừng bước, nắm chặt lấy tay Vũ, khuyến dục con:

- Đi nhanh lên con, đi nhanh lên mẹ giắt. Để mẹ nghỉ một lúc rồi mẹ lại gánh con.

Thằng Vũ mới vài ba tuổi đầu, đi chưa được mấy bước, lại réo gọi bà bằng cái âm thanh như lần trước. Bà lại để đôi quang xuống trên đường, dồn bớt đồ qua một bên thúng, còn một bên dành cho con ngồi. Đôi quang càng lúc càng võng nặng xuống trên đôi vai bà. Cứ thế, vừa đi vừa đổi, cuối cùng bà cũng đưa được lũ con rời Xá Thị đến Ninh Giang, rồi xuống tàu há mõm vào nam. Rồi mới đây lại cũng chính bà lau nước mắt cho con, dục nó phải trốn chạy Việt cộng lần thứ hai. Nhưng lần này nó phải chạy xa qúa và mẹ con bà chả khi nào còn nhìn thấy nhau, dù mãi mười năm sau bà mới qua đời...

Từ sau ngày nhận được tin bà Thịnh mất, mỗi lần ra mở hộp thơ là một lần Vũ nơm nớp lo sợ. Sợ một bản tin thứ hai sẽ đến thay vì được gặp lại ông Thịnh. Thấy vậy, có người bảo Vũ:

- Anh nên nghe tôi mà về một chuyến thì hơn là chuyện ngồi đắn đo. Người đi, sẽ có đủ trăm ngàn lý lẽ riêng. Kẻ về, có khi nào không kiếm nổi cái lý do? Ở trường hợp anh, ngày không còn nhiều, anh không về đắp mộ cho mẹ, không về thăm cụ một lần còn chờ đến bao giờ?

Sự thật, không phải là Vũ không biết câu chuyện ngọn đèn trước gio. Tuy nhiên, anh cũng có những nỗi khổ riêng. Về cũng dở, không về cũng dở. Cuối cùng Vũ liều theo một bài tính cố hữu. Bởi lẽ, nước mắt bao giờ cũng chảy suôi. Sau ngày Việt cộng vào thành phố, chả mấy gia đình trong nam thoát cảnh bố già chống gậy, khập khiễng chân cao chân thấp đi thăm nuôi con trong tù. Cũng chẳng thiếu gì cảnh mẹ già tóc bạc, vượt suối băng rừng đến trại tập trung cải tạo thăm con. Bà đến, phần vì thương con và một phần lớn là muốn cho con được nhìn thấy mùa xuân là sự sống trong người của bà còn hiện diện, hơn là cái phần qùa bà cho con.

Cũng thế, ông bà Thịnh rất thương con cái. Ông bà đã bỏ quê hương đất bắc để vào nam tìm tự do vì lũ con. Rồi những lúc gần đây, ông bà lại tiếp tục rủ nhau gồng gánh, lội ngược đi xuôi lên B5, ra Khánh Dương, A3, Hàm Tân... để thăm nuôi anh em Vũ. Tình thương ấy chả bao giờ vơi cạn. Đã không vơi cạn, thế nào ông cũng đi thêm một chuyến vượt trùng dương?

Tự nghĩ thế, Vũ nhất định không về và nhận được tin ông Thịnh sẽ sang. Ngày đón ông Thịnh đến Úc, phải được kể là một ngày rộn ràng trong đời sống ty nạn của Vũ. Suốt đêm hôm trước hầu như Vũ không hề chợp mắt. Mỗi lần đặt lưng xuống giường là một lần Vũ ngồi bật dậy mong cho trời mau sáng. Đến khi gà chưa gáy, Liên, vợ Vũ đã ra khỏi giường. Nàng thức dậy, một phần vì lo nấu dọn sẵn bữa ăn trưa đón ông Thịnh, phần vì hồi hộp trong lần đầu tiên diện kiến với ông Thịnh. Không biết ông cao thấp, tròn méo với tính tình hiền lành, bẳn gắt ra sao?

Sau hơn một tiếng đồng hồ mỏi cổ dòm từng khuôn mặt của hành khách trên chuyến bay Thai Airline đi ra,

Vũ bắt đầu sốt ruột ngồi đứng không yên, rồi thêm bực mình to tiếng với người lo giấy tờ, làm thủ tục cho ông Thịnh đang đứng gần đó:

- Anh có chắc là ba tôi đi chuyến này hay không?

Bị hỏi một câu không dự phòng, anh ta mất luôn tự tin:

- Chắc... chắc có ma. Tối hôm qua tôi đã nhận điện thoại báo danh sách từ việt nam, có tên ông cụ ba của anh đây. Nói chưa xong, anh ta xoa đầu gãi tai. Hay là có gì trục trặc vào phút cuối không? Anh chờ thêm một chút xem.

- Chính anh đã bảo với tôi là lo cho ba tôi đi thẳng. Tại sao bây giờ lại vòng qua ngả Thái Lan là thế nào?

Anh ta đứng nhăn nhó:

- Tại kẹt... kẹt qúa...!

Vũ chưa kịp nói thêm vài câu cho hả, đã nghe có tiếng người nói chen vào:

- Kia rồi... kia rồi, hình như có người mình ra kia rồi...

Vũ bỏ dở câu chuyện, lăng xăng bước tới bước lui đón hỏi hết người khách này đến người khách khác:

- Còn ai nữa không bà? Còn ai ở trong ấy nữa không anh?

Câu hỏi có khi được trả lời có, khi không. Nhưng cuối cùng, cũng tới lượt Vũ lính quýnh kêu lên:

- Bố... bố tôi...bố tôi đây rồi!... Đúng bố tôi rồi... em ơi! Bố ra kia rồi!

- Bố... bố ơi...

Gọi xong, Vũ chạy thẳng vào trong hành lang cuối phòng đợi, nơi chỉ dành riêng cho hành khách đi ra. Vòng tay nào có thể ôm trọn được những yêu thương? Giọt nước mắt nào sẽ nói lên được là giọt nước mắt reo trong lệ mừng? Lúc ấy cha con ông Thịnh chẳng thấy trời, cũng chẳng thấy đất, chỉ thấy những vòng tay quấn chặt lấy nhau. Một lát sau, ông Thịnh ngẩng đầu lên đúng lúc giọt nước mắt cuối đời lăn tròn trên mặt, rớt xuống người con:

- Bố... Bố ơi...

- ... Ừ... Con...

Hình như cái âm thanh huyền diệu ấy đã làm cho gân cốt của cuộc đợi chờ mềm nhũn ra, và câu chuyện từ đó tưởng chừng như không dứt. Lát sau, vợ chồng Vũ đưa ông Thịnh ra xe về nhà. Vừa bước chân vào trong nhà, ông Thịnh đã trịnh trọng móc túi, lấy ra một xấp giấy, đưa cho Vũ:

- Đây là toàn bộ giấy tờ đi đường của ba. Con liệu đem đi trình diện công an khu vực cho khỏi rắc rối về sau.

Vũ ngỡ ngàng, trong lúc một người quen lên tiếng trước:

- Ở đây làm gì có công an mà ông đi trình diện.

Ông Thịnh nhíu đôi chân mày, bán tín bán nghi:

- Các anh chị còn trẻ nên khéo nói chơi?

Vũ chợt hiểu cái khoảng thời gian mười mấy năm, xem chừng như là quá ngắn nếu đem xo nó với cuộc đời của ông. Ấy thế, nhờ cái bạo tàn của Hồ, nó đã tạo được ở trong lòng ông một thói quen ghê gớm, không thể bỏ. Vũ phải lên tiếng trấn an ông:

- Anh ấy nói thật đó ba ạ. Ở đây làm gì có chuyện phải cầm giấy tờ đi trình diện công an.

Ông Thịnh như người chưa thoát được vòng xích:

- Lạ nhỉ?

Hỏi xong, ông bỏ xấp giấy vào trong cái va ly, dặn Vũ:

- Ba để ở trong này, lúc nào cần thì con cứ việc lấy mà mang đi.

Vào những ngày đầu, ông Thịnh hầu như chả có lấy mấy thời giờ để nghỉ ngơi, và cũng chẳng có nhiều thì giờ để quan sát đến hiện tình sinh hoạt trong đời sống của con. Ông bận rộn một phần vì khách khứa ra vào, phần vì câu chuyện của mười năm xa cách với con, cháu. Thêm vào đó là những chuyến đi ông không dự kiến trước. Mãi đến tuần lễ thứ ba, ông Thịnh mới có thì giờ để ý đến sinh hoạt của vợ chồng Vũ.

Trước hết, ông nhớ ngay sau ngày đi đón ông, ông ít thấy Liên, người con dâu ông ở nhà. Hầu như ngày nào cũng thế, khi ông vừa thức dậy là nàng dâu của ông nổ máy xe ra đi, và chỉ trở về khi nắng chiều đã ngả về tây. Đã thế, sau bữa cơm chiều, câu trước câu sau là nó vào trong phòng riêng. Chẳng lẽ nó tránh mặt ông? Chứ ngoài ra làm gì còn lý do nào khác? Tự nghĩ thế, có lần ông đã hỏi Vũ:

- Nhà con nó đi làm cái gì, mà đi suốt từ sáng đến chiều như vậy?

- Thì đi làm... cu ly cho người ta chứ đi làm gì nữa ba.

Ông Thịnh kinh ngạc, nhướng cao mí mắt. Ông vội hỏi Vũ một câu như có sẵn từ trước khi ông rời Việt Nam:

- Nó đi làm cu ly lao động à? Sao con không bảo nó xin vào ngành... thanh tra cho nhà nước có phải là hơn không?

- Ba nói gì con không hiểu?

Ông Thịnh nhăn mặt. Ông muốn mắng vào mặt nó mấy câu cho nó phá cái ngu ra. Ngày xưa ông tốn bao nhiêu công lao cho nó đi ăn học với đời. Hết trung rồi đại học, tưởng rằng cũng được dăm ba chữ. Không ngờ, ông chỉ nói có một câu hỏi ngắn như vậy mà nó cũng không hiểu. Ông lắc đầu, lộ rõ nét thất vọng.

Thật tội cho ông, gặp con chưa kịp vui đã hóa ra buồn bã. Ông buồn vì nhớ lại những câu chuyện ông đã nghe từ trước lúc ông đi. Khi ấy, có nhiều người, từ quen biết trong lối xóm đến bà con thân thuộc, và ngay bà cô của Vũ cũng dặn ông:

- Cậu nhớ hỏi xem nó làm cái gì mà cứ kêu bận tối ngày, đến cái thư viết về nhà nó cũng lười, còn nói chi đến cái việc nó sẽ về thăm gia đình, thăm quê hương!

Chả ai dám trách bà đi nghe người ngoài rồi trách lây thằng cháu lười. Bởi vì mấy lúc gần đây, đi bất cứ nơi đâu người ta đều nghe được những câu chuyện thuộc huyền thoại của lớp Việt kiều đã về thăm quê hương: Nào là cái thằng ấy nom thế mà khá. Lúc trước thì lêu lổng, chữ đực chữ cái, bây giờ cũng đã làm đến giám đốc, chủ nhiệm một hãng sưởng gì đó ở ngoại quốc.

Lại cái con bé nhà bà năm bán cá ở đầu chợ mới tài. Lúc ở nhà thì đen thủi đèn thui, chưa thấy người đã thấy mùi mà mới đây nó về thăm nhà thì phấn trên phấn dưới, lại phải có cả người thông dịch đi theo nó nữa chứ. Nghe đâu nó làm thanh tra gì ở bên đó, lớn lắm. Thiệt là tốt phúc! Công việc đã dễ dàng mà lại có lương bổng lớn. Ông chỉ nghe nói thế, chứ nào có biết ngành... thanh tra ở bên đó là ngành nghề gì.

Dĩ nhiên, ông Thịnh không phải là người dễ tin vào những câu chuyện không đầu không đuôi như thế. Tuy nhiên, một khi cứ phải nghe hoài nghe mãi một câu chuyện, ông đâm ra nghi hoặc. Trong nỗi nghi hoặc của ông có xen lẫn ít tự hào ngấm ngầm về đứa con của mình. Khi đi, nó đã có dăm ba chữ trong đầu có lý nào nó về đây lại tay không? Từ đó, dù không nói ra ông vẫn có ý chờ ngày nó áo gấm về làng để ông được thơm lây. Chờ mãi, ông thất vọng. Ông phải chống gậy đi thăm nó.

Đến hôm nay, trong lúc vui câu chuyện ông mới vỡ lẽ là nó chẳng nên cái trò trống gì. Bởi nếu nó khá thì vợ nó chắc không đến đỗi phải đi làm cu ly cho người. Tự nhiên, ông thấy... xệ với người hàng xóm. Ông kín đáo quan sát Vũ rồi giữ im lặng, thay vì hỏi han cho rõ ngọn ngành.

Có thể nói, đây là một sự kiện hoàn toàn trái ngược với cái bản tính không bao giờ để bụng của ông. Lát sau, ông hỏi:

- Thế con không đi làm à?

- Có chứ ba, có ba sang thì con xin nghỉ vài tuần. Vài hôm nữa con lại đi làm như thường.

- Đi như thế, nhà cửa bỏ trống, không có ai trông coi à?

- Không ba ạ.

Càng nói chuyện với con, ông Thịnh càng thắc mắc và hầu như chả nỗi thắc mắc nào được giải đáp ổn thỏa. Trái lại, nó làm ông thêm bước vào ngõ cụt. Đến khi nhìn lại cảnh sống của con, ông thấy nhiều đổi thay. Hầu như ngày nào cũng vậy, người pha trà, nấu và dọn cơm cho ông ăn, không phải là nàng dâu theo ý nghĩ của ông trước khi ông rời Việt Nam. Nhưng chính là đứa con trai của ông. Lúc đầu, ông không quan tâm lắm bởi vì ai dọn chả thế. Nhưng lúc sau này, ông thấy nó chương chướng làm sao ấy.

Kế đến, ông đã có dịp chống mắt lên nhìn nó rửa chén bát, lau nhà. Đây là một công việc không nặng nhọc, nhưng hơn hai mươi năm nó ở với ông có khi nào ông trông thấy nó rửa cái chén cái bát, nói chi đến việc nấu ăn, lau nhà. Lúc này, ngược lại. Nó đã làm một cách rất thuần thục, gọn ghẽ.

- Hôm nay con phải đi làm rồi. Ba ở nhà một mình nhá.

Nghe Vũ nói, ông Thịnh bấm bụng, định trở lại câu chuyện hôm nào bằng câu hỏi: Con đi làm công việc gì, có vất vả không? Nhưng lại bảo:

- Con đi làm à? Ừ đi đi, để ba coi nhà cho.

- Nhà thì chả cần coi, chỉ sợ ba ở nhà một mình thì thấy nó vắng thôi.

Ông Thịnh nói cứng:

- Có gì mà vắng!

Nói xong, ông đảo mắt nhìn quanh căn nhà một lượt như tạo lấy tự tin. Thấy sâu chìa khóa để trên mặt bàn, ông cầm lên, hỏi:

- Chìa khóa sao để đây, con không mang theo à?

- Không ba ạ. Bộ này con để ở nhà cho ba.

Ông Thịnh lắc lắc chùm chìa hóa trong tay:

- Ba có đi đâu mà cần chìa khóa.

Như không để ý đến điều ông Thịnh vừa nói, Vũ bước đến trước mặt ông, anh mở cái kim băng trong sâu chía khóa ra:

- Ba nhớ gài nó vào trong túi áo như thế này, kẻo quên. Vì khi ra ngoài, vô ý cửa đóng lại, ba không có cách vào lại trong nhà cũng chẳng biết gọi ai.

Ông Thịnh hiểu ý, gật đầu:

- Mấy giờ con về?

- Con về trời đã tối!

Ông Thịnh đưa mắt nhìn ra sân:

- Con đi bằng cái gì?

- Con đi xe lửa.

- Sở làm gần ga à?

- Vâng, gần lắm ba ạ.

Hình như ông Thịnh không hẳn tin lời giải thích của Vũ. Thay vào đó, ông cho rằng con ông đã... nể vợ qúa đáng. Đã nấu cơm rửa chén quét nhà, còn dành luôn cái xe hơi cho vợ xử dụng. Ông bảo:

- Sao con không bảo nó đi xe lửa, để cái xe hơi ở nhà cho con đi.

- Tại chỗ nhà con làm không có ga xe lửa ba ạ.

Ông Thịnh nhìn con rồi bước trở lại bên cái ghế. Vũ đem ra cho ông mấy cuốn sách ngày xưa ông rất thích và mấy tờ báo:

- Ba đọc hết mấy cuốn sách này là con về tới.

Ông Thịnh dửng dưng nhìn mấy cuốn sách trước mặt. Ông hài lòng về sự chu đáo của con, nhưng ông biết nó khó thay thế và lấp kín được khoảng trống khi con ông vắng nhà. Cùng lúc ấy, Vũ trở lại bếp, lấy phần ăn trưa để sẵn vào trong Microway. Anh bấm nút ấn định khoảng thời gian cần thiết để ông Thịnh chỉ cần xử dụng một động tác duy nhất là ấn cái nút điện lên khi hâm nóng đồ ăn. Xong việc, Vũ viết số điện thoại nơi Vũ và Liên làm đưa cho ông, để khi cần, ông có thể liên lạc được. Đến khi ra khỏi nhà, Vũ dặn ông thêm lần nữa:

- Khoảng trưa ba nhớ bật cái máy lên hâm nóng đồ ăn nhá. Cơm và thức ăn con đã để sẵn trong đó.

Ông Thịnh chống tay đứng dậy, theo bước chân Vũ ra cửa:

- Con đi bây giờ à?

- Vâng, ba ở nhà, tối con về.

Khi chân trong chân ngoài, Vũ bảo ông:

- Còn điều nữa con quên chưa dặn ba. Khi ba ở nhà, nếu có bất cứ ai đến gọi cửa, dù họ bảo là quen với con, ba nhớ đừng bao giờ mở cánh cửa xong sắt ở ngoài nhá. Lại nữa, nếu có ai gọi điện thoại đến, ba muốn nhắc lên nghe cũng được mà không nhắc lên cũng chẳng sao. Nhưng khoảng trưa con sẽ gọi về cho ba.

Vũ không ngờ, những lời dặn bình thường ấy như đã gieo vào lòng ông Thịnh mối lo âu không cần thiết. Ông đứng bất động trước cánh cửa, đôi mắt trĩu nặng nhìn ra ngoài. Thấy vậy, Vũ lên tiếng trấn an ông:

- Con chỉ dặn phòng hờ như thế thôi. Ở đây những người con quen biết, vào giờ này họ đều đi làm, chắc không có ai đến và cũng chẳng có ai kêu điện thoại đâu.

Như không để ý đến lời phân trần của Vũ, ông Thịnh hỏi lại:

- Trưa con gọi điện thoại về à?

- Vâng, khoảng trưa con sẽ gọi về cho ba.

Nói xong, Vũ bước xuống bậc thềm và ông Thịnh lùi lại vài bước. Khi bóng Vũ qua phía đường, ông quay vào, do dự một chút rồi quyết định đóng và khóa chặt luôn cả hai cánh cửa lại. Ông cũng cẩn thận làm bấy nhiêu động tác ở cửa phía sau.

Đóng cửa xong, ông Thịnh chẳng biết làm gì. Ngồi mãi ông lại đứng lên lững thững đếm từng bước một. Bất chợt, ông đứng lại trước tấm lịch, lẩm nhẩm tính ngày tháng. Lát sau, ông bước ra phía trước, một tay hé mở cánh cửa nhìn ra đường. Ông thấy có vài ba bóng người đi qua lại, ông cho tay vào túi tìm sâu chìa khóa. Khi tay vừa chạm vào sâu chìa khóa, ông do dự dừng lại. Ông dừng lại không phải vì lời dặn của Vũ, cũng không phải vì nghĩ rằng ở đây có nhiều kẻ gian. Nhưng vì biết, phía bên ngoài cái hàng rào kia là một thế giới hoàn toàn khác biệt với ông. Khác biệt từ khuôn mặt đến ánh mắt, nụ cười. Thêm vào đó là một thứ ngôn ngữ bất đồng khó đã thông. Nó không giống như cảnh hàng xóm láng giềng của ông.

Nghĩ đến đây, ông Thịnh bật cười thành tiếng. Một ý tưởng ngộ nghĩnh vừa thoáng qua trong trí ông. Như thế này có lẽ ông giống một... tù nhân hơn là một người khách đi du lịch! Tuy nhiên, khi cúi xuống nhìn sâu chìa khóa trong tay, ông lại mỉm cười. Cùng lúc đó, có tiếng điện thoại reo vang. Ông Thịnh cẩn thận nhìn đồng hồ trước khi bước đến nhắc ông nghe. Ông yên lặng chờ tiếng nói từ đầu giây phía bên kia trước rồi mới trả lời. Khi nghe được tiếng của Vũ qua đường giây, ông Thịnh mừng hẳn lên.

Chiều đến, có tiếng xe đậu lại bên hiên nhà, ông Thịnh đứng dậy ghé mắt qua khung cửa sổ rồi hăng hái mở toang cánh cửa ra vào. Ông bước ra sân. Chút nắng nhạt, làn gió mát làm ông lấy lại phấn khởi. Ông lộ rõ niềm vui khi Liên về đến. Ông không một ngại ngùng phân biệt nàng dâu hay con gái. Ông luôn miệng cười nói, kể cho Liên nghe hết những ý nghĩ trong ngày của ông. Cuối cùng ông bảo:

- Ngày ở bên đây sao dài qúa. Có lẽ ba không ở lại lâu hơn được!

- Tại ba mới sang thì thấy nó dài. Chúng con ở đây thấy ngày nó mau qua lắm.

Nói xong, nàng bước vào bếp, vừa làm cơm vừa chuyện trò với ông. Đến khoảng bảy giờ tối, Liên dọn bữa cơm chiều. Nàng trịnh trọng xo đũa, đơm cơm vào hai cái chén và mời ông ngồi vào bàn. ông Thịnh vẻ ngạc nhiên, hỏi lại:

- Không chờ nhà con về à?

Hỏi xong, ông Thịnh tưởng tại ông về già đâm ra ng-hễnh ngãng, không nghe rõ câu trả lời của nàng dâu:

- Không ba ạ. Anh ấy thường về trễ và ăn cơm sau.

Liên ngồi vào bàn, mời ông thêm hai ba lần nữa. Chẳng hiểu nghĩ gì ông Thịnh đáp gọn:

- Con ăn trước đi. Ba chờ nó về rồi ăn sau.

Sau một thoáng ngạc nhiên, Liên bỏ chén bát xuống. Phần ông Thịnh, nói như thế không có nghĩa là ông muốn trách cứ nàng dâu, cũng chẳng phải vì ông giận hờn con. Chỉ tại ông đã nhìn sự việc bằng đôi mắt quen: Suốt mấy chục năm qua, cho đến ngày bà Thịnh mất, chả mấy khi ông bà không có mặt chung trong bữa cơm chiều. Theo ông, có như thế mới gọi là tình nghĩa.

Dĩ nhiên, chả ai dám phản đối sự suy nghĩ của ông. Bởi lẽ, tại ông chưa biết và chưa thông cảm được với cuộc sống phải vật lộn với kim đồng hồ ở trong các xã hội tây phương. Theo đó, chả có mấy người bỏ phí thì giờ, ngồi đợi chờ nhau hàng giờ bên mâm cơm giống như ở bên Việt Nam. Tuy thế, sự kiện không chờ nhau này làm ông Thịnh mất vui.

Ông bước từng bước chậm rãi trong nhà, ông có ý định chờ con về để nhân cơ hội này ông sẽ có đôi lời chính thức khuyên bảo vợ chồng Vũ trong cách ăn và nếp ở. Ông cũng sẽ nói cho con cái ông biết, đừng coi thường việc chờ đợi nhau trong bữa cơm chiều. Bởi vì, mới nhìn qua tưởng là một việc nhỏ, chẳng đáng quan tâm. Nhưng thực ra, lâu ngày dày kén, nó thành một cái thông lệ không tốt cho cuộc sống chung. Thay vào đó, phải nhìn bữa cơm chiều như một cuộc sum họp không thể thiếu trong gia đình mỗi ngày. Buổi sum họp ấy chính là mối giây liên kết, ràng buộc lấy nhau, làm cho cuộc sống vơi đi những tẻ nhạt.

Ông Thịnh đã sửa soạn tất cả những dự kiện ấy một cách rõ ràng mạch lạc, chỉ chờ con ông về đến nhà, ông sẽ nhân cơ hội bên mâm cơm mà khuyên bảo vợ chồng nó. Kết cuộc, ông hoàn toàn thất vọng. Bởi lẽ, vừa về đến nha và thấy chén bát còn nguyên trên bàn, Vũ đã hỏi vợ:

- Sao em không dọn cơm chiều cho ba ăn trước đi? Chờ anh thì chờ đến bao giờ?

- Em có dọn lên đấy chứ. Nhưng ba bảo chờ anh về ba mới ăn!

Ông Thịnh chưa biết nói sao, Vũ tiếp:

- Ở nhà ba cứ ăn cơm trước đi, đừng chờ con làm gì. Đã đói lại thêm mất thì giờ nghỉ ngơi.

Ông Thịnh bảo:

- Thì ba muốn chờ các con về để cùng ăn chung.

- Chả nên thế ba ạ. Ở đây cuộc sống khác bên nhà nhiều lắm. Giờ giấc nhiều khi không tùy thuộc vào mình, nhưng lệ thuộc vào sở. Hôm nay con về sớm đấy, nếu con làm thêm giờ phụ trội thì về đến nhà đã gần khuya. Làm sao ba chờ được.

Nghe Vũ nói, ông Thịnh mất hứng khởi khi ngồi vào bàn ăn. Nó đã nói như thế thì ông còn khuyên với lơn gì được nữa! Đến những ngày kế tiếp, ông Thịnh cảm thấy buồn và cô đơn hơn. Suốt từ sáng đến tối, ngoài việc đọc lại trong tâm trí ông những hình ảnh, những nơi chốn ông đã đi qua từ khi còn thơ ấu cho đến hôm nay. Và ngoài việc ông đứng lặng hàng giờ trước tấm lịch để tính ngày tháng, ông không biết làm gì cho hết ngày. Có cầm đến cuốn sách tờ báo thì chúng lại nặng trĩu và rời ra khỏi tay ông. Đã thế, con tạo lại như trêu gan ông. Tạo cho ông thêm thời gian để thức. Sáng, mới năm giờ, mặt trời đã chiếu qua khung cửa. Chiều, gần chín giờ vẫn còn nom rõ mặt người.

Thêm vào cảnh trống trải đó. Hai đứa con ông, một đứa ra đi khi trời còn tối, đứa khác về nhà lúc gần nửa đêm. Gặp mùa Noel, ông những tưởng nó phải tưng bừng rộn rã lắm. Không ngờ, trời thì nóng như thiêu đốt và hai đứa con ông được dịp đi cày thêm giờ. Chúng cày từ sáng đến tối. Chiều về, cơm nước vội vàng, mạnh ai nấy ăn rồi leo lên giường kéo... gỗ. Cứ thế, cuộc sống quay mòng mòng để kiếm tiền trả nợ nhà, trả nợ xe. Gặp ngày cuối tuần, ông tưởng chúng có chút thời giờ rảnh rang. Ai ngờ, chúng lại lao đầu vào công tác làm vệ sinh, giặt giũ hoặc chợ búa là hết ngày.

Nhìn thấy lũ con đầu tắt mặt tối, ông lại nhớ đến những câu chuyện trước khi ra đi. Khi thấy người ta được những việc làm tốt như thanh tra, giám đốc, ông chép miệng than. Sao trời chả bù cho lũ con ông một tý?

Đến sau đêm đón chúa ra đời, ông Thịnh đột nhiên hỏi Vũ: - Hôm nay là mấy ta rồi nhỉ? Liên trả lời thay chồng:

- Khoảng giữa tháng mười một ta rồi ba ạ.

Ông Thịnh bấm chừng trên ngón tay rồi hỏi:

- Con đã liên lạc lấy vé cho ba về chưa?

Thấy Vũ ngần ngừ im lặng. Ông biết con ông không có ý định cho ông về sớm, ông dứt khoát bảo:

- Con không nên thế!

Vũ ngập ngừng:

- Ba mới sang được vài tháng...

Ông Thịnh đưa mắt nhìn con:

- Nếu bảo là dài, là đủ. Cha con có sống bên nhau suốt đời vẫn không thể nói là dài, là đủ. Tuy nhiên, việc cha con ta gặp nhau vài tháng nay, phải coi như đó là cái phúc, cái phần riêng của gia đình. Nếu không, chẳng làm gì có được cuộc xum họp này... Ngưng lại một chút, tiếng ông vẻ xúc động nhưng rõ ràng:

- Con nên đi lấy vé cho ba về, không thể để chậm trễ đến sau tết được. Con nên hiểu, không phải là ba không muốn ở lại ăn tết với vợ chồng con. Không phải ba không muốn đem đến cho con mùa xuân khi con lưu lạc ở nơi xứ người. Nhưng ba phải về. Vì hy vọng vào mùa xuân này, sau hơn mười năm trong lao tù anh con sẽ được trả tự do. Ba muốn chính tay ba sẽ đón anh con trong ngày trở về ấy. Thêm vào đó, con cũng biết. Mẹ con cũng cần nén nhang của ba vào ngày đầu năm...

Trong lúc vợ chồng Vũ ngồi bất động nhìn nhau. Ông Thịnh tiếp:

- Còn một chuyện nữa, ba muốn nói với các con lâu rồi nhưng chưa có dịp. Đến hôm nay ba sắp sửa trở về, nên không thể không nói với các con. Các con đừng bỏ lãng phí thời giờ. Hãy cố gắng tranh thủ học hành thêm đôi chút để xin vào làm... "thanh tra cho các cơ quan" của chính phủ thì hơn.

Cả hai vợ chồng Vũ chống mắt nhìn nhau. Giọng nói của ông mỗi lúc một nhanh và rắn chắc:

Trước khi sang đây, ba nghe nói con của ông nọ bà kia trong lối xóm mình, con đều biết mặt cả đây. Có đứa nào học hành ra gì đâu. Nay đứa làm thanh tra, kẻ làm giám đốc, chủ sự... Nói cho ngay, công việc ấy ra sao, khó khăn thế nào ba không biết, chỉ nghe nói là khá nhàn hạ. Đã thế, lương lại lại cao, có đâu phải đầu tắt mặt tối như vợ chồng con... Thời nào cũng thế con ạ. Ở đâu thì cũng vậy. Làm công chức cho nhà nước thì an nhàn và chắc chắn hơn làm cho tư nhân. Con liệu hỏi thăm mà xin việc...

Bảo Giang.
Viết cho một kỷ niệm khó quên.
1/ 1991

Đi trong nước mắt

Con quỳ xuống trên mảnh đất tha hương này,
Hướng về Nam cúi lạy Cha Mẹ,
Xin cha mẹ thương tha tội bất hiếu cho con.
Viết cho một ghi nhớ trong gia đình tôi.
Bùi xuân Vũ.

Chuông gọi về quê đã điểm rồi,
Trần gian tiễn biệt mẹ, cha ơi,
Đàn con nheo nhóc không nơi tựa,
Lũ cháu bơ vơ khóc đứng ngồi
Chín sáu Người đi tròn Phúc Đức
Trăm năm Trung Tín, Nghĩa soi đời,
Hiền Nhân mở lối vào miên viễn.
Để lại dương gian một nụ cười.

Ông Thìn hết đứng trên hè, lại bước ra sân. Cảnh chiều êm ả ở miền quê Thái Bình bỗng dưng gieo vào lòng ông những âm vang khác lạ.

Ông ngước nhìn quanh, ngoài đường vẫn có năm ba bóng hình quen thuộc gồng gánh với đôi chân mỏi. Trên cao, trời không xanh, thay vào đó là những đám mây xám như vội vã uốn mình gọi nhau làm mưa. Rồi gió về cho đợt lá, hàng cây trước nhà thêm nghiêng ngả. Cho những cánh chim vội vã tìm nơi trú ẩn. Thường thì cảnh chiều như thế chẳng mấy khi đem đến cho ông một lo nghĩ gì thêm ngoài việc tính toán cho công việc của ngày mùa. Nhưng hôm nay, trên nét mặt của người đàn ông ngoài bốn mươi bỗng có thêm nhiều nếp nhăn. Nếp nhăn không do ngày tháng tạo ra, nhưng do những biến động của thời cuộc. Ông đang phải đối diện với một câu hỏi không dễ trả lời: Sẽ đưa gia đình di cư vào nam hay ở lại với mảnh vườn của tổ tiên?

Thật ra câu hỏi này lúc đầu chỉ làm cho ông giật mình, nhưng càng lúc càng đẩy ông vào trong yên lặng, khó nghĩ. Ông yên lặng ngay trước những tiếng cười đùa của lũ con. Thấy vậy bà Thìn bước ra sân:

- Ông lo lắng làm gì cho nó nhọc trí. Dân làng đã quyết định đi thì mình cũng đi!

Ông quay lại, đáp chậm rãi:

- Ai chả biết là như thế, nhưng tay xách nách mang lấy gì mà nuôi chúng nó lớn lên đây?

- Giời sinh voi, giời sinh cỏ ông ạ. Có lo cũng chẳng đi đến đâu. Đã thế, chỉ làm khổ chính mình.

Ông Thìn nhìn vợ khá lâu rồi bước quay vào. Trong những bước quay vào ấy, ông đã hiểu rõ được lòng của người bạn đời. Bà muốn gia nhập vào đoàn người di cư vào nam tìm tự do thay vì ở lại. Ông chấp nhận, rồi bụng bảo dạ, chuyện đến đâu thì hay đến đó.

Theo quyết định này, ông Thìn đã từ giã Thái Bình, nơi ông đã được sinh ra và lớn lên. Lúc lớn lên ông đã gia nhập vào đoàn quân tự vệ giữ làng giữ nước, giữ lấy quê hương Việt Nam. Dĩ nhiên, trong đó có cả ý hướng là giữ lấy phần mồ mả, sản nghiệp của tổ tiên. Nói là phần sản nghiệp của tổ tiên cho nó có tiếng vậy, trong thực tế, phần gia sản riêng ấy chẳng lấy gì làm to tát cho lắm.

Ngoài phần mộ mang tính cách thiêng liêng của cha ông truyền lại, gia sản của ông lúc bấy giờ chỉ bao gồm vài mẫu ruộng, vài con trâu, hai bàn máy may công nghệ hiệu Singer, và căn nhà năm gian làm bằng gỗ lim, mái ngói đỏ. Tuy thế, khi nghĩ đến chuyện phải ra đi, ông thấy như đứt ra từng khúc ruột, và nước mắt của ông đã nhỏ xuống khi ông bước qua cái ngưỡng cửa căn nhà đầy yêu thương mà không hẹn được ngày trở về.

Rồi trên mảnh đất mới tại Xuân Lộc, ông cùng bao người dân di cư khác đã bắt đầu vươn lên trong cuộc sống mới. Khi những người cùng trang lứa với ông đứng vững, thì những thế hệ trước đã bắt đầu nằm xuống trong lòng đất mới. Đất mới này lại biến thành quê hương của ông và những thế hệ đến sau nhận làm nơi chôn nhau cắt rốn. Cứ thế, chuyện đời cứ nối tiếp theo nhau. Theo nhau nhiều khi lại không ưng ý. Mà ưng ý thế nào được khi những chuyến đi của thế hệ trước đã phải chôn vào lòng đất với họ một giấc mơ nhỏ bé. Giấc mơ được một lần trở lại thăm quê xưa! Kết qủa, chỉ có tiếng dặn con cho ngày về. Phần họ, chuyện ấy là không. Riêng lớp tuổi như ông Thìn, vẫn hy vọng rằng đời mình may ra có được cái may mắn ấy trước khi qúa trễ chăng?

Tuy nhiên, đó chỉ là mộng. Bởi vì, lòng ông đang có một giao động lớn! Ông lặng yên một lúc thật lâu rồi bảo người con lớn:

- Vào quân đội thì chẳng mấy người muốn, nhưng trong thời chiến thì đây là một bổn phận chẳng trừ ai. Thôi, con cứ đi đi...

Nghe ông nói thế, bà Thìn nhổm người lên:

- Ông nói hay nhỉ, đã không lo chạy chữa cho nó, còn bảo nó đi là nghĩa lý gì?

Ông thở ra một hơi thật dài:

- Ai cũng tính đến chuyện gởi con gởi cháu, tính đến việc trốn tránh nhiệm vụ. Khi chúng đã vào đến đây thì chạy đi đâu, lên thiên đàng chăng?

Ông chưa dứt lời, bà Thìn đâm ra gắt gỏng:

- Ông cứ ngồi ở đấy mà vẽ chuyện. Phải... bà kéo cái giọng nói cho dài ra: Quốc gia hưng vong thì thất phu hữu trách. Sách ấy thì ai chả thuộc. Nhưng chỉ có hàng thất phu, hạng không quan không quyền, hạng nông dân áo vải, hạng không có tiền bạc, không thân không thế như mình mới phải có trách nhiệm thôi. Còn những kẻ ăn trên ngồi tróc thì ... miễn. Ông không mở mắt ra mà xem, bọn con quan quyền kia, có đứa nào phải ra trận không? Ông không muốn lo cho nó thì để tôi lo!

Nói xong, bà giận dỗi bỏ đi. Phần ông, ông ngồi lặng thinh trên ghế, quên cả việc đưa mắt nhìn theo dáng đứa con lớn của ông vừa đứng dậy.

Đến sau khi thằng lớn đã vào quân đội, chuyện bà Thìn giận ông cũng bằng thừa. Bởi lẽ, chẳng bao lâu sau đến phiên thằng kế. Ông lại lặng lẽ để con lên đường. Khi tin thằng em bị thương về đến nhà, bà Thìn khóc như nó đã mặc áo phủ màu cờ. Lúc ấy, bà không quên ra lời trách cứ ông. Ông Thìn vẫn lặng yên...

Đến khi đứa lớn, đứa nhỏ kéo nhau trở về tay không. Ông Thìn chỉ còn lại đôi mắt trắng và những đêm mất ngủ. Lúc ấy, bà cũng quên luôn tiếng cười, nhỏ nhẹ hỏi ông:

- Bây giờ mình tính làm sao hả ông?

- Còn tính với toán gì nữa. Tổ đã vỡ làm sao tránh được trứng bể. Cuộc trả thù rửa hận này chắc chẳng bao lâu sẽ đến.

Mật đã vỡ, nghe được câu lý giải của chồng, hai hàm răng bà Thìn đánh vào nhau nghe cầm cập.

Gặp lúc hạn, cỏ đồng khô, hồ cạn nước, con ông lại được Việt cộng ưu ái đón vào tù mà chúng hoa mỹ gọi là học tập cải tạo. Đến lúc ấy, bà Thìn mới thật sự dở khóc dở cười. Lúc trước, bà cũng khóc khi tiễn con ra chiến trường. Nhưng trong nước mắt ấy còn có niềm hy vọng được ôm lại đàn con trong vòng tay. Lúc này, chỉ còn là nước mắt thống khổ. Bởi vì con của bà bị giao vào tay bọn Hồ ly Việt cộng thì biết ngày nào ra. Riêng ông, ông lại cho rằng đây vẫn chưa phải là cái tai họa cuối mà Hồ ly giáng xuống cho người dân trong thời lá đỏ.

Kịp đến ngày 02-8-1977, mặt trời như đi ngủ sớm vì mây giăng làm mưa. Cảnh trời buồn, khó tìm được niềm vui. Nhưng trong nhà ông Thìn bỗng có tiếng cười nói xôn sao khác với vài tuần lễ nay. Lý do, ông Thìn đã bình phục chứng sơ gan và trở về nhà sau hơn hai tuần lễ nằm điều trị tại bệnh viện Sùng Chính, Sài Gòn. Lúc ông về, bà mừng ra mặt, lũ con huyên thuyên bên mâm cơm trong chiều đoàn tụ.

Ông Thìn ngồi xuống cái ghế quen thuộc của ông đặt ở đầu bàn ăn. Bên tay trái của ông là Bà Thìn, tay mặt ông là đứa con trai út, kế đó là mấy người con gái của ông đang lo sắp chén bát, hoặc bày thức ăn lên trên bàn.

- Nhà này có mấy người. Tất cả ngồi im. Không ai được di chuyển. Trái lệnh, bắn tại chỗ!

Lao vụt vào trong nhà theo cái giọng lạnh lùng, dao cắt ấy là những bóng hình chao đảo dưới ánh đèn đêm nom như những bóng ma. Nhưng sự thật, đó không phải là những bóng ma. Chúng là Việt cộng, là công an, là bộ đội của Hồ chí Minh được trang bị dưới mỹ từ "cách mạng", "giải phóng" lao vào nhà dân mà không cần gõ cửa đấy. Viết về chúng, dĩ nhiên, chả cần phải giải thích thêm về cụm từ giải phóng, cách mạng của chúng làm gì. Bởi vì, từ mấy chục năm nay, người dân Việt Nam đã từng nhìn thấy và biết rõ kết quả sau khi cán cộng xuất hiện. Không có một nhà nào, nơi nào còn được vẹn toàn, bình yên sau khi chúng đến và đi. Bởi thế người đời có câu:

Nơi nào cờ đỏ vẽ sao,
Người dân khốn khổ lao đao bỏ đời.

Đêm nay, đêm 02-8-1977 tại tư gia ông Thìn thuộc quận Xuân Lộc cũng không có ngoại lệ. Bọn Hồ ly Việt cộng lăm lăm những cây súng của bọn Nga, Tàu trên tay và dí xát vào từng người có mặt trong căn phòng ăn. Chỉ trong thoáng mắt, căn phòng chật ních những nhân sự gọi là đoàn quân giải phóng nhân dân của Việt cộng. Sau đó chúng hô hoán nhau, tỏa ra khắp nhà. Từ sân trước đến sân sau, cả trong nhà bếp, không còn một chỗ trống.

Riêng cái sân rộng trước nhà cũng có vấn đề. Vài, ba con chó vẫn thường hiên ngang, to mồm chiếm giữ như là phần đất riêng. Trước đây, chúng luôn tranh thắng khi có người khách lạ vào thăm gia chủ. Lúc này đụng phải... anh em, bạn nối khổ của Hồ chí Minh, bầy chó hoảng vía, vỡ mật. Chúng kêu không thành tiếng, tán loạn bỏ chạy và nhường khu đất của chúng lại cho người anh em mạnh thế hơn chiếm giữ.

Trong khi đó, quanh mâm cơm chiều trong phòng ăn chỉ còn những đôi mắt trắng nhìn nhau với hơi thở không đều nhịp. Chẳng ai dự đoán được chuyện gì sẽ xảy ra. Ông bà Thìn và các con đều đổ dồn đôi mắt lên người con trai út. Lo âu:

- Anh này là ai, tên gì?

Giọng nói lạnh, xé vỡ toang sự yên lặng ghê rợn vừa phát ra từ một khuôn mặt đen đủi. Tôi yên lặng, bà Thìn trả lời thay con:

- Nó là con tôi.

- Yêu cầu anh đứng lên nghe đọc pháp lệnh nhà nước!

Như một bánh xe xì hơi, tôi nhìn quanh, bủn rủn chống tay lên mặt bàn, đứng dậy. Cùng lúc ấy, Tấn một tên công an Việt cộng nổi tiếng hắc đạo ở quận Xuân Lộc, kẻ mà tôi đã từng biết mặt, gặp gỡ vài lần, vội lao vào, hỏi như hét:

- Chìa khóa chiếc xe Toyota đâu?

Tôi quay nhìn nó, đáp gọn:

- Để ở trên bàn của tôi.

Chưa nghe dứt câu trả lời, Tấn đã vào buồng riêng của tôi ở bên cạnh chộp lấy chùm chìa khóa nhà, trong đó có chìa khóa chiếc xe Toyota của ông Thìn, nó cười như một kẻ chiến thắng. Không thêm không bớt một lời, nó ra khỏi nhà và lái chiếc xe đi như là chủ nhân của chiếc xe. Từ đó chiếc xe không bao giờ còn được trở lại với gia đình ông nữa.

Cùng với diễn tiến đột xuất và nhanh chóng của Tấn, kẻ hỏi tên tôi lúc trước, hắng dặng, vào đề:

- Tôi là Vũ hồng Thống, cán bộ chấp pháp huyện Xuân lộc, thay mặt công an tỉnh Đồng Nai, đại diện công an thành phố và chính quyền cách mạng nhân dân sẽ long trọng đọc pháp lệnh của nhà nước, yêu cầu anh nghe và nghiêm chỉnh chấp hành. Đề nghị đồng chí Côn, chủ tịch khu xóm đứng làm chứng trong vụ việc này. Thống trịnh trọng:

> *"Cộng hòa xã hội chủ nghĩa Việt Nam.*
> *Độc lập tự do ấm no hạnh phúc.*
> *Pháp lệnh.*

> *Nhà nước cộng hòa xã hội chủ nghĩa Việt Nam truyền lệnh khám xét và bắt giam khẩn cấp ông Bùi văn Thìn, 64 tuổi, hiện ngụ tại khu, ấp, xã, huyện Xuân Lộc Tỉnh Đồng Nai, về tội chứa chấp người và làm cơ sở chỉ đạo Phong Tráo Cách Mạng Dân Tộc, với âm mưu lật đổ chính quyền cách mạng.*

> *Nay lệnh khám xét và bắt giam khẩn cấp cơ sở của đương sự này.*

> *Công an thành phố Đồng Nai. ấn ký.*

Gió rừng Xuân Lộc vốn lạnh vào những ngày tháng tám, khi đứng nghe Thống đọc bản văn mà những đường chân tóc của tôi nghe rờn rợn hơn. Đôi mắt tôi bỗng đổ ụp xuống trên người cha già. Cùng lúc ấy, bà Thìn hoảng hốt, bật khóc, ôm chặt lấy chồng. Các cô con gái của ông cùng làm theo mẹ. Ông Thìn rũ người xuống, đầu gối trên cánh tay để trên mặt bàn.

Phần tôi trong nỗi uất nghẹn, nước mắt chợt lăn trên mặt. Nhưng thật nhanh, tôi hiểu được toàn bộ vấn đề. Việt cộng bắt ba tôi, có nghĩa là những liên hệ của gia đình này vào tổ chức bị đánh giá rất nhẹ. Chúng chỉ muốn cướp những chiếc xe của gia đình tôi hơn là biết rõ về mặt tổ chức. Tôi nhìn Côn, đôi mắt Côn không cho câu trả lời. Hơn thế, người trưởng khu xóm này hoàn toàn bị động. Nghĩa là anh ta cũng không biết gì khác ngoài việc làm hướng dẫn viên cho Việt cộng đến nhà ông Thìn vào buổi tối hôm ấy.

- Anh đi theo tôi để thi hành lệnh khám xét nhà. Đề nghị anh trưởng khóm cùng đi để lập biên bản tại chỗ.

Bảo đứng dậy như cái xác không hồn, bà Thìn kéo tay con dặn. Con để ý cái vali của mẹ. Bảo hiểu ý, gật đầu. Ngoài trời chỉ còn lại bóng đêm. Trong nhà, mấy cái đèn được thắp lên, nhưng dĩ nhiên, không đủ sáng để ngăn những kẻ đi ăn cướp đêm hành nghề. Bảo quay lại nói với Côn:

- Anh đi theo tôi, và nhớ bảo quản tài sản cho giai đình tôi.

- Được, anh cứ yên trí.

Như thêm vững bụng, tôi đứng lại, bảo Thống:

- Vì trời quá tối, đề nghị nhân viên của anh không được tự tiện đi lại trong nhà. Tôi chỉ chấp nhận những gì anh khám xét thấy khi có mặt tôi và anh trưởng ấp mà thôi.

Chẳng hiểu nghĩ gì, hắn quay lại bảo lũ lâu la:

-Ba đồng chí có phận sự khám xét đi theo tôi, các đồng chí khác bảo vệ an toàn bên ngoài.

Cuộc khám xét nhà chấm dứt vào gần 11 giờ đêm. Những bạn cố tri của Hồ chí Minh lùi lũi ra khỏi nhà như những bóng ma đêm với một xấp giấy tờ cá nhân của Bảo. Nó bao gồm học bạ, bằng cấp từ tiểu học đến Đại Học, cả bản chính và bản phiên dịch ra ngoại ngữ đều được chúng nghiêm trọng bảo vệ. Lý do, chúng tin chắc rằng đây là những tài liệu tối mật của CIA còn để lại, mà gia đình ông Thìn có bổn phận phải phát tán và cất giữ. Thấy thế, Bảo lên tiếng:

- Yêu cầu anh trả tập ấn loát kia lại cho tôi. Ở đó chỉ có những bằng cấp và những bản phôto, kể cả nhiều bản đã phiên dịch ra ngoại ngữ. Nhà nước không có lệnh thu giữ những bằng cấp ấy.

Vũ hồng Thống, tên chấp pháp trợn ngược đôi mắt trắng lên nhìn tôi. Y không trả lời, nhưng lệnh cho toàn bộ bò rút khỏi nhà.

Khi có lệnh của Thống đưa ông Thìn ra xe thì ông đã nằm bất động như cái xác không hồn ở trên giường. Da mặt ông tái nhợt dưới ánh đèn mờ với hơi thở yếu và mệt nhọc. Nói cho ngay, sau vài tuần nằm viện mấy ai trở về nhà mà khỏe lại ngay. Đã thế, lại rơi vào trường hợp như ông Thìn đêm nay, nếu ông có... đi luôn trong đêm ấy cũng là chuyện vẫn có thể xảy ra. Theo đó, bà Thìn rồi lũ con quỳ xụp xuống quanh chiếc giường ông đang nằm như để nghe lời trăn trối. Riêng Thống, gã vẫn đứng bất động trước cảnh tượng này. Bảo liều lĩnh đề nghị:

- Anh Thống, anh có cách nào giúp. Ba tôi ở viện mới về, chén cháo chiều chưa kịp ăn... Nếu anh ra lệnh khiêng ba tôi ra xe, tôi e rằng ...

- Anh thôi phát.

- Hay là... tôi xin đi thay ba tôi được không?

- Nhà nước không ra lệnh bắt anh.

- Nhưng ba tôi yếu qúa. Anh cho ba tôi qua đêm ở nhà được không?

Thống trừng mắt nhìn Bảo:

- Ông ấy trốn đi thì tôi thế mạng à?

- Anh Thống, anh nghĩ ba tôi sẽ đi đâu? Ông ngồi dậy không nổi mà còn lo trốn đi đâu? Hơn thế tôi đây, mẹ và cả các em tôi còn đây.

Thấy Thống im lặng, bà Thìn nói chen vào.

- Anh Côn, xin anh nói giúp bác vài nhời...

Côn gật đầu, kéo Thống ra ngoài nói chuyện khoảng chừng dứt điếu thuốc, gã quay vào:

- Anh có bảo đảm bằng tính mệnh là ba anh không bỏ trốn đi hay không?

- Tôi xin bảo đảm và đi thế cho ba tôi.

- Nhà nước bắt bố anh chứ không phải ra lệnh bắt anh. Ngưng lại một chút, gã tiếp, Anh chủ ấp có đám bảo không?

- Báo cáo anh, tôi đảm bảo.

- Ông ấy trốn đi là anh đi thế đấy?

- Báo cáo rõ.

Một lát sau, Thống lạnh lùng:

- Anh có dám làm giấy bảo lãnh cho bố anh qua đêm không?

- Tôi, mẹ tôi và các em tôi đây xin đem sinh mạng ra mà trao đổi.

- Được, anh làm giấy đi.

Bảo mừng rỡ, viết vội tờ bảo chứng. Thống cầm tờ giấy bảo lãnh có ba chữ ký rồi kéo nhau ra khỏi nhà ông Thìn...

Đêm đã xuống thật lâu. Ông Thìn như tỉnh dần lại. Ông gượng dậy ăn mấy thìa cháo. Ông chỉ nhìn vợ và các con thay cho lời nói. Một lúc sau, Bảo quỳ phục xuống chỗ ông ngồi, nắm lấy tay ông.

- Ba, con xin ba một điều được không?

Ông nhìn con, một lúc sau, gật đầu:

- Con muốn nói gì?

- Khi ba phải ra đồn công an, con chỉ xin ba một điều duy nhất, ba khai với chúng là ba không biết đọc không biết viết thôi, được không ba?

Chẳng hiểu đứa con tính toán ra sao, nhưng ông gật đầu bảo:

- Được, cái ấy thì làm được.

- Con xin cám ơn ba. Ba cứ yên tâm giữ gìn sức khỏe, mọi chuyện ở nhà con sẽ phụ giúp với mẹ và các em. Và mẹ, các em nữa, phải nhớ rõ một điều là chỉ có chú Tư ở nhà mình thôi. Nhớ là không có ông Linh Mục Nguyễn Huy Chương nào hết.

Chừng nghe con nói thế, ông Thìn nắm lấy tay con.

- Chả còn cách nào hơn!

Đêm ấy, gia đình ông quây quần bên nhau chờ trời sáng và sắp sẵn nhiều phương hướng dự trù cho cả nhà.

Sáng hôm sau, chín giờ sáng Bảo và ông Thìn ra đến đồn công an Xuân Lộc trên chiếc xe Lambretta 750 ba bánh. Đây là chiếc xe mà gia đình ông dùng làm phương tiện sinh sống từ nhiều năm qua trong việc chuyên chở hàng hóa và hành khách đi chợ. Chẳng ai ngờ, hôm nay ngày 3-8-1977, chiếc xe Lambretta 750 này lại biến thành chiếc xe đưa ông vào tù. Trên chuyến xe đưa ông Thìn vào tù hôm đó còn có Linh, cháu của ông, làm tài xế chiếc xe.

Tiễn chân ông Thìn ra tận chiếc xe của gia đình là bà Thìn và các con cháu của ông và một số thân nhân, lối xóm. Mấy đứa con ông đòi lên xe theo cha, nhưng ông, rồi Bảo đều khuyên họ nên ở nhà. Dĩ nhiên, tất cả những người có mặt tại hiện trường đều không ai cầm được nước mắt. Hơn thế, chẳng một ai hiểu được lý do tại sao ông lại vị bắt. Riêng người anh rể của ông, vì qúa thương em mà quay ra trách ông:

- Đã bảo rồi, chúng nó đã về thì lo bán bớt xe cộ đi, cũng không nghe, bây giờ thì rước họa vào người. Nói xong, ông dấu lệ quay vào. ...

Vũ hồng Thống đón Bảo và ông Thìn bằng cái nhìn rất khó hiểu. Nó đi quanh chiếc xe Lambretta một vòng rồi lấy cái bàn chân có dính đôi dép râu Hồ chí Minh đạp vào cái bánh xe vài cái:

- Chiếc xe này chuyên dùng để chở tài liệu và vũ khí chống cách mạng đây!

Những người có mặt chưa hiểu Thống muốn nói gi. Nó hất cằm ra lệnh:

- Anh đưa chìa khóa xe cho tôi. Bảo vệ đâu, đưa ông này vào trong.

Bảo ngỡ ngàng ôm chặt lấy ông Thìn:

- Ba... ba giữ gìn sức khỏe nha.

Linh thì khóc òa lên:

- Con cầu cho ông được khỏe mạnh và trở về với chúng con.

Ông gật đầu nắm lấy tay Linh:

- Cám ơn các anh. Ông sẽ về mà...

Khi bóng ông Thìn khuất sau cánh của tù. Thống quay gót:

- Anh về đi, chiếc xe này tạm thời phải được giữ lại để làm điều tra.

Bảo nhìn gã:

- Trong pháp lệnh bắt ba tôi, không có lệnh giữ tài sản, yêu cầu anh trả chìa khóa chiếc xe này và cả chiếc xe Toyota lại cho tôi. Tôi yêu cầu anh trả tất cả những giấy tờ tuỳ thân của tôi lại cho tôi.

Nó cười mất dạy như Việt cộng:

- Muốn lấy lại tang vật à? Vào trong trong tù mà lấy!

Nghe thế, Linh kéo Bảo ra khỏi đồn công an Xuân Lộc:

- Đi đi chú, tiếc làm gì những thứ ấy nữa...

Ba ngày hôm sau, chuyện một đêm nào lại tái diễn trong nhà ông Thìn vào lúc buổi trưa. Lần này kẻ bị trói tay, lôi lên xe là Bảo. Bà Thìn và các con lại thêm một lần gào đến khan hơi rát cổ.

Khoảng mười giờ sáng ngày 8-8-1977 khi được dẫn từ phòng cải hối đến nhà vệ sinh công cộng ở khu trại giam, Bảo trông thấy ông Thìn ở gần đó. Ông không ở trong trại giam, nhưng Thống cho ông ở chung dãy nhà với mấy anh em thuộc đội anh nuôi (đã viết trong Lá Đổi Mùa). Thấy ông, Bảo gật nhẹ đầu. Ông hiểu ý đứng lên. Rồi cả hai, người trước người sau đi vào khu nhà vệ sinh làm dã chiến ở ngoài trời. Ngồi cách nhau một tấm tre đan.

- Ba có khỏe không ba?

Ông Thìn nhìn sang, Bảo tiếp:

- Ba ăn được không?

- Cũng được một chút đỉnh. Nó cũng bắt con rồi à?

- Vâng, đã bốn hôm rồi. Chú Tư và nhiều người khác cũng đã bị bắt.

Chú Tư là tên gọi Linh Mục Nguyễn Huy Chương trong lúc Ngài sống tại nhà ông Thìn. LM Chương là cha sở Bình Đông, còn gọi là Bốn Chương, người thư ký của Đức Cha Lê Hữu Từ, một cánh tay của Đức Cha Lê trong tổng bộ chỉ huy tự vệ Bùi Chu, Phú Nhai. Ngài là cựu dân biểu thời Đệ Nhất Cộng Hòa, và cũng là thành viên đồng sáng lập và lãnh đạo Phong Trào Thanh Niên Lam Sơn, tiền thân của Lực Lượng

Đại Đoàn Kết với Linh Mục Hoàng Quỳnh. Nhớ lại, LM Hoàng Quỳnh và LM Nguyễn Huy Chương đều từ chối bỏ giáo xứ và bỏ con chiên để di tản, dù rằng có ít nhất hai chuyến trực thăng đáp xuống ngay trước sân nhà thờ vào những ngày cuối tháng tư năm 1975. Nhưng cả hai đã phải trốn và bỏ lại giáo xứ và con chiên sau vụ nhà thờ Quang Minh.

Linh Mục Hoàng Quỳnh bị bắt trước LM Chương khoảng 9 tháng, Ngài đã chết trong trại tù Chí Hòa, (tôi không rõ ngày tháng) vì không chịu nổi những hành hình trấn áp của Việt cộng. Cùng bị bắt chung một lượt với Linh Mục Nguyễn Huy Chương là quý Linh Mục Nguyễn Võ Trang, Chánh xứ nhà thờ Thánh Giuse Hố Nai, Linh Mục Đinh Công

Huỳnh, phó xứ Bình An. Linh Mục Mai văn Bộ, Trung Tâm Fatima Bình Lợi... Ngoài ra còn có Bác Sỹ Nguyễn tấn Chức, Trưởng Phong Trào Pax Romana Việt Nam, một số luật gia, thầy giáo và mấy người con trai của ông Thìn. Một trong những người con trai của ông là cựu quân nhân QLVNCH, anh đã ra đi vào năm 1989 sau khi ra khỏi tù được ít năm.

Linh Mục Nguyễn huy Chương bị kết án khổ sai chung thân, và Ngài đã chết ở trong trại tù Phú Khánh, Phú Yên. Linh Mục Nguyễn Huy Chương và ông Thìn không có liên hệ họ hàng. Họ chỉ quen biết nhau. Tuy thế, ông có liên hệ gần gũi với Linh Mục Nguyễn võ Trang là cháu ruột Linh Mục Nguyễn huy Chương. Ông Thìn nhận lời gởi gắm của LM Trang, và đón LM Nguyễn Huy Chương về sống trong gia đình ông như là anh em ở ngoài Bắc vào thăm. Sau một thời gian dài, việc hoạt động của Ngài bại lộ và gia đình ông Thìn bị vạ lây vào tối ngày 02-8-1977.

Khi nghe kể, ông Thìn thở dài. Ông nhìn lơ đãng lên không như để chấp nhận một sự thật phũ phàng hơn là những hy vọng của ông trong mấy ngày qua. Nói cho ngay, mấy ngày qua, không phải là ông Thìn không lo. Tuy nhiên, ông vẫn hy vọng LM Chương sẽ thoát vòng lao ly. Kế đến, nếu Bảo không bị bắt thì ông cũng trút được một phần gánh nặng từ gia đình. Riêng chứng bệnh của ông thì gởi cho trời liệu định.

Tưởng cũng nên mở dấu ngoặc về cảnh sống rất đặc biệt của ông Thìn ở trong tù. Sau khi giải giao ông Thìn vào trại giam, chẳng hiểu nghĩ gì, Vũ hồng Thống để cho ông ở chung với mấy nhân viên bảo vệ trại và anh nuôi ở trong một dãy nhà thật rộng rãi ngay trước dãy nhà dùng làm trại giam, thay vì tống ông vào dãy trại giam chật ních người tù. Ở đây, nhờ có không khí thoáng mát hơn, và nhờ mấy người bảo vệ trẻ, mà đa số vì gia đình có liên hệ với tổ chức này hơn là do bản thân họ tham gia trước kia. Theo đó, họ chưa thành những tên sát thủ nợ máu với nhân dân như Việt cộng. Đã thế, họ được lớn lên trong sự giáo hóa của miền nam, bản tính lương thiện trong người hãy còn, nên chưa thể một sớm một chiều thay áo, đổi lốt thành những Hồ ly Việt cộng.

Đặc biệt, có đến bốn, năm người trong nhóm bảo vệ này vẫn thường ra vào và quen thân với gia đình ông Thìn. Trước kia, vì kế sinh nhai, họ thường theo gia đình vào Bảo Thị, để mua hàng hóa như chôm chôm, cà phê mang về Bảo Hòa, một ấp nằm trên trục lộ giao thông chính Sài Gòn ra trung, để bán lẻ cho khách hàng, hàng quán hoặc xe đò chạy trên truyến đường này.

Ngày đầu, khi gặp ông ở đây, họ ngỡ ngàng, e dè trong giao tiếp. Nhưng mấy hôm sau, họ vẫn vào nhà ông để mua hàng. Họ nghe kể câu chuyện về nhà ông, họ tận tình giúp ông từ miếng ăn đến giấc ngủ. Có người còn vào tận nhà ông để lấy đồ tiếp tế và thuốc uống cho ông mỗi khi vào mua hoa trái. Nhờ đó, ông cũng nguôi ngoai phần nào nỗi buồn.

Hôm nay, nhìn thấy con đã ở trong tù, lại nghe tin dữ, nỗi thất vọng hoàn toàn chiếm lấy ông.

- Vậy thì hỏng. Mẹ con và mấy đứa nhỏ cũng khó mà tránh vạ lây.

Dĩ nhiên là Bảo không thể trả lời được câu hỏi này, anh đành nói với ông:

- Thôi, ba cứ ráng giữ gìn lấy sức khỏe của ba. Chuyện ở nhà có mẹ và các em con. Chuyện trong này thì phó thác cho giời đất vậy. Muốn đến đâu thì đến. Nếu chúng hỏi gì, ba cứ bảo là không biết kể cả việc không biết đọc không biết viết là xong. Việc chú Tư ba cứ nhận là có cho chú ấy ở nhờ dưỡng bệnh, nhưng không hề biết ông ta là Linh Mục. Bởi vì con của ông đưa về, bảo là thày dạy của nó bị bệnh muốn nhờ nơi yên tịnh để dưỡng bịnh mấy hôm. Nhìn thấy cảnh đáng thương thì ba cho ở nhờ mà chữa bệnh.

- Đành vậy, ông gật đầu.

Bảo chưa nói xong câu chuyện, người bảo vệ đứng phía ngoài hỏi:

- Anh làm gì lâu thế, yêu cầu trở về phòng.

Bảo vội nói với ông Thìn.

- Ba nhớ giữ gìn sức khỏe nhá.

Ông gật đầu và nhìn con đi theo người bảo vệ về cải hối. (loại phòng biệt giam)

Sau hơn một tháng bị biệt giam (ăn, ngủ, ị tại chỗ) Bảo được chuyển về B5, Biên Hòa, ông Thìn không một hay biết. Mãi sau này một người bảo vệ có nhiệm vụ mang cơm, nước cho phòng biệt giam báo cho ông biết tin. Từ đó, bước chân ông thêm lẻ loi và đếm ngày một thêm dài ra. Nhưng bất ngờ, khoảng giữa tháng mười một, Vũ Hồng Thống lại gọi ông lên:

- Ông không biết đọc, không biết viết thật à?

- Ơ hay, tôi nói dối các ông làm gì?

Nghe thế, Thống bước hẳn vào phòng hỏi cung, ra lệnh:

- Thôi được, đọc chậm, cắt nghĩa cho ông ta nghe bản tự thú và yêu cầu ông ta lăn tay vào đấy!

- Ông nghe rõ rồi đấy. Cán bộ chấp pháp đã lệnh thế thì tôi đọc đây, ông liệu mà nghe cho rõ vào. Đây là bản ghi chép những tội trạng mà ông đã cung khai, tôi đọc cho ông nghe lần nữa và yêu cầu ông lăn tay vào đây cho tôi.

Ông Thìn bảo Vũ hồng Thống:

- Việc ấy thì e rằng không làm được các ông ạ. Không phải là tôi không tin ông, nhưng chữ nghĩa không biết thì nó khổ thế đấy. Hay là nhờ ông cho gọi con tôi ra, và bảo nó đọc cho tôi nghe thì có lẽ tôi mới dám lăn tay vào đấy.

Thống trợn ngược đôi mắt lên, gã bước ra khỏi phòng và để mặc ông Thìn ngồi đó với chồng giấy trước mặt. Sáng hôm sau, nhà ông Thìn lại lên cơn sốt. Mẹ con bà Thìn ôm lấy nhau mà khóc khi Vũ hồng Thống sai bảo vệ đem xe deep vào tận trong sân nhà ông Thìn chở hai người con gái của ông ra đồn công an làm việc. Vì không được thông báo lý do, mẹ con bà Thìn tưởng rằng, chúng theo kế hoạch sẽ lần lượt bắt từng người, từng người trong gia đình bà. Bà buồn khổ. Bà ngửa mặt kêu trời, than đất, trong lúc vài đứa em nhỏ lại vội vàng vơ lấy vài ba cái quần áo cho hai chị mang vào tù. Mãi đến khi gặp ông Thìn, biết rõ lý do được mời ra đồn công an, hai người con gái của ông Thìn mới hết khóc. Nhưng tay chân vẫn còn run lẩy bẩy.

Sau vài câu hỏi qua loa, Thống ra lệnh cho Lan đọc bản tự khai của ông Thìn, trong lúc Ngà, cô em khác ngồi ôm chặt lấy cánh tay ông. Sau mỗi trang, thuận ý, Thống cho đánh dấu, ghi tên người đọc và ông Thìn lăn tay vào đó. Qua trưa, xe công an lại chở hai người con ông trở về. Mẹ con bà lại òa lên khóc. Giữa tháng 12-1977 ông được trả tự do, trong nước mắt ngập tràn của cả nhà và lối xóm.

Rồi hơn năm sau khi gặp lại con, ông Thìn vui, nhưng vẫn lặng lẽ. Cuối cùng ông bảo:

- Con liệu lấy đường mà đi thì hơn!

- Ý ba như thế à?

- Có lẽ không còn cách nào hay hơn. Anh con còn ở trong tù, ngày về chưa có. Con có ở nhà, có muốn sống với mảnh đất và cái nghề nông này cũng không yên. Theo ba, con nên tìm lấy con đường khác thì hay hơn.

Biết không thể ở lại, và theo lời ông, Bảo quyết định ra đi. Đầu năm 81, Bảo đi. Nhưng người yêu dấu lâu rồi không gặp, lại cũng không có dịp giải thích lý do. Hờn dỗi, đứng trong hàng rào, lúc chia tay. Nàng ở lại, làm cuộc chia ly thêm nước mắt. Năm 1990, bà Thìn bỏ ông mà vào cõi vô tận. Mười năm sau, sau khi bà Thìn ra đi, ông Thìn lại làm một chuyến đi không bao giờ có trong ý định của ông. Ông đi du lịch để thăm con. Trong đêm tái ngộ, Bảo đã hỏi ông:

- Ba có muốn ở lại đây với con luôn không?

- Không, ba đi thăm con thế này là đủ rồi. Ba đả thỏa ước nguyện của Mẹ con khi ba gặp các con rồi. Ở đây với con ít ngày rồi ba sẽ trở về nhà. Ba sẽ sống và chết với mảnh đất ấy.

- Ba có tiếc và ân hận về việc nuôi chú Tư (LM Nguyễn Huy Chương) ở trong nhà mình một thời gian để ba vướng vào cái họa tù đày hay không?

- Thật lòng là ba không thấy hối hận về chuyện ấy. Ba chỉ tội cho chú ấy, vì việc chung mà phải gục ngã trong lao tù. Và tiếc là ngày chú ấy chết, ba không biết và không thể đi đưa tiễn thôi.

- Con cám ơn ba. Ngày mẹ con đi, con không về, xin ba tha thứ cho con.

Ông nói:

- Con không về được cũng không phải là một cái tội. Con có xem hình rồi, ba có cho để năm cái tang lên quan tài của mẹ con.

- Ba... con cám ơn ba đã thương con. Nhưng nếu... một ngày nào đó con vẫn chưa thể về thì sao? Ba có trách con không?

Nhìn con một lúc, ông nói:

- Ba tưởng rằng con đã có chút khôn lớn, trưởng thành, biết phân tích nặng nhẹ, ai ngờ, cũng vẫn thói thế nhân thường tình!

Ba tháng sau, ông Thìn lại quay về chốn xưa. Rồi nắng mưa mỗi ngày thêm đè nặng xuống thân tre già. Tuổi đời như núi khổ tiếp tục đổ xuống trên đôi vai ông. Tre như trụi lá mà ngày chờ một dài. Ông vẫn chưa gặp lại đứa con nơi hải ngoại tại quê nhà. Điều an ủi cho ông, đứa cháu nội nơi tha hương đã vài lần về thăm ông thay cho bố nó. Nhìn thấy cháu, lòng ông lại quặn đau. Ông ôm nó vào lòng mà không nói nên câu.

Ông bước vào tuổi 94. Trong ngày mừng Đại Thượng Thọ, gần như đủ mặt con cháu quy tụ bên ông. Ông thêm vui vì đứa cháu nội từ hải ngoại thay bố về chúc tuổi ông. Với một niềm tin chưa giảm. Ông sẽ còn đủ sức chờ con về trong ngày hoan ca của đất nước, và rồi ông sẽ đi tảo mộ cho chú Tư. Ông bảo thế.

Nhưng mỗi ngày qua đi là một ngày Bảo thấy bất an. Những cuộc điện thoại viễn liên không đủ an lòng đứa con xa nhà. Có những đêm, Bảo giật mình choàng dậy vì tiếng điện thoại. Vội vàng chạy lao ra cầm lấy cái ống nghe. Khi nhấc lên, chuông reo đã tắt. Muốn cắt điện thoại trong đêm thì lại sợ. Kết qủa, có những đêm như kẻ điên, Bảo chửi toáng lên ở trong ống nghe khi đầu giây bên kia đã xin lỗi vì lộn số. Đêm thì thế, ngày cũng chăng an. Thôi thì quên được ngày nào thì hay ngày đó.

Mùng ba tết Mậu Tý, 2008, Bảo lại hỏi ông:

- Ba... năm nay cháu Ân không về, ba có nhớ nó không? Ba muốn chúng con về thăm ba không?

- Muốn thì ai chả muốn. Nhưng mẹ con đi rồi, ba không đi thăm nuôi con được nữa đâu!

- Ba... Ba tha thứ cho con nhá!

- Lớn rồi thì nên làm những việc đáng làm... Ba đã vào cuối đời rồi... con ơi! Lửa đèn nào mà không tắt... Các con hãy bảo nhau mà sống cho nên người là ba mừng rồi. Nhớ lấy đấy, nếu có dịp, con hãy về đắp mộ cho chú Tư thay cho ba nhá...

- Vâng...

Câu chuyện nghe ra còn mới như thế. Cho đến trưa nay, ngày thứ sáu 29-02-2008, nhằm ngày 23 tháng giêng, lúc 1giờ 15 phút, điện thoại tại sở làm lại reo hoài reo mãi. Năm bảy lần nhắc lên lại tắt ngủm. Để rồi lần cuối, diện thoại nhắc lên chưa kịp nói gì thì phía dầu giây bên kia đã vang rõ tiếng của cô em gái.

- Anh... phải anh Bảo không?

- Anh... anh đây, có chuyện gì không?...

- ... Anh ơi... Ba ... Ba đã đi rồi!

Trời như không còn nắng. Đất như đảo lộn, quay cuồng làm tôi choáng váng, gục ngã. Cái điện thoại rời tay từ lúc nào Vũ không hay biết...

Bảo Giang
Đêm Vĩnh Biệt Cha. 29/02/2008

Vào nam

Kính dâng thân mẫu.

Sau hai năm bú mớm, tôi được cho vào ngồi trong thúng để lìa bỏ phần đất, nơi tôi đã được cưu mang và làm người. Chuyến ra đi ấy, thực sự không để lại trong tôi một chút hình tượng nào. Trái lại, nhiều lúc tôi nghe ra rất xa lạ và đôi khi còn nghi ngờ nó không có thực. Bởi lẽ, có đến bảy, tám năm sau, nghĩa là vào những năm cuối của bậc tiểu học, tôi vẫn không hiểu nổi lý do tại sao, tôi phải ngồi vào trong thúng để mẹ tôi gánh chạy lúp xúp theo sau ba tôi, và theo đoàn người tránh giặc Hồ, đi tìm tự do.

Giặc Hồ là thứ, loài gì, đầu đuôi nó ra sao mà người ta ghê tởm nó đến nỗi phải chạy trốn cho thật xa? Rồi tự do là cái chi chi, mà người ta đã phải đánh đổi bằng cả mạng sống của mình? Đó là những câu hỏi tôi không thể tìm ra giải đáp vào những năm còn thơ ấu.

Mãi sau này, khi đã lớn, tôi mới thấu hiểu được nguyên do cơ bản đã thúc đẩy hàng triệu người bồng bế nhau, bỏ quê hương đất bắc di cư vào nam. Nhưng phải chờ đến một ngày cuối tháng 8- 1975, tôi mới thật sự biết được câu chuyện di cư của đời tôi, cũng như ước vọng của đoàn người ra đi trước kia.

Hôm ấy là ngày tôi gặp mặt người em của ba tôi lần đầu. Nếu bảo đây là lần đầu tiên thì không đúng lắm. Bởi lẽ, chính tôi ngày xưa đã được bà bồng bế trên tay. Hơn thế, bà còn thế mẹ tôi, lúc bế, lúc gánh đỡ đôi quang nặng cho chị trên đường ra bến đò Ninh Giang. Bến đò Ninh Giang trước kia thuộc Hải Dương sau trở thành phủ lỵ tỉnh Vĩnh Ninh, nằm về phía đông nam Thái Bình, nó cách quê hương của tôi vào khoảng nửa ngày đường.

Ninh Giang không lớn, cũng không có bề dầy của lịch sử, nhưng bỗng nhiên trở thành một mốc điểm để nhiều người từ nhiều ngả kéo nhau về. Tên của nó nổi lên như là một chứng nhân cho cuộc di cư đổi đời sau ngày đình chiến năm 1954. Và làm nhân chứng cho nhiều cuộc chia ly não lòng. Phận người đi chưa lúc nào ngưng đôi mắt nhìn về bến cũ. Còn kẻ ở lại, nước mắt mỗi lúc một thêm nhạt nhòa vì bóng người đi mờ dần vào trong màn đêm:

- Anh chị ở lại Ninh Giang bao lâu?

Cô hỏi, mẹ tôi trả lời:

- Chỉ ở đó qua một đêm thôi, sáng hôm sau cả nhà lên ô tô để xuống Xuân Sơn, Kiến An.

- Rồi từ đó mình xuống tàu vào nam à chị?

- Không cô ạ. Anh chị phải ở lại đây lâu lắm, có nhẽ cả tháng trời đấy. Mãi sau mới có ô tô về Hải Phòng. Khi ra Hải Phòng ai cũng tưởng là sẽ ở trong trại thêm một thời gian nữa. Nhưng không, ra đến đó là xuống tàu vào nam ngay!

Nghe đến đây, cô buột miệng:

- Em mà biết anh chị ở lại Xuân Sơn lâu thế thì khéo mà cũng đến bỏ lại mẹ già! Ngưng lại một chút, cô kể:

- Sau khi anh chị và các cháu vào trại ở Ninh Giang, em như một kẻ điên dại, chạy đảo hết bên này sang bên kia. Có lúc em đã toan chạy vào theo anh chị rồi muốn đến đâu thì đến. Nhưng nhớ đến mẹ, em lại không dám. Cứ thế hai ba lần cho đến khi bóng ngả qúa ngang đầu em đành quay về. Chị ạ, con đường chưa bao giờ dài và hoang vắng thế, em đi cứ như là bị ma đuổi ấy. Khi về đến nhà trời đã tối. Mẹ không lên đèn nhưng đứng tựa cửa nhìn ra đầu ngõ, người đứng mà nom như muốn đổ gập xuống vậy. Phần em, chả còn lòng trí nào để bước vào nhà. Một lúc sau, mẹ hỏi:

- Con Điều đấy à? Chúng nó đâu cả rồi?

- Đến Ninh Giang rồi mẹ ạ!

Nghe thế, mẹ bật khóc, còn em ngồi bệt xuống trên bậc thềm, mặc cho vạt áo thấm nước mắt. Mặc cho cây cau, mái nhà, cái sân đất chạy lộn ngược lên trong tầm mắt, em đã chẳng còn thiết tha bất cứ một thứ gì nữa. Mẹ cũng thế, hỏi được một câu rồi lại im lặng. Chị ạ, Có đến mấy tháng giời, em đã không ngủ được. Vào ra thì nó nao nao làm sao ấy. Rồi một lần, sau câu chuyện với hàng xóm, em lén mẹ, lấy gói quần áo chạy thục mạng ra bến tàu Ninh Giang để xem còn chuyến đi nào nữa không. Khi đến nơi, chỉ thấy những cánh gió thổi tiêu điều trên giòng nước đục, và dăm ba người với đôi mắt nặng nhìn theo giòng nước. Bến đò lúc ấy nom tang thương hơn cả người đứng đợi. Em đành quay về, vò võ trong những đêm thâu!

Nghe cô kể lại câu chuyện cũ, bà Thịnh ngồi bất động không nói qua một nhời nào, trong lúc tiếng cô nhỏ dần, âm thanh chỉ vừa đủ cho người lắng tai nghe:

- Vài ngày hôm sau, đám dân quân, du kích ở làng bên kéo nhau vào nhà mình. Chúng đòi lấy nhà, lấy đất. Lúc đầu em tưởng là không giữ nổi căn nhà, may nhờ có bà hàng xóm tính kế lành làm gáo vỡ làm môi. Bà xa xả mắng vào mặt chúng, theo đó em cũng làm nhặng lên, chúng phải bỏ đi. Nhưng kể từ lúc ấy, thế gian bỗng tự nhiên khác, không còn một hình tượng nào như xưa nữa. Bác đảng về là muốn nắng có nắng, muốn mưa được mưa, chả ai dám nói ra nói vào nửa nhời. Mãi sau này, bà Vịnh, anh chị còn nhớ bà cụ ở cuối xóm mình không?

Bà Thịnh gật đầu, cô tiếp: - Bà ấy đánh liều một phen. Trong một tối họp kiểm thảo, cán bộ oang oang bảo những người có con theo chân đế quốc vào nam là kẻ phá hoại sự nghiệp cách mạng, phản bội nhân dân. Bà ta, thay vì ngồi yên chịu tội, bà ta đã chỗi dậy chất vấn cán bộ:

- Bẩm ông cán, nói thế khéo mà oan cho tôi và nhiều đồng bào khác nữa ạ!

- Oan với lại ức!

- Vâng, có thế! Bởi nhẽ, con cái tôi khi rủ nhau đi nó chả nói với tôi nhời nào. Hơn thế, xin ông cán nghĩ lại cho nhân dân được nhờ. Chúng khôn lớn cả rồi, chúng tự biết đi tìm lấy cơm ăn áo mặc. Chả có cha mẹ nào phải nuôi con cái đã thành gia thất đến già! Riêng tôi vì yêu bác, yêu xã hội chủ nghĩa nên đã quyết ở lại theo lời kêu gọi của bác. Tôi làm theo nhời bác, nhời đảng mà ông cán lại kết tội tôi là thế nào? Chả lẽ bác chỉ nói nhời nói xuông, chả đáng tin?

- Không ngờ câu hỏi ấy lại có tầm kích nhớn, cô tiếp, từ đó chúng cạch mặt bà ta, chả đá động gì đến trường hợp của con cháu bà ta nữa. Nhiều người cũng nương theo nhời bà ta mà chống chế, nên mới được tạm yên với chúng.

Nghe thế, bà Thịnh hỏi:

- Thế rồi bao giờ chú ấy mới về?

- Mãi sau mùa đấu tố nhà em mới về! Cũng là may đấy, chứ mà về trước thì xanh mả rồi!

- Khi nào chúng mở hội múa dao vậy cô? (đã viết trong Đồng Cạn).

Cô chưa trả lời thì tôi bước vào. Nhìn thấy người đàn bà lạ, có dáng ngồi khổ, vẻ như rùn xuống hoặc co ro trong cái ghế xa lông quá rộng. Tôi gật đầu chào rồi toan bước đi. Bà Thịnh chỉ tôi:

- Cháu cô đấy, cô còn nhớ nó là đứa nào không?

Nghe thế, tôi đứng lại, bà ta nghiêng mái đầu đến hai ba lần, rồi hỏi:

- Anh lớn đấy hả chị?

- Cô thật không nhận ra cháu à?

Người đàn bà ngồi đối diện mẹ tôi, một lần nữa lại nhìn tôi với cái nhìn rất sâu, bà như cố đào bới trí óc nằm chìm trong hai hố mắt trũng ra một hình ảnh nào đó trong quá khứ. Lát sau, bà tự mỉm cười:

- Chịu, em chả nhớ được!

Ba tôi nhìn sang phía cô trong lúc mẹ tôi bảo:

- Nó là thằng út đấy. Cô không nhớ cháu à? Chính cô đã bế cháu, rồi còn gánh cháu giúp chị vào cái ngày anh chị ra Ninh Giang đấy!

Nghe nhắc, bà nhổm người dậy, vỗ đét đôi tay vào nhau, thảng thốt:

- Thật thế à chị? Thằng Nhật đấy hả giời? Lại đây cô xem nào? Cháu đi làm gì rồi. Cháu có phải đi lính, làm phu thợ cho ngụy quân ngụy quyền gì hay không? Gớm anh lớn thế này, cô còn không nhận ra anh thì nói gì đến các em ở ngoài ấy. Nói ra thì bảo là dại miệng, nhưng nếu anh em các cháu gặp nhau có lẽ là đánh nhau đến vỡ đầu ra thì thôi, chứ biết gì đến họ với hàng mà nhận!

Cô nói một hơi dài, âm thanh vẻ rộn rã reo vui, kéo gọi tôi bỏ đi cái bỡ ngỡ, hờ hững ban đầu khi nhìn thấy hình ảnh của một người đàn bà lạ mặt trong lớp áo nâu bạc phếch, và cái quần đen đã tắm nhiều nắng hạ đang ngồi chuyện trò với ba mẹ tôi. Tuy nhiên, tôi không khỏi nhăn mặt vì một vài từ ngữ thuộc lòng cô vừa buột miệng nói ra. Tôi mỉm cười nhìn cô, bỏ quên do dự, ngồi xuống bên cô:

- Cô là cô Điều à? Chú và các em cháu đâu?

Cô cười rạng rỡ khi nghe tôi gọi đúng tên:

- Anh giỏi nhỉ, biết cả tên của cô à? Lần này, chỉ có một mình cô vào thăm thày mẹ cháu thôi! Chú và các em chưa đi được!

- Tại sao thế hả cô?

Hỏi xong tôi mới biết mình hỏi một câu rất khờ. Bởi lẽ, ở xứ Việt cộng tạm chiếm mà cứ làm như ở trong một nước độc lập tự do, muốn làm gì thì làm, muốn đi đâu thì đi. Cô gượng bảo:

- Có nhiều lý do lắm. Một phần vì kinh tế eo hẹp, và mười phần vì miền nam mới được giải phóng. Con người chưa được cải tạo, chưa có tiến bộ, chưa có giác ngộ cách mạng nên nhà nước chẳng muốn cấp giấy đi đường cho nhân dân miền bắc vào thăm thân nhân ở miền nam. Họ e ngại người miền bắc sẽ bị người miền nam hủ hóa vì cái lập trường tiểu tư sản của miền nam, và còn nhiều thứ lắm cháu ạ...

- Thế làm sao cô vào đây được?

- Cô đi chui đấy!

Tôi le lưỡi khi nghe cái từ ngữ rặt Việt cộng ấy lần đầu tiên. Tôi hỏi lại cô:

- Đi chui là đi như thế nào hả cô?

Thay vì trả lời thẳng, cô bảo:

- Anh chị và các cháu ở trong này có lẽ sung sướng quen rồi, ngay cái từ đi chui mà cháu cô cũng không biết ngữ nghĩa nó ra làm sao nữa? Ngưng lại một chút để nhìn tôi, cô tiếp:

- Là đi lén, đi không cho một ai biết. Đi như thế thì làm gì có giấy đi đường!

Qua âm thanh tôi thấy giọng cô kém vui, tôi liền nói:

- Mà thôi cô ạ, chuyện đó cháu xin hỏi cô sau. Hôm nay được gặp cô lần đầu, cháu muốn cám ơn cô lúc trước đã gánh cháu ra bến đò để vào nam.

Cô cười cởi mở:

- Thế anh còn nhớ được chuyện ấy à?

Tôi ba hoa:

- Chuyện ấy thì đã ăn thua gì, cháu còn nhớ là thấy cô khóc khi trao cháu lại cho mẹ cháu nữa kìa!

Người đàn bà nét tươi nét héo, cười như lả người sang một bên, gõ nhẹ ngón tay trên đầu tôi:

- Anh ăn nói giỏi nhỉ? Dễ thường những cô nhẹ dạ thì đến khổ vì anh. Mà hòa bình rồi, anh có muốn theo cô về quê chơi ít ngày không?

- Hẳn là cô đã có ý định... gả con cho ai rồi phải không?

- Đáo để nhỉ? Thế anh không sợ con gái ngoài ấy bắt rể à?

- Được như vậy là tốt mẹ nhỉ. Nhưng con chỉ ngại đụng nhầm người của bác đảng thôi.

Nghe đến đoạn chót, nét mặt cô tôi khựng lại rồi ngơ ngác đảo mắt nhìn ra tứ phía:

- Anh bạo mồm qúa! Bức vách khéo mà có lỗ tai đấy.

Tôi nhìn cô, sự xót xa dâng lên nghẹn cổ. Cô tôi, theo lời kể của ba mẹ tôi, bà là một người rất mực can đảm, trung hậu, nhanh nhẹn, vui vẻ, đảm đang. Ấy thế, chỉ một câu bông đùa của tôi đã làm cô lo sợ. Sự lo sợ thoát ra từ ánh mắt, nét mặt và cung cách. Nó tự hiển hiện hơn là giả tạo, sự kiện đó làm tôi hoang mang. Tôi phải nói lảng sang chuyện khác:

- Cô ạ, nhiều năm sau đó, cháu vẫn không tin là đã ngồi trong thúng để cô và mẹ cháu gánh đi. Có lần nhân dịp chú đội Vĩnh và cô Hiến đến chơi, cháu hỏi, cô ấy gật đầu mà cháu chưa tin. Đã thế, còn gân cổ lên trả lời, mẹ và cô chỉ hay ngạo con. Con lớn thế này thì làm sao có thể ngồi vào trong cái thúng để mẹ và cô Điều gánh đi được!

Cô Điều nói chen vào:

- Anh không tin cũng là phải. Bởi lẽ, ngay như cô đây cũng không tin rằng con đường ra Ninh Giang hôm ấy lại là đoạn đường tiễn biệt, chia tay với thày mẹ cháu những mấy chục năm giời! Tưởng đâu là chả bao giờ còn thấy nhau nữa. Nhưng cô Hiến đã kể cho anh nghe những gì?

- Cô ấy kể rằng, lúc gà chưa gáy sáng thì gia đình ta và cả khu xóm đã lên đường. Đến khi nắng lên thì hầu như mọi người đều có mặt trên con đường cái. Tất cả đều nhận ra nhau sau những lớp hóa trang, nhưng chả mấy người buồn chuyện vãn với nhau, thay vào đó là những bóng dáng miệt mài bước đi. Đến gần trưa, bóng nắng đổ hình của đoàn người đi xuống trên đường như thưa thớt dần. Thưa dần, không phải vì bỏ cuộc, nhưng vì muôn ngàn những lý do riêng. Người thì nghỉ ngơi dọc đường.

Kẻ dừng lại chờ đợi, đón người thân theo điểm hẹn. Lại có người lộn trở lại nhà tìm con tìm cháu, hay tìm mẹ già. Riêng gia đình ta thì chia thành hai toán mà đi. Đi không một chút nghỉ. Nghĩ lại, chỉ tội cho cô Điều. Gánh đôi quang nặng rã cả người ra, đến khi xuống bến, các anh các chị vội vàng kéo nhau vào trại, để riêng cô ấy thút tha thút thít quay trở về!

- Tại sao cô ấy lại không đi hả cô?

- Phần vì bà nội, phần vì chồng cô ấy đi khu chưa về...

- Như thế chuyện cô Điều gánh con trong thúng là có thật rồi?

- Còn chả thật!

Nghe chưa xong, tôi trân tráo chạy vào trong buồng của mẹ tôi, bác ghế, lấy cái thúng có đề hai chữ "di cư" treo trên vách tường xuống, chạy ra trợn trừng đôi mắt lên hỏi:

- Mẹ nói con ngồi vào trong cái thúng này à?

Khác với dự tính của tôi, mẹ tôi gật đầu:

- Chính nó!

Tôi nhìn cái thúng đầy kỷ niệm, rồi lật trước lật sau:

- Lạ nhỉ?

Cô Hiến bảo:

- Chuyện có thật đấy Nhật ạ. Con phải nhớ lấy cái ngày ấy mà cám ơn cô Điều!

Nói cho ngay, chả cần cô dặn thì tôi cũng luôn nhớ đến cái hình ảnh di cư đầu đời của tôi. Hơn thế, trong một lần rất tình cờ, tôi được thấy tấm hình những người mẹ Việt Nam gánh con ngồi trong thúng trong khi chạy giặc, tôi đã rơi nước mắt và nghĩ đến chính mình. Tôi cắt lấy tấm hình ấy và treo lên trên đầu giường như là của riêng. Từ đó, nó chả bao giờ xa tôi, và mỗi lần nhìn tấm hình là một lần tôi thấy cô Điều, thấy ba mẹ tôi gồng gánh đôi quang trên vai, còn người vô tư ngồi trong cái thúng kia là tôi. Đến hôm nay, gặp lại người đã quẩy đôi quang, gánh tôi chạy trốn giặc cộng vào năm ấy. Tôi không muốn rời xa cô:

- Cô ạ, hôm nay là một ngày vui vì gặp cô. Cô có thể kể cho con nghe vài câu chuyện không?

- Anh muốn nghe cô kể về chuyện gì?

- Trước tiên thì xin cô kể cho con nghe về câu chuyện cô gánh con xuống bến đò, chuyện cô về nhà với bà nội ra sao. Kế đến là chuyện của chú sau khi đi khu về. Rồi đến chuyện đấu tố. Chuyện chống Mỹ cứu nước và chuyện họ nói về quê hương mười tấn dưới lằn bom. Tóm lại, con muốn nghe cô kể hết mọi chuyện từ ngày con xa cô đến giờ.

Lúc đầu cô có vẻ hào hứng nghe những đề nghị của tôi. Nhưng càng đến đoạn cuối cô càng tỏ vẻ trầm ngâm. Tôi nói:

- Cô chỉ kể về chuyện cô gánh con xuống bến tàu cũng được.

- Đã hai mươi năm ngoài rồi, anh còn muốn nghe chuyện ngồi trong thúng năm xưa làm gì?

Tôi cười cười bảo cô:

- Chuyện lớn đấy cô ạ. Bởi lẽ, nó là một câu chuyện nằm trong lòng cô từ suốt hơn hai mươi năm qua. Cô chưa kể cho con nghe thì cô chưa thể quên nó được.

Cô liếc tôi, trách yêu:

- Con trai con đứa mà mồm năm miệng mười! Anh có về đất bắc cũng chả ai dám... lấy.

Tuy nói thế, sau khi uống cạn ly trà, cô kể:

- Hôm ấy, chỉ mấy ngày sau khi có hiệp định đình chiến, cả làng ta, một làng vào tề từ lâu, đành phải rời bỏ làng mạc để di cư vào nam lánh nạn cộng sản. Nạn cộng sản khi ấy ra sao, nói cho ngay, làng ta chưa bao giờ phải trải mùi. Bởi lẽ, nguyên một làng thuần công giáo, vào tề, chả có thằng Vẹm (Việt Minh) nào dám bén mảng đến gần. Tuy thế, cảnh làng bên bị Việt Minh vào đốt phá, giết người, tra khảo của, rồi thả xác người trôi sông thì đập vào mắt người làng ta như cơm bữa.

- Có khi những cái xác ấy trôi dạt sang phía làng ta, khiến dân làng lại phải kéo lên, đào lỗ và chôn làm phúc cho họ! Nhìn cảnh ấy, chả ai muốn sống chung với chúng. Nên khi hiệp định chia đôi đất nước ra đời, các hương chức cũng như vị lãnh đạo tinh thần của làng đã quyết định bỏ làng mạc để di cư vào nam ngay. Đây là một quyết định quan trọng đối với dân làng, dĩ nhiên, nó không phải một sớm một chiều mà thành tựu. Nhưng đứng trước một vấn đề qúa nghiêm trọng, Bản hiệp định thì quy định cho người ta ra đi tự do, nhưng Việt minh lại không muốn cho ai bỏ đi. Chúng đã điều động nhiều cán bộ chia làm những tụ điểm làm nút chặn dọc đường để cản trở người đi. Nghe thế, ai cũng sợ, nên đồng ý đi cho sớm.

- ...

- Chính vì thế, mới đình chiến được vài hôm, chú từ

trên khu chưa về kịp, cả làng mình đã quyết định ngày đi. Cũng may, ngay chiều hôm đó ba con về tới. Nếu không thì chả biết câu chuyện sẽ ra sao.

Thấy cô ngưng lại nửa vời, Lan, em tôi nôn nóng hỏi cô:

- Cô kể tiếp đi. Rồi sao nữa hả cô?

- Khi ba con về, cả xóm kéo đến hỏi thăm tin tức ngoài thị xã. Nói chung thì tình hình lúc ấy giao động lắm, ở đâu cũng nôn nóng nói đến chuyện di cư vào nam. Riêng các anh chị em trong nhà thì mỗi người một ý chưa quyết, nên mẹ con hỏi:

- Tình hình ra sao hả bố thằng Chính. Liệu mình có phải đi như tin đồn không?

Ông Thịnh vẻ mệt mỏi cầm lấy ly nước trà:

- Thời gian an toàn không còn là bao. Anh chỉ ngại bà nội...

- Anh liệu lời thưa với bà xem sao?

Ông Thịnh gật đầu rồi hỏi lại:

- Còn bên ngoại có ý kiến gì không:

- Bên đó đã sẵn sàng cả rồi.

- Vậy thì mình đi.

Nghe thấy chữ đi, mấy anh em tôi nhao nhao đến bên bố:

- Đi đâu hả bố, bố có cho chúng con đi theo không?

Ông Thịnh bế thằng con trai út trên tay:

- Con có đi với bố không nào?

- Không, con không đi với bố, con đi với mẹ. Đi với mẹ không sợ mỏi chân.

- Nhưng lần này đi xa lắm, con có sợ không?

- Xa lắm là ở đâu hả bố? Mẹ có đi không?

Thay vì trả lời, bố tôi bảo:

- Đi vào Nam con ạ.

Đôi mắt thằng bé long lanh nghĩ đến một cuộc đi chơi thật xa. Xa hơn là những lần đi trước:

- Ồ... hay qúa. Bố thật tuyệt. Mà Nam ở đâu hả bố?

- Là ở miền nam, xa cách đây cả ngàn cây số! Bố cũng chưa đến đó bao giờ.

- Ngàn cây số là gì hả bố! Sao mình lại đi xa thế? Mình đi gần gần có được không hả bố?

Nghe hỏi, ông Thịnh cố giải thích cho lũ con hiểu thêm đôi chút về chuyến đi. Kết qủa, càng làm chúng thêm thắc mắc vì những từ ngữ mới như: Di cư, vào nam, đi tìm tự do, trốn cộng sản... Nghe một hơi dài, chúng hỏi lại ông:

- Mình phải mang theo những thứ gì hả bố?

- Thì quần áo, mùng mền, đồ ăn...

- Mà đi mấy ngày mới về lại hả bố?

Thêm mấy câu hỏi ấy là ông Thịnh hết biết đường trả lời, ông ngồi im lặng một lúc lâu rồi bảo:

- Chắc mình không về lại đây nữa con ạ?

- Sao lạ vậy bố. Vậy con chả đi đâu...

Vừa nói xong, Nhật nhìn ra ngõ, nó thấy bà chánh Thịnh sang bên hàng xóm về tới, nó chạy bay ra cửa, níu kéo tay bà:

- Bà nội ơi, bà có đi với bố con không, đi chơi vui lắm. Bố bảo nhà mình sắp di cư vào nam rồi.

Nghe thế, bà chánh nhìn như đổ lửa trên người con trai lớn, trong lúc lũ trẻ vây kín lấy bà mách nước:

- Bà nội có đi không? Nếu bà muốn đi thì phải sửa soạn ngay kẻo không kịp.

Thay vì vui theo lũ cháu, bà chánh ngồi xuống trên cái tràng kỷ:

- Cậu mợ tính vào nam à?

Mẹ tôi lên tiếng:

- Thưa mẹ... vâng!

Bà nói mát:

- Bây giờ cậu mợ đã lớn rồi. Bố cậu lại vừa mới mất. Cậu mợ muốn làm gì mà chả được.

Lũ anh em tôi ngẩn người ra chả hiểu gì. Đã thế còn thấy bà kéo vạt áo lên lau mặt:

- Cậu mợ không muốn ở nhà nhang khói cho tiên tổ thì tùy cậu mợ. Còn tôi, tôi không thể bỏ phần mộ của cha ông được.

Nói thế là bà đã nói lên toàn bộ cái ý kiến của bà về việc di cư vào nam. Theo bà, di cư, trốn nạn cộng sản không phải là một việc làm không đúng đắn. Tuy nhiên, việc bỗng dưng bỏ phần mồ mả của tổ nghiệp cũng không phải là chuyện có thể làm trong sớm tối. Thật ra, bà có ý định này cũng là phải. Bởi lẽ, cái quan niệm cổ đã mọc rễ vào trong lòng bà. Bà sẵn sàng chấp nhận cái khổ hơn là cảnh bỏ cửa bỏ nhà tổ nghiệp mà đi. Dù sự ra đi ấy có một chính nghĩa khá rõ ràng là đi tìm tự do. Sau ý kiến của bà, cả nhà tôi đều trở lại thinh lặng. Lát sau, bà cầm lấy cơi trầu, đứng dậy:

- Cậu mợ muốn đi thì cứ việc lặng lẽ mà đi. Cậu chả nên rủ cái thằng út nữa. Cả cái con Điều cũng vậy, chồng nó đi khu chưa về thì cũng phải ở nhà mà chờ nó về. Chết một đống còn hơn sống một mình.

- Bà nói thế, chả ai dám trả lại một nhời, nhưng tất cả đều ngầm sửa soạn cho một cuộc di cư. Phần cô, ngay từ trước khi thày mẹ cháu gồng gánh lên vai thì đã hết nước mắt rồi. Một phần vì quyết định của bà và một phần vì chờ tin chú từ khu mỗi ngày một không tăm hơi. Cho đến lúc cuối, cô không thể nghe theo thày mẹ cháu để cùng di cư năm ấy.

Tôi nôn nóng vì câu chuyện qúa vắn tắt. Tôi góp chuyện:

- Cô kể rõ hơn được không?

- Cái thằng như con gái, nghe đến chuyện là cứ lăn mãi vào. Trách xong, cô tiếp: Ngay từ nhiều hôm trước, cô và mẹ cháu đã phải rang nếp, rang gạo và đậu xanh để làm lương khô ăn đường cho cả thảy mười người. Kế đến, phải trữ nước vào trong các chai lọ cho từng người mang theo bên mình. Riêng đôi thúng của mẹ cháu thì chất đầy những nồi niêu xong chảo và những đồ cần dùng khác của gia đình như mắm muối, gạo, tôm, cá phơi khô.

- Thế ai mang quần áo cho con?

- Quần áo của các anh thì buộc vào các tay nải (đây là một từ cổ dùng để chỉ một cái bao nhỏ may bằng vải để đựng đồ, người ta có thể đeo khoác cái bao vải ấy vào bên mình trong lúc di chuyển. Từ này cũng còn dùng để ám chỉ một vuông vải khổ vừa như một cái khăn vuông. Khách bộ hành có thể cho một ít đồ dùng vào trong đó, rồi túm bốn góc vuông vải cột chặt lại với nhau. Nút thứ nhất gồm hai góc chéo, thường buộc cho chặt xát vào đồ dùng bên trong. Nút thứ hai, từ hai góc chéo khác, có khuynh hướng buộc lỏng ra một chút, để người mang tay nải có thể đeo khoác cái bao đồ này vào bên vai hoặc sách đi trong lúc di chuyển), mỗi anh phải tự đeo lấy quần áo của mình.

- Con còn bé tý, làm sao đeo cái tay nải của con được?

Cô cười:

- Thế mới ra chuyện lớn, con không mang được nên cô cho vào trong thúng để cho mẹ con gánh đi.

Tôi nhìn mẹ và như tưởng tượng ra được toàn cảnh câu chuyện của ngày di cư, cô tiếp:

- Trong lúc mọi người sửa soạn thì bà cứ đi ra đi vào như muốn nói điều gì, nhưng lại thôi. Đã có lúc bà bỏ ăn và lau nước mắt một mình trước bàn thờ của tổ tiên, tuy nhiên, chả ai bỏ ý định ra đi. Đến đêm hôm trước ngày khởi hành, thày con đã nói chuyện với bà thật lâu. Cô ngừng lại, đột ngột hỏi ông Thịnh. Đêm đó anh nói gì với mẹ vậy?

- Anh đã nói với người cặn kẽ câu chuyện và xin mẹ cùng ra đi! Đến nửa đêm, bà có ý bằng lòng. Khi sang canh ba, nghe tiếng lao xao bên hàng xóm, bà trở giấc rồi nức nở bảo: Anh đi thì đi đi. Mẹ ở lại chờ tin chú Dưỡng và chồng của cô...

Ông Thịnh nói đến đây, câu chuyện chùng hẳn xuống. Lan, em tôi thêm vào câu chuyện:

- Rồi sao nữa, cô kể tiếp đi.

- Đến khi gà vừa gáy sang canh, trời còn nặng sương đêm là thày mẹ cháu ra khỏi nhà. Ba anh lớn vai đeo tay nải, tay sách vài chai nước chạy lúp súp theo thày cháu và cô chú Vĩnh, kế đến là một người quen, phải cô Phiên không chị, cô gánh phụ hàng cho ba con, còn cháu cô thì nằm ngủ gục trong cái thúng chờ mẹ và cô gánh đi! Lúc ấy, cô còn nhớ, bà nằm trong buồng hỏi vọng ra:

- Các anh các chị đi thật đấy à?

- Thưa mẹ, chúng con xin đi...

- Con Điều đâu?

- Con đây, con tiễn chân các anh chị một lúc rồi quay về ngay ạ.

Cùng lúc ấy, bà Thịnh đặt cây đòn gánh lên vai và cô Điều để cái thúng lên đầu. Hai chị em khép hờ cái cánh cửa lại, yên lặng bước đi bên nhau. Khi trời vừa sáng rõ, bà Thịnh lưng đẫm mồ hôi, để đôi quang xuống bên đường và tính quay trở về. Bởi lẽ bà không nom thấy ông Thịnh và lũ con đâu. May lúc ấy, gặp cô Thường, một trong những người nằm trong toán liên lạc tổ chức di cư vào nam của làng, tất tưởi đi ngược chiều đôn đốc dân làng mau chân lên. Bà Thịnh chưa kịp hỏi, cô ta đã lên tiếng:

- Xin bà nhanh chân lên cho, ông xã và các cậu ấm đã qua đây lâu rồi.

Nghe thế, đôi quang lại uốn cong, kêu cọt kẹt trên vai cô, vai mẹ cháu. Hai chị em cứ thay nhau, khi đội, lúc đổi vai gánh mà đi. Đi không ngừng nghỉ. Có lúc đôi vai qúa nặng, mẹ cháu bảo:

- Con ra ngoài cô dắt để cho mẹ bớt nặng một tý nghe con.

Tôi ngượng ngịu hỏi cô:

- Con có nghe lời không hả cô?

- Có lúc con bước ra khỏi thúng để cô dắt đi, nhưng chỉ được mươi bước là lại níu chặt lấy giây quang và réo: Mẹ ơi, mẹ cho con vào thúng, mẹ cho con vào thúng đi. Con đi mỏi chân rồi.

Cả nhà đều nhìn tôi, tôi gỉa lả pha chuyện:

- Sao lại hư thế nhỉ, cô không vạt vào mông cho nó mấy cái.

- Cô có vạt mấy lần đấy chứ.

- Thảo nào, con vẫn còn đau!

Chả ai buồn để ý đến câu pha trò vô duyên của tôi. Thay vào đó là những nét mặt chợt như đăm chiêu và những đôi mắt như lơ đãng tìm về con đường chạy giặc năm xưa. Ở đó, những cảnh thực đã hoàn toàn khuất dần và mất hẳn trong vòng tay, trong tầm mắt. Lúc này chỉ còn lại những ảo ảnh qua trí nhớ thôi. Nhưng mọi người đều nhớ, từ đó gia đình tôi đã chia ly với tất cả những gì là yêu thương nhất. Từ bà mẹ già và mộ cha ông còn nồng hơi đất, đến những con đường, mái nhà và mảnh đất chôn nhau cắt rốn. Và cuối cùng là lá thư vắn vỏi báo tin bà về miền miên viễn sau những năm tháng dài chờ đợi tin con. Nghe đến đây, tôi vội hỏi:

- Nếu chú Tạo và chú Dưỡng về kịp thì bà có đi không hả cô?

Cô trả lời nhẹ như hơi thở:

- Có lẽ bà sẽ đi. Bởi vì, nhiều khi bà đã than thở về việc chậm chân này. Nhất là từ khi được tin chú Dưỡng cũng đã vào nam rồi.

Trong khi đó, ở khung trời mới là miền nam cũng có qúa nhiều trắc trở. Mẹ tôi tóm lược cho cô vài mẩu chuyện: Lớp dân di cư vào nam mới chỉ vừa tạm ổn định cuộc sống, chưa đóng góp được bao nhiêu công sức cho công cuộc bảo vệ quê hương thì người lãnh đạo, cũng chính là người cổ võ, vị ân nhân của cuộc di cư vào nam năm nào bị xát hại.

Từ đó, nhà Việt Nam không còn biết gì đến bốn mùa Xuân Hạ Thu Đông, nhưng chả một người nào quên được mùa của nước mắt rơi. Rơi từ Đông Hà, Gio Linh, đến Năm Căn, Cà Mau. Rơi từ Trường Sơn cho đến đồng bằng miền nam, một miền mà người ta bảo là nắng ấm, nhưng thật ra là vì nước mắt chảy nóng rát đỏ trên má mà thành! Và thằng bé ngồi trong thúng năm nào đã có dịp đứng nhìn những hố bom, hố đạn pháo và nhìn những thân người nát ra không toàn vẹn.

Rồi chiến loạn mỗi lúc một thêm nổ ra cuồng nộ. Chả có một làng nào, chả có một thị xã, một tỉnh ly nào mà không ăn... nhầm những loại đạn nghe tên là rợn tóc gáy, từ AK cho đến B40, B41. Rồi sơn pháo 130 và hỏa tiễn không giật 120, 122! Mà có riêng gì người miền nam phải ăn bom đạn vì cái cuồng vọng của loài Hồ nhân đâu?

Phận miền bắc cũng không né được hàng vạn tấn bom đổ xuống với mục đích ngăn chận cái cuồng vọng tham tàn của chúng. Kết qủa, một bên vì cái mộng cuồng đồ dã thú. Một bên ôm ghì chặt lấy ước mong bảo vệ độc lập, tự do cho toàn dân do tiền nhân để lại, mà cả nhà Việt Nam đã bốc lửa và người dân Việt phải ôm trọn lấy những thương đau. Kết qủa, một giải khăn xô trắng làm tang đã được kéo dài từ ải Nam Quan cho đến mũi Cà Mâu, nhưng lũ cộng nô vẫn chưa dừng lại bàn tay tội ác, dù chỉ là một giờ, làm người dân Việt trắng mắt hỏi thăm nhau khi bồng con bế cháu xa làng thôn:

- Họ chạy đi đâu thế?

- Ra khơi!

- Sao lại ra khơi. Ra để mà chết à?

- Có chết cũng phải đi. Có vào được đến trong nam thì may ra mới có hy vọng sống.

- Lạ!

- Lạ à? Có nhớ cái tết Mậu Thân năm nào không?

- Mà liệu chạy có kịp không?

Khó ai trả lời được câu hỏi ấy một cách chính xác. Chỉ thấy, từng đoàn từng lũ người kéo nhau xếp lớp chờ ra khơi, chờ đến lân được lên tàu vào nam tìm hơi thở, tìm tự do. Bất hạnh thay cho những người dân đó, thân xác của họ chưa có dịp bay bổng lên trong niềm mơ ước khát vọng đi tìm hơi thở, đi tìm tự do thì từng loạt đạn giải phóng đã làm cho họ, con cái cháu chắt nọ tung nổ lên trời cho bác vui lòng, cho đảng cộng sướng con mắt. Thế là, người bỏ đất. Đất trơ ra nhận pháo và rồi đến lân người bỏ đời!

Cho đến một chiều kia trời đất sụt sùi theo máu lệ. Từng đoàn trực thăng vội lao mình xuống, bốc kẻ ra đi. Đến từng đoàn xe, từng đoàn tàu đổ xô ra hướng biển đông. Rồi từng đoàn, từng lũ người, lớp lớp vội vàng bỏ mẹ bỏ cha, bỏ nhà bỏ cửa bỏ cả người thân, hớt hải đè lên nhau để cầu chạy thoát lấy thân.

- Họ lại chạy đi đâu nữa đây?

- Vào Nam chăng?

- Không, rời nam đấy!

- Lạ, quê hương không ở, bỏ chạy đi đâu?

- Không chạy mới là lạ!

Câu chuyện ấy cô tôi được nghe kể nhưng không hỏi lại qua một lời. Lát sau, ông Thịnh chép miệng thở dài, cô Điều chống chân đứng dậy vẻ buồn nản. Và hơn sáu năm sau, tôi phải tự tìm lấy cho mình một chuyến rời nam. Chuyến "đi chui" mà chính cô Điều đã gợi cho tôi cái ý từ chiều hôm đó. Mẹ tôi bảo:

- Con hãy liệu mà đi thôi...

- Mẹ.

- Mẹ biết con không muốn xa nhà. Nhưng con ơi! Có ở lại, con cũng chẳng ở với mẹ cha được!

- Dầu gì đây cũng là quê hương của mình mà.

- Nhưng nó không còn hơi thở tự do cho con sống.

- Hay cả nhà mình lại đi một lần nữa hả mẹ?

Có tiếng ông Thịnh khá cương quyết:

- Ba mẹ sẽ nằm trên mảnh đất này để chờ các con trở lại.

Đứa em tôi bật khóc:

- Biết đâu khi anh ấy về ba mẹ không còn...

Bà Thịnh ôm con vào lòng:

- Âu cũng là số trời con ạ!

Từ đó, ngày tháng như lênh đênh trên biển khơi và đời người như một chiếc lá trôi trên dòng nước, lúc suôi chiều khi trắc trở vô định. Đất khách chưa một ngày quên đi nỗi mong ước được trở về quê xưa. Và từ miền quê hương, đôi mắt mẹ già mỗi ngày thêm nhạt mờ vì chờ đợi. Cuối cùng, con gặp mẹ sau một chiều đi làm về. Cánh cửa nhà vừa mở ra, mùi nhang mới thổi hắt vào mặt, tôi rũ người xuống trên cái ghế rộng. Bởi lẽ, tấm hình bán thân của bà Thịnh đã được trịnh trọng đặt trên bàn, ở đó, người con dâu út của bà vừa thắp lên nén nhang đầu. Cảnh ấy thay cho lời báo tin.

Đến hôm nay, ngày giỗ của bà, tôi bỗng quay cuồng khi nhìn trở lại con đường cũ. Con đường ghi lại hình ảnh hai ba người đàn bà gánh con đang tất tưởi chạy trốn giặc cộng làm tôi xao xuyến. Xao xuyến vì bà mẹ thì nước mắt lưng tròng mà đường dài chừng như không chỗ nghỉ. Riêng đứa con vẫn vô tư, vui đùa trong đôi thúng nặng.

- Bố xem hình của ai vậy bố?

Đứa con trai của tôi không biết từ đâu nhảy xổ vào ngồi trong lòng. Một tay nó kéo lấy tấm hình, một tay chỉ vào cái thúng:

- Hình ai vậy bố? Có phải là hình của bố không?

- Không?

- Vậy nó là hình gì?

- Hình của những người di cư vào nam?

- Di cư là gì hả bố. Vào Nam có xa lắm không? Bố có vào Nam không?

- Có chứ con.

- Nó có giống vượt biên không hả bố?

Tôi lưỡng lự bảo:

- Nó cũng gần giống vượt biên. Nhưng vào nam bố đi với ông bà nội.

- Còn con đi với ai? Con có vượt biên không hả bố?

- Không?

- Mà sao bố lại phải đi vượt biên hả bố? Mà có phải ông bà nội mình ở Việt Nam không hả bố?

- Phải.

Nghe thế, thằng bé nhẩy dựng người lên hỏi:

- Vậy bố ơi, bao giờ mình về Nam hả bố?

Bùi Xuân Vũ
7/ 2005

2-9-1945, ngày Việt Minh cướp Chính Quyền

Việt Minh lập hội tiêu Công Lý,
Cộng sản kết bè triệt Tự Do.

Ngay sau ngày 2-9-1945, trong các làng tề ở miền bắc, người ta đã chuyền tai nhau chuyện kết bè, lập đảng của Việt Minh để triệt tiêu Tự Do và Công Lý của con người. Đến sau 30-4- 1975 câu chuyện này lại bùng lên và trở thành phương ngôn của thời đại khi Việt cộng đổi tên đường phố ở Sài Gòn.

Ai cũng biết, ngay từ khởi đầu, chính CS đã công bố và reo hò ngày 2-9-1945 là ngày Việt Minh cướp chính quyền. Từ đó, trong dân gian, mỗi khi nhắc đến ngày này thì từ bắc đến nam, trong ra ngoài, quân cũng như cán chính, người người đều truyền đi chung một sự kiện lớn của đất nước như thế. Từ đó, nó trở thành một khởi điểm cho một giai đoạn trong lịch sử của đất nước. Nó không thể thay đổi. Lịch sử là thế. Không dối trá, không lừa bịp, không đặt để, nhưng là một sự thật xác định rằng, Việt Minh đã cướp chính quyền của Việt Nam.

Tuy nhiên, ở Việt Nam vào khoảng giữa thế kỷ 20 lại có đến 4 ngày được lưu ký trong mốc của lịch sử. Những ngày này có Ý nghĩa, tầm mức ảnh hưởng đến đời sống, sinh hoạt của người dân khác nhau. Có ngày đáng vui mừng, lại có ngày gây ra tủi nhục và bất hạnh cho cả dân tộc. Tuy thế, đều được gọi là ngày "quốc khánh" (dù chỉ là ở Nam hay Bắc). Liệu cách gọi này có đúng hay không?

1. Ngày 11/3/1945: Ngày vua Bảo Đại ký Đạo Dụ **"Tuyên cáo Việt Nam Độc Lập"**, tuyên bố hủy hòa ước Patenôtre ký với Pháp vào năm 1884, trong đó công bố xóa bỏ các hiệp ước chịu nhận sự bảo hộ của Pháp. Đồng thời công bố thống nhất Bắc Kỳ, Trung Kỳ, Nam Kỳ thành một quốc gia Độc Lập với một chính phủ.

2. Ngày 2/9/1945. Đây là ngày Việt Minh dưới sự bảo trợ của Tàu cộng đã lợi dụng ngày dân Hà thành đi hoan hô chính quyền Trần trọng Kim ra mắt quốc dân. Chúng đã cướp lấy công kháng chiến chống Pháp của toàn dân và cướp đoạt luôn chính quyền hợp pháp của Việt Nam do thủ tướng Trần trọng Kim lãnh đạo. Từ đây, Ngày này được gọi là ngày quốc khánh của nhà nước Việt Nam dân chủ cộng hòa. (gọi tắt là Việt cộng)

3. Ngày 26-10-1956. Ngày Tổng Thống Ngô đình Diệm công bố thành lập nền Cộng Hòa theo thể chế Tự Do Dân Chủ thay thế cho nền quân chủ chuyên chế tại Việt Nam. Ngày này là ngày Quốc Khánh của Việt Nam Cộng Hòa.

4. Ngày 1-11-1963, ngày một nhóm tướng phản loạn đã dùng binh lực của Việt Nam làm cuộc đảo chánh lật đổ chính quyền hợp hiến và giết vị Tổng Thống hợp pháp của Việt Nam để lấy 3 triệu đồng bạc, cũng được chúng gọi là ngày Quốc Khánh! Bạn hãy hỏi xem ngày nào đúng ngày nào không?

I. Ngày 11-3-1945 là ngày gì?

Khi xét về quan điểm lịch sử chính dòng, và vị thế của người công bố thì ngày 11/3/1945 có lẽ đáng được trân trọng là ngày Quốc Khánh của Việt Nam hơn cả. Bởi lẽ, người công bố là một vị vua đương nhiệm, thuộc chính dòng tộc mà cha ông của ông đã phải ký nhận chịu sự bảo hộ của thực dân Pháp cách dây gần một trăm năm. Nay, xét về danh nghĩa, chính người nối dòng của triều đại này đang ở trên cùng một cương vị đầu triều ra tuyên cáo, tuyên bố Việt Nam Độc Lập, hủy bỏ các văn kiện nhận bảo hộ và khôi phục, thống nhất ba miền Bắc Trung Nam thì phải được kể là một văn bản có gía trị thi hành.

Chỉ tiếc, có nhiều lý lẽ cho rằng cái vị thế ấy là không đủ. Đã thế, chính vì sự vô năng lực của người ký Đạo Dụ đã làm cho bản văn chỉ có ý nghĩa trên giấy mà thiếu hẳn phần thi hành. Ấy là chưa kể đến việc, chính bản thân Bảo Đại đã đầu hàng kẻ cướp chính quyền của Việt Nam sau đó mấy tháng mà không có lấy một lời phản kháng nào. Đã thế, cái ngày trọng đại ấy chưa có cơ hội thực hành, nên từ đó ngày 11/3/ 1945 bị rơi vào quên lãng, chẳng có mấy người biết đến. Tuy nhiên, nếu xét về pháp chính thì đây là ngày phải ghi nhớ. Chính ngày này đã khôi phục chủ quyền cho đất nước Việt Nam.

II. Ngày 26-10-1956.

Ngày này nhìn chung, rất đáng trân trọng và xứng đáng được coi là ngày Quốc Khánh của Viêt Nam (dù là vận mệnh của nó khá ngắn ngủi). Bởi lẽ, đây là ngày chấm dứt chế độ quân chủ tại Việt Nam. Đây là ngày Việt Nam chính thức phế bỏ ách đô hộ của Pháp trên phần đất này. Phải nói rằng, đây là ngày vui mừng, ngày đổi mới của đất nước, ngày mà từ đây dân ta đã được sống trong một đất nước mà chính mình làm chủ. Hơn thế, còn là ngày đất nước mở ra trang sử mới theo thể chế Cộng Hòa. Dân làm chủ và loại trừ vĩnh viễn thể chế quân chủ ra khỏi đất nước, rồi bước vào cuộc sinh hoạt trong Tự Do. Không còn cảnh con vua thì lại làm vua, dẫu cái vua ấy là một tài trí hay ngu muội, bệnh hoạn.

Về đối ngoại thì sau ngày này, lá cờ của thực dân Pháp đã bị kéo xuống khỏi kỳ đài và thay vào đó là Quốc Kỳ của tổ quốc Việt Nam. Đây là biểu hiệu chấm dứt hoàn toàn sự lệ thuộc vào chủ nghĩa bảo hộ của ngoại bang. Đây là một việc làm đầy ý nghĩa và chính danh mà Bảo Đại sau biết bao nhiêu năm cố gắng, hoặc giả, cả chính phủ của thủ tướng Trần Trọng Kim, hơn bốn tháng cầm quyền từ sau ngày vua Bảo Đại tuyên bố Độc Lập, cũng không thể hạ nổi lá cờ này xuống khỏi cái cột cờ kia. Nhưng chỉ một ngày sau khi công bố thành lập nền Cộng Hòa cho Việt Nam, chính phủ Ngô đình Diệm và nội các của ông đã hoàn thành nhiệm vụ giải thể chế độ bảo hộ của Pháp ra khỏi Việt Nam.

Về mặt nhân dân và đời sống. Ai muốn nói gỉ thì nói. Ai muốn lên án vị lãnh đạo của thời gian này là Tổng Thống Ngô đình Diệm thì cứ việc lên án. Nhưng có một điều không ai có thể chối cãi, kể cả chính những kẻ lên án ông, chỉ trích ông, phê bính ông, cũng như tập đoàn CS đang tìm cách phá hoại nền Cộng Hòa do ông vun trồng, đều phải công nhận những điểm son trong thời đệ nhất cộng hòa, và xác định là không có bất kỳ một người Việt Nam nào, kể cả lãnh đạo CS tại miền bắc đạt được thành tích vì dân vì nước như ông:

Thứ nhất, ông là một vị Tổng Thống mẫu mực, đạo hạnh và liêm chính và sống vì dân vì nước. Rồi, dưới thời của ông người dân được hưởng một cuộc sống thái hòa an lạc, những phường trộm cướp đầu đường xó núi (VC) thì lo trốn chui trốn nhủi trong hang chờ chết. Kế đến, về phương diện ngoại giao, ông là người duy nhất đã làm cho tổ quốc Việt Nam bừng sáng trên trường quốc tế, làm cho các lân bang và đồng minh kính nể, ngưỡng mộ. Bởi vì ông là một vị lãnh đạo duy nhất ở Á Châu, chỉ sau mấy năm lãnh đạo đất nước, đã đến thăm Hoa Kỳ theo lời mời của TT Eisenhower và được đón tiếp theo nghi thức Quốc Khách của Quốc Gia sở tại.

Về diện, Ông đã được chính vị anh hùng giải phóng Âu Châu là Tổng thống đương nhiệm của Hoa Kỳ ra tận chân máy bay đón tiếp. Sau đó cả hai cùng ngồi chung trong một chiếc xe mui trần chạy dọc theo những đại lộ chính để về dinh Quốc Khách nghỉ ngơi, hội họp và đến đọc diễn văn tại Quốc Hội lưỡng viện Hoa kỳ. Chính trong bài diễn văn ngắn gọn này, một lần nữa ông đã chứng tỏ cái bản lãnh ý thức Độc Lập của Dân tộc Việt Nam ra trước thế giới khi công bố: :" *Chúng tôi khẳng định mục đích chính đáng duy nhất của nhà nước là bảo vệ quyền trường tồn, quyền phát triển tự do, trí tuệ, đạo đức và tinh thần căn bản của con người trong đời sống"* . Từ đây cả thế giới biết đến Việt Nam.

Ai đó đừng "chạm giây" cho rằng, tại vì Mỹ là đồng minh là bảo hộ cho miền nam nên mới đón tiếp ông Diệm như thế, chứ hay ho gì? Nếu ai dại dột nghĩ như thế thì hãy nhìn lại thân phận Hồ chí Minh xem sao? Y sang Trung quốc mười lần thì lén lút đi bộ, đi xe ngựa, lên xe lửa đến tám lần. Hỏi xem có lần nào lãnh đạo Nga, Trung cộng ra đến tận sân bay đón Y chăng? Duy nhất, khi đến Indonexia thì ông ta không quên việc ôm ghì lấy một em gái còn nhỏ trong hàng ngũ ra đón tiếp khách, và hôn chặt lấy môi của em. Hình ảnh đê tiện này đến nay vẫn còn. Riêng phần được đón tiếp thì xem ra, phận nô lệ không thể đem so với tình bằng hữu!

III. Ngày 1-11-1963 thì thế nào?

Thật là chẳng may cho người Việt Nam ở miền nam khi nhóm tướng lãnh phản loạn, nay thì đã được công khai hóa là nhận tiền của Mỹ để giết hại vị Tổng Thống hợp pháp, hợp hiến của miền nam trong cuộc đảo chánh ngày 1/11/63. Sau đó, lại còn tròng vào cổ người miền nam cái ngày phản loạn ấy là ngày Quốc Khánh! Hỏi xem, kẻ sát nhân lại có thể sính với anh hùng ư? Thật chả còn ra thể thống và ý nghĩa gì. Ngày của những kẻ phản bội dân tộc sát hại chủ lại được nhóm phản loạn này khoác cho một cái áo choàng là ngày mừng! Nhìn lại, đây chính là ngày khởi đầu cho cuộc bi thảm, ô nhục ở miền nam. Rồi sự bi thảm này được kết thúc bằng một tai họa đem đến bất hạnh lớn cho cả dân tộc vào ngày 30-4-1975. Nó lẽ ra không bao giờ nên nhắc đến nữa.

IV. Ngày 2-9-1945 ra sao, có là ngày quốc khánh?

Có lẽ không chỉ riêng tôi, gia đình tôi, bạn bè thân hữu của tôi, nhưng là tuyệt đại đa số lên đến trên 90% người dân Việt Nam, nếu được hỏi ý kiến thì tất cả sẽ trả lời một cách dứt khoát là: Không. Không bao giờ nó xứng với cái danh vị ấy. Trái lại, nó rất xứng hợp với cái tên gọi là ngày Việt Minh cướp chính quyền, mà chính họ đã tự công bố ngay từ khởi đầu ấy.

Nhìn vào lịch sử, nó đơn giản được biết đến là ngày CS lợi dụng ngày người dân xuống đường ủng hộ chính quyền mới của Việt Nam vừa thoát ách đô hộ Pháp mà cướp đoạt lấy công quyền. Ngày nay, khi lý lịch cá nhân của Hồ chí Minh là người Tàu hệ Hẹ từng bước sáng tỏ, nó còn mang thêm một cái nghĩa đau đớn khác nữa là, Hồ Quang và tập đoàn cộng sản theo Y đã cướp chính quyền của Việt Nam, đẩy Việt Nam vào vòng nô lệ bành trướng phương bắc. Nếu đúng như thế thì không còn gì bất hạnh hơn cho dân tộc Việt Nam nữa. Đã tệ như thế, lịch sử còn chỉ ra những điểm chính của tổ chức này như sau:

1. Những sự kiện trước ngày cướp chính quyền 2-9-1945:

- Ngày 3-2-1930, một nhóm gồm 7, 8 người đã tập họp lại với nhau và thành lập đảng cộng sản Đông Dương tại Hồng Kông, dưới sự chỉ đạo của cộng sản quốc tế, trực tiếp là Nga và Tàu lãnh đạo.

- Rồi một trong 8 người này vào năm 1938, xuất hiện trong vai thiếu tá tình báo, phụ trách ngành điện báo thuộc Bát Lộ Quân trong quân đội nhân dân giải phóng Trung cộng với lý lịch như sau: *"Sơ yếu lý lịch của Huguang (tức c/t Hồ chí Minh) tại Lớp huấn luyện Nam Nhạc /thuộc tỉnh Hồ Nam. Năm 1939. Hồ Quang 38 tuổi- Phụ trách điện đài – Quảng Đông – Thiếu tá – tốt nghiệp Đại học Lĩnh Nam – Giáo viên trường Trung học. Biết ngoại ngữ, quốc ngữ. (ảnh 1, ảnh 2) Nguồn: Lưu trữ Trung Quốc"*. 胡光（即胡志明主席）1939年在湖南省南岳培训班的简历。　胡光—电台员—38岁—-广东—-少校　—-毕业于岭南大学——中学教师。会外语和国语.

– Thiếu tá Huguang vào địa giới Việt Nam lần đầu tiên vào ngày 28 tháng 01năm 1941. Đến tháng 8-1942 Y trở lại Trung quốc, bị QDĐ/TH bắt vì giấy tờ đã hết hạn. Khi bị bắt Y khai tên là Hồ chí Minh. Một năm sau Y được thả do VNQDĐ/VN bảo trợ. Đến tháng 9-1944 HCM trở lại Việt Nam và cuối năm 1944 trở lại Côn Minh hoạt động cho tới đầu năm 1945 quay lại VN (Wikipedia).

– Nhân cuộc công chức, đình công, xuống đường mừng chính phủ TT Kim chấp chánh, CS đã lợi dụng, chiếm đoạt lấy trụ sở công quyền ở Hà Nội, đưa đến việc sụp đổ chính quyền của Việt Nam lúc bấy giờ. Nhân cơ hội này, Việt Minh đã cướp lấy chính quyền vào ngày 2-9-1945 và sau đó lại nổ ra chiến tranh cục diện với Pháp. Từ đây, ngày này đã đóng một dấu ấn sâu sắc trong dòng lịch sử Việt Nam. Nó đã làm thay đổi, đảo lộn dòng văn hóa nhân bản và đạo đức của xã hội. Nó đã đưa dân tộc Việt Nam vừa thoát ách thực dân và phong kiến lại vội vàng chìm vào ách nô lệ và thống trị toàn trị của cộng sản theo chân Tàu cộng.

2. Những thành tích.

Sau ngày Hồ chí Minh cướp được chính quyền của Việt Nam ở miền bắc vào 2-9-1945 và sau 30-4-1975 ở miền nam. Xem ra người người kinh hoàng, rợn tóc gáy khi nhìn thấy những hình ảnh của chiến tranh và của khủng bố được lưu truyền trên mạng. Từ đó đã khơi nguồn cho việc người người lên án những hành vi gây tội ác man rợ này. Tuy nhiên, nếu nhìn lại, những hình ảnh ấy thấm vào đâu, nó chẳng đáng là gì nếu đem so sánh với những cảnh Hồ chí Minh chặt đầu, chôn sống hơn 170 ngàn đồng bào vô tội Việt Nam trong khoảng 1954-56. Ấy là chưa kể đến những cuộc chém lén trước và sau trong chiến tranh.

Rõ ràng. Ai cũng cho rằng những tội ác có tính man rợ đối với con người bằng cách này hay cách khác thì đều không thể được tha thứ. Tuy nhiên, ở một góc độ nào đó, tội ác trong chiến tranh còn có chỗ để bào chữa.

Tuy nhiên, trường hợp giết người một cách man rợ kiểu Hồ chí Minh thì tuyệt đối không có bất cứ một kẽ hở nào, dủ nhỏ, để bào chữa cho cái hành vi vô nhân tính của Y. Bởi vì, những người bị giết chết kia chỉ là dân thường, áo vải. Họ không hề tham gia vào bất cứ một tổ chức nào hay chống lại Y. Hơn thế; còn có rất nhiều người đã đích thân, hoặc cho con cái theo Việt Minh, theo kháng chiến từ buổi đầu với chủ trương đánh đuổi quân xâm lược.

Kết qủa, gia đình họ góp công góp của, bàn thân họ góp máu xương cho cuộc kháng chiến diệt Tây, nhưng lại phải chết dưới cái mã tấu của Hồ chí Minh do Lê qúy Ba, viên tướng Tàu làm lãnh đạo.

Rõ ràng, những người bị HCM giết là những người có nhiều công lao với đất nước. Họ không phạm bất cứ một lỗi nào để phải bị chặt đầu, bị chôn sống, bị treo ngược. Nhưng Họ bị giết chỉ vì cái lòng man rợ và độc ác của HCM theo kế hoạch của Tàu. Để chứng minh cho điều tôi vừa viết là chuẩn xác, quý bạn hãy nghe lại chính lời của Hồ chí Minh, khi Y khoa tay múa chân, tuyên bố về chuyện giết người này là *"Đây là một chiến thắng long trời lở đất".*

Hỡi ơi! Đi cướp của giết người man rợ, độc ác như thế mà lại dám vỗ ngực bảo là một chiến thắng long trời lở đất ư? Họ chiến thắng ai ở đây? Đây là tiếng người hay tiếng quỷ ma? Hỏi xem, có phải vì Y không có trong người dòng máu Việt Nam, nên Y coi việc giết người Việt Nam là một chiến thắng? Có phải vì Y mang trong người dòng máu của Hán, Tống, Nguyên... nên Y đã lợi dụng thời cuộc gọi là cải cách này để trả hận cho những Gò Đống Đa hay ải Chi Lăng xưa?

Vào lúc này, dĩ nhiên, bản lý lịch của Y chưa có câu trả lời khẳng định. Tuy nhiên, không ai có thể tìm ra một lời tuyên bố nào bạc ác, bất nhân như thế nữa. Ấy là chưa kể đến chuyện HCM còn là kẻ thâm độc khi y bắt chính thân nhân, kể cả vợ con trong nhà, hay họ hàng, lối xóm của nạn nhân, phải đứng ra chỉ mặt, đấu tố, kể vu khống cho nạn nhân những cái tội mà họ chưa bao giờ biết đến! Rồi, nghe chưa xong thì nạn nhân đã phải chết và người còn sống thì từ đây phải theo gương Y nói dối, lừa đảo người khác mà sống!

Ngày nay, cái họa Tàu đã tràn khắp trên giang sơn Việt Nam bắt nguồn từ đâu? Tại ông Tổng thống Diệm chăng? Hay do từ văn bản của Đặng xuân Khu viết lời kêu gọi Việt Nam xin được làm chư hầu cho Trung Cộng vào năm 1951? Hay do công hàm bán nước của Phạm văn Đồng năm 1958 tạo ra. Hoặc giả, từ những lời khẳng định của Lê Duẩn công bố ngay khi sang chầu Trung cộng là: *"Cuộc chiến đấu này(tại miền nam) là đánh cho Trung Cộng, đánh cho Liên Sô..."* *" Chúng tôi còn kiên cường chiến đấu, là vì phụ thuộc vào Mao chủ tịch!(1969)"* mà có? Hỏi xem, Việt Nam ở đâu đây?

Ai hãnh diện, ai tự hào về những hành vi man rợ của Hồ chí Minh, hay hãnh diện với những lời tuyên bố của Đồng, Chinh, Duẩn đây? Người Việt Nam ư? Không, không bao giờ! Như thế, tự nó đã trả lời, ngày 2-9-1945 là ngày Hồ chí Minh cướp chính quyền của Việt Nam..

Đã thế, theo tài liệu, Hồ chí Minh đã nói và được loan truyền rộng rải trong dân chúng về việc Y đã hứa dâng đất của Việt Nam cho Trung cộng một khi được Trung cộng cứu giúp như trường hợp của Lê chiêu Thống xưa kia. Chính Hồ chí Minh đã khẳng định với Chu Ân Lai là: *"Việt Nam và Trung Quốc tuy hai mà một. Một dân tộc. Một Nền văn hóa. Một phong tục. Một tổ quốc. Nếu giúp chúng tôi thắng Pháp, thắng Nhật, thắng tất cả bọn tư bản vùng Đông Nam Á, nắm được chính quyền, thì nợ viện trợ sẽ hoàn trả dưới mọi hình thức, kể cả cắt đất, cắt đảo, lùi biên giới nhượng lại cho Trung Quốc, chúng tôi cũng làm, để đền ơn đáp nghĩa..."*

Như thế, ngày 2-9-1945 là ngày Hồ chí Minh đưa Tàu vào cướp nước Việt. Nó tuyệt đối không thể là ngày quốc khánh của Việt Nam. Nó đích thị là ngày xác định mặt kẻ cướp đã cướp chính quyền của Việt Nam. Nó sẽ bị xé bỏ ngay lập tức khi đất nước này không còn CS.

Riêng ngày 30-4-1075 tôi không nhắc đến ở đây, vì nó chỉ là phần bi thảm của dân tộc Việt Nam mà thôi. Đó là ngày Việt Minh đã cướp đi nền Độc Lập của đất nước. Cướp đi nhiều mạng sống và cuộc sống tươi đẹp của người dân Việt Nam. Chúng cướp đi Tự Do, Nhân Quyền của người dân. Chúng cướp đi nền Công Lý, Đạo Hạnh của xã hội. Rồi thay vào đó là một xã hội đổ đốn trong nô lệ cho cộng sản Tàu, Hồ lãnh đạo.

VI. Việt Nam rồi ra sao?

Đến đây, xem ra người Việt Nam còn yêu quê hương, không muốn mất quê cha đất tổ, có lẽ chỉ còn duy nhất một con đường để đi là: Hãy đứng dậy, nắm lấy tay nhau, đi theo bước chân của tiền nhân ta. Trảm kẻ nội thù rồi diệt xâm lăng. Mở lại một trang sử mới cho đất nước, tạo nên một ngày mới cho Dân Tộc. Rồi từ đó, Việt Nam mới có cơ hội kiến thiết xứ sở này thành một Quốc gia Độc Lập. Ở đó người dân có Dân Quyền, có Tự Do, có sinh hoạt Dân Chủ trong Công Lý.

Bởi, tất cả chúng ta đều biết rỏ, Dân chủ không phải là một hạnh phúc vật chất, nhưng là một phương tiện để đưa đất nước và con người thăng tiến trong những sinh hoạt chính trị, xã hội với mục đích đem lại phúc lợi cho người dân. Ở đó mọi giá trị về đạo đức, luân lý của xã hội, nhân phẩm của con người và tôn nghiêm linh thánh của Tôn giáo phải được tôn trọng. Quyền bình đẳng của con người, Quyền tư hữu của tư nhân, của tập thể, của tư cách pháp nhân được luật pháp bảo trợ. Ở đó có Công Lý ngự trị. Đó mới thật một ngày vui mừng, một ngày mới, một ngày Quốc Khánh của Dân Tộc.

Bảo Giang.
30-4-2010

Viết về
ngày 30-4-1975

Tôi bắt đầu đếm ngày 30-4- 1975 bằng những giọt nước mắt vào sáng ngày 01-5-1975, khi mặt trời vừa lên. Tại sao tôi lại khóc? Thật lòng, cho mãi đến hôm nay, tôi vẫn không hiểu được tại sao tôi khóc vùi vào buổi sáng hôm ấy.

Hỏi xem, có phải vì tiềm thức đã báo cho tôi biết trước là một cuộc đổi đời sẽ bắt đầu với bản thân tôi, cũng như với từng người Việt Nam khi chúng ta mất màu cờ Tự Do? Hay tại vì nó được khởi đầu bằng những lời lẽ tanh tao, lợm giọng, sắt máu của lớp vô văn hóa mới đến đang phát ra từ cái loa ở đầu xóm? Hay tôi bật khóc vì người Việt Nam đã bị cướp mất bầu trời của hạnh phúc với giấc mơ Hòa Bình trong Tự Do mà họ từng chiến đấu và ấp ủ?

Hay tôi khóc vì hàng cờ đỏ? Khóc vì lớp mũ đỏ áo hoa dù, bên những mũ sắt còn nguyên màu ngụy trang lá rừng? Khóc vì thương những đôi giày của người chiến binh mang theo dấu bụi trên đường giang sơn, giờ vất ngổn ngang như rác thải trên đường phố? Hay tôi đã khóc vì hình ảnh của một người lính cô đơn gục đầu xuống trên đầu gối, ngồi như tựa vào tường trong thế nghỉ vào buổi sáng hôm ấy?

Chuyện là thế và cho tới hôm nay, tôi vẫn không thể nào biết được lý do tại sao tôi đã khóc vùi vào buổi sáng hôm ấy. Nhớ lại, khi nắng vừa lên, tôi bước ra sân giữa những tiếng ồn ào, hỗn loạn đang xảy ra ở trên đường và ở trong chính lòng mình. Tôi nhìn thấy một người lính chiến ngồi lặng lẽ ngay trước cổng. Anh ngồi vững chãi trong thế nghỉ. Đôi tay vòng ra trước ôm chặt lấy hai đầu gối, trong khi cây súng như tựa vào vai với cái mũ sắt vững chãi trên đầu. Nhìn cái dáng của anh khi đó, bất cứ ai đi ngang qua cũng đều cho rằng anh ngồi nghỉ mệt đôi phút rồi lại lên đường. Tôi cũng không có ngoại lệ.

Nhìn trước nhìn sau một vòng, thấy anh vẫn lặng lẽ, tôi bước đến bên anh, gọi nhỏ: *"này anh, anh cần gì không, vào trong này đi"*. Lạ, không nghe tiếng trả lời. Tôi cúi xuống, nhắc lại câu nói, rồi bàng hoàng khi nhìn thấy một dòng máu loang chảy dọc trên thân áo. Tự nhiên, đôi chân run, tôi khụy xuống bên người lính khi tay tôi chạm vào vai áo anh. Đến lúc đó, tôi mới nhìn rõ mặt một vết thương xuyên qua cổ từ phía tay phải. Viên đạn đã làm thủng và làm đỏ thêm lá Cờ Vàng anh quấn trong cổ. Tôi bật khóc! Cùng lúc, người hàng xóm cuống cuồng gào thét lên!

Như thế, người ta gọi đây là ngày gì? Ngày hòa bình, ngày giải phóng, ngày mất nước, ngày tàn chinh chiến? Gọi thế, nhưng xem ra với bất cứ cái tên nào thì nó cũng chỉ diễn tả và đáp ứng được một góc độ nào đó theo cái tên được gọi. Nó không thể là tất cả. Tuy nhiên, hôm ấy sẽ mãi mãi là một ngày mà dòng sử Việt Nam còn lưu ký, còn nhắc đến. Nhắc đến như một vết thương đau đớn nhất cho dân tộc Việt Nam.

1. 30-4-1975. Ngày chấm dứt chiến tranh Quốc cộng?

Thật khó có thể xác định được cuộc chiến dùng súng đạn để giải quyết vấn đề ý thức hệ giữa Quốc Gia và Cộng sản bắt đầu từ ngày nào. Nếu tính từ ngày chia đôi đất nước 20-7-1954 thì ngày tạm dứt cuộc chiến bằng súng đạn, đổ máu trên chiến trường Việt Nam là ngày 30-4-1975. Nhưng bất hạnh thay, hết chiến tranh mà không phải là ngày Hoà Bình. Không phải là ngày Thống Nhất, không phải là ngày Đoàn Viên của dân tộc Việt Nam.

Trái lại, nó chỉ là ngày Cộng sản đẩy đất nước này vào trong gông cùm đỏ. Rồi đẩy hàng triệu người Việt Nam phải bỏ nước ra đi. Đẩy hàng triệu người vào nhà tù và đẩy cả nước vào cuộc sống khốn cùng. Như thế, nếu gọi theo cái tên của họ đặt cho thì hôm ấy là ngày *Man Rợ đã thắng Văn Minh*"! (Dương thu Hương) là đúng hơn cả.

Phải, chỉ vỏn vẹn 6 chữ "Man Rợ thắng Văn Minh" được viết ra từ ngòi bút của một người cầm súng trong hàng ngũ của những người được gọi là bên chiến thắng khi họ vào Sài Gòn đã nói lên được tất cả mọi điều cần nói. Trong đó có cả ý nghĩa, đó là ngày khai mở ra cuộc chiến mới. Cuộc chiến của con người có Văn Hóa, có Nhân Bản, có Đạo Nghĩa đối đầu với man rợ, tội ác và dối trá do tập đoàn Cộng sản Hồ chí Minh cầm đầu.

Tính từ đó, 30-4-1975, cuộc chiến không tiếng súng này đã kéo dài trong 40 năm, nhưng chưa có dấu hiệu chấm dứt. Trái lại, càng lúc càng khốc liện hơn. Hy vọng khi nó bước vào giai đoạn khốc liệt nhất thì cũng là lúc Văn Minh, Nhân Bản và Đạo Nghĩa chiến thắng man rợ, chiến thắng gian trá và tội ác. Bởi vì, con người cần đến nguồn văn minh tiến bộ để sống. Không ai muốn lủi lại sống trong nô lệ với man di và tội ác!

2. 30-4-1975, Có là ngày giải phóng?

Có thể? Vì chiều nào cũng đủ nghĩa, trọn lý. Hơn thế, còn được nhìn, được định nghĩa một cách chuẩn xác hơn trong hai thực tế khác biệt mang tính đối nghịch mà nó diễn tả. Tuy nhiên, nếu xét riêng đến ý nghĩa của một cuộc giải phóng Dân Tộc ra khỏi sự thống trị của ngoại bang thì khẳng định là không phải. Trái lại, về ý nghĩa này thì đây chính là ngày Cộng sản đem đại hoạ khốn cùng, họa diệt vong đến cho Dân Tộc Việt Nam. Bởi lẽ:

a.   Bên được giải phóng.

Thành phần được hưởng giải phóng đầu tiên trong ngày này là các tội phạm mang án đại hình tại miền nam như cướp của, giết người và những tên phá làng đốt xóm bị bắt từ nhiều năm trước.

Kế đến là thành phần ăn cơm quốc gia thờ ma cộng sản. Đây là những kẻ đã ngày đêm nơm nớp lo sợ bị chính quyền và nhân dân miền nam chịt cổ, nay xem ra thoát nạn! Được dịp, cả hai cùng hoà nhập vào với dòng thác "cách mạng" Việt cộng, tạo thành một tập đoàn đông đảo hơn, bao gồm cả những kẻ ở trong đội quân mũ cối, dép râu hay cái mũ tai bèo đã, đang và sẽ từ rừng xanh, hay từ phía bên kia kéo nhau vào Sài Gòn mà chiếm đóng. Dẫu rằng, họ vào Sài Gòn để ngỡ ngàng trước cảnh lạ. Từ nhà cao cửa rộng đến đường phố thênh thang sạch sẽ với những con người văn minh lịch duyệt, tao nhã.

Như thế, từ Giải Phong nên được dành cho lớp người này và công cụ gây ra chiến tranh chia lìa, chết chóc của họ là đúng đắn nhất và chính xác nhất. Tại sao? Bởi vì, đôi mắt cũng những đôi mắt ấy. Đôi tai, cũng rõ ràng là đôi tai của người. Nhưng nó đã bị che kín, bị bịt chặt suốt cuộc đời từ khi sinh ra đến hôm nay. Họ có muốn nhìn cũng không thấy. Muốn nghe không được. Thậm chí có cái miệng mà như câm, hoặc chỉ được nói, được nghe những điều được đảng CS cho nói, cho nghe. Ngoài ra là không. Không tất cả.

Nhưng nay, nhờ ngày 30-4-1075, từ nhớn tới nhỏ, tất cả đều được mở banh ra. Mở banh ra để nhìn cảnh sống, cuộc sống và những con người miền nam trước mặt. Nhìn để thấy, để biết so sánh sự thật trước mặt với những lời gian trá lừa đảo của tổ chức, của đảng CS đã tuyên truyền, nhồi sọ và đẩy họ vào cuộcchiến đẫm máu với người dân miền nam từ 20 năm nay. Hy vọng, từ đây họ nhận thức ra rằng, cuộc chiến mà chúng gọi là "đánh Mỹ cứu nước" và "đánh cho Mỹ cút, đánh cho Ngụy nhào", thực tế chỉ là một cuộc đâm thuê chém mướn, giết người đồng chủng do tập đoàn nô lệ Minh, Duẩn, Đồng, Chinh, Giáp, Thọ... thực hiện thay cho Tàu, Liên sô, trên đất Việt mà thôi.

Gọi đây là cuộc chiến "đâm thuê chém mướn" vì nó đúng nghĩa, chính danh như chính người lãnh đạo của cuộc chiến ấy đã định nghĩa công khai về nó là *ta đánh miền nam là đánh cho Trung cộng, cho Liên sô*", hoặc gỉa, vênh váo tâng công trước Mao là: "*chúng tôi kiên cường chiến đấu là vì Mao chủ tịch*" (Lê Duẩn). Như thế là quá rõ ràng. Không có một người nào có thẩm quyền định nghĩa về cuộc chiến hơn chính người đã tạo ra và lãnh đạo nó.

Sau định nghĩa công khai ấy, chiêu bài *"giải phóng miền nam"* được khua chiêng đánh trống chỉ là cuộc bịp bợm mà tập đoàn CS xử dụng để đẩy hàng triệu thanh niên miền bắc vào chiến tranh. Và đẩy người dân đất bắc vào cuộc sống lầm than với mớ tuyên truyền, bệnh hoạn, vô văn hóa của chúng như:" *Cuộc sống của nhân dân miền nam dưới gót giày xâm lược của Đế quốc Mỹ vô cùng nghèo khổ. Cơm không có mà ăn, quần áo không có mà mặc. Thậm chí, nhiều người phải lấy túi nylong mà quấn trên người"*. *(Nguyễn Tuân)*.

Nay hỡi ôi, trước mặt họ là một cảnh tượng sang trọng, văn minh, lịch lãm từ con người đến đường phố mà đời họ chưa một lần nhìn thấy trong sách vở ở cái thiên đường cộng sản miền bắc, nói chi đến cảnh thực. Bàng hoàng và bàng hoàng. "ĐM nó, bị chúng lừa gạt rồi"! Ngay lập tức, hàng vạn, hàng triệu người vừa đến, không phân biệt nam nữ, lớn nhỏ, đều có chung một câu nói đầu tiên ấy. Dĩ nhiên, trong số những người mới đến có cả những kẻ đang làm công tác tuyên truyền để góp phần vào việc che mắt, bịt mồm, che tai đồng loại như Bùi Tín, Trần xuân Ẩn, Dương thu Hương...

Kết qủa, tất cả bị lóa mắt, có kẻ "đã ngồi bệt xuống giữa đường phố Sài Gòn mà khóc" và gào lên trong uất nghẹn tủi hờn. Ôi, *"Man di mọi rợ thắng Văn Minh"* (DTH)! Phải, Man di, mọi rợ, tội ác đã thắng văn minh và nhân bản! Chỉ vỏn vẹn một hàng chữ ấy đã có thể giải thích một cách chuẩn xác về cuộc chiến chấm dứt vào ngày ngày 30-4-1975 mà nhờ đó miền bắc được giải phóng, được mở mắt ra. Tiếc là cái ngu xuẩn tận trong lòng chúng không hề thay đổi!

Từ đó, ngày 30-4-1075 có thể được gọi là "*Ngày giải phóng*"! Và thành phần được giải phóng chủ yếu là những kẻ đang rêu rao về cái chiến thắng "vĩ đại" đầy ảo tưởng kia. Hơn thế, nó cũng đáng được gọi là giải phóng. Vì từ sau ngày ấy, tất cả những hình ảnh, văn bản bán nước, lời lẽ tuyên truyền do cộng sản lén lút hay công khai dấu diếm che đậy, nay đều được đưa ra ánh sáng. Cái mặt nạ "cách mạng" của CS mà HCM đã cố che đậy từ bấy lâu nay từ từ tụt xuống qua đầu gối!

• Trước hết, sau ngày 30-4-1975 mặt nạ của Hồ chí Minh là "cha già" của Việt cộng theo nhau rớt xuống từng mảng, để ngày nay hầu như đã hiện nguyên hình là một viên thiếu tá tình báo Trung cộng, là đảng viên đảng cộng sản Trung Cộng với cái tên là Hồ Quang, người Hẹ. Hồ Quang ở đó, không phải là Nguyễn ái Quốc như tôi đã viết trong "đồng chí Nguyễn ái Quốc và tôi". Nghĩa là, Hồ Quang không hề có một chút liên hệ nào với dòng máu của người Việt Nam. Y là Hồ chí Minh gốc Hẹ. Kế đến, chuyện Hồ chí Minh được đảng cộng sản tô son vẽ phấn là "*bác không có vợ con, suốt đời phục vụ nhân dân*" nay đã tuột hẳn xuống qua đầu gối, lòi ra vụ Hồ chí Minh đã hãm hiếp (hủ hoá) với nhiều người, trong đó có Nông thị Xuân ngay từ lúc em mười sáu tuổi.

• Nay, sau ngày Xuân sinh con thì Minh (Hồ) lệnh cho Hoàn (bộ trưởng công an của Hồ) thủ tiêu và phi tang bằng một tại nạn lưu thông. Nhưng trời bất dung gian, chẳng có cái xe ma nào chạy trên đường để cán lên cái xác của Nông đã chết vì những nhát búa đập vào đầu, để cứu Hồ chí Minh. Phần đứa con thì bị đem cho làm con nuôi và đến nay vẫn còn sống.

• Rồi công hàm bán nước của Phạm văn Đồng năm 1958, đến âm mưu của tập đoàn CS HCM muốn giao cả giang sơn và người Việt Nam cho TC theo kế hoạch đồng hóa của đảng cộng sản qua Đặng xuân Khu (1951) *"kêu gọi người Việt Nam bỏ chữ Quốc ngữ, học chữ Tàu, uống thuốc Tàu để được xin làm chư hầu cho Trung cộng"*, được phơi bày ra ánh sáng sau ngày 30-4-1975, những hung thần như thú hoang của cộng sản là Nguyễn Hộ với câu tuyên bố lẫy lừng *"Đối với bọn Ngụy quân, Ngụy quyền, nhà của chúng: ta ở; vợ của chúng: ta xài; con của chúng: ta bắt làm nô lệ; còn bọn chúng nó: ta giam cho đến chết!"*.

Kết qủa, sau đó chính bản thân Nguyễn Hộ đã được giải phóng. Y đã mở mắt ra để tạ tội với đồng bào, tạ tội với non sông bằng cách xé nát thẻ đảng CS: *"Bây giờ trên đầu tôi, không còn bị kẹp chặt bởi cái "kềm sắt" của chủ nghĩa Mác-Lênin, của Đảng cộng sản nữa. Do đó, nó cho phép tôi dám nhìn thẳng vào sự thật và dám chỉ ra sự thật.... Khác với trước đây, khi còn là đảng viên của ĐCSVN, một thứ tù binh của Đảng, tôi chỉ biết nói và suy nghĩ theo những gì mà cấp trên nói và suy nghĩ... Nay tôi đã được giải phóng"*.

Và trong số những kẻ được giải phóng tại chỗ còn phải kể đến tướng Trần Độ với "Rồng Rắn". Hoặc Trần Đĩnh, với "Đèn Cù". Một cuốn sách đã gây ra chấn động ở trong nước cũng như hải ngoại vì nhiều chi tiết liên quan đến phương cách đào tạo và kiểm tra lòng trung thành của các đoàn đảng viên CS được tiết lộ.

B. Với bên bị giải phóng.

Bên bị giải phóng bao gồm toàn thể quân dân miền nam, người dân miền bắc, những con người lương thiện, nhân bản đã hết lòng hy sinh bảo vệ tiền đồ của đất nước. Bảo vệ văn hoá, nhân phẩm, đạo nghĩa của con người. Kết quả, sau một chiều *man di mọi rợ thắng Văn Minh*, tất cả những người nằm trong danh mục kể trên đều bị tước đoạt tất cả mọi quyền hạn thuộc về con người. Rồi bị đẩy ngược, lùi lại thời nô lệ, thời của man di mọi rợ. Ở đó, là dối trá và tội ác của cộng sản dẫn đầu.

Ở đó là một nền giáo dục phản nhân tính do CS thi hành để đẩy toàn dân vào con đường Vô gia đình, Vô Tôn Giáo, Vô Tổ Quốc của chúng. Từ đó, một đời sống nhân bản bao gồm cả sự đạo hạnh, văn hóa, nhân phẩm của dân tộc bị chà đạp, bị tước đoạt một cách điên cuồng bởi lớp người thô bạo, man di, mọi rợ đến từ rừng hoang với danh xưng Việt cộng. Để tránh tai họa, có người liều mình đạp trên cái chết ở biển khổ mà đi. Đi để tìm nguồn sống cho mình, cho gia đình mình, cùng với một hy vọng khi đất nước không còn cộng sản, chính họ và con cháu của họ sẽ quay về, góp bàn tay, góp trí tuệ và đóng góp công sức của họ vào việc xây dựng lại một Việt Nam Nhân Bản, Văn Minh có đạo nghĩa.

3. 30-4-1975, có là một ngày mừng?

Nhìn từng đoàn, từng lớp lớp người bị đẩy ra đường phố Hà Nội để vẫy tay chào mừng, bên cạnh những nụ cười lộ rõ những hàm răng bừa, răng quá khổ của lớp quan cán cộng, ai cũng cho đó là ngày mừng. Theo lý, quả thật là ngày mừng. Mừng vì hôm ấy là ngày chấm dứt chiến tranh. Từ nay, người miền nam không còn phải ăn mìn của Việt cộng khi chúng đắp mô trên đường.

Rồi trong đêm dài, hay khi trẻ thơ đến trường, không lo phải ăn B40, hoả tiên 121, 122 hay sơn pháo 130 và đạn Ak được cung cấp từ Nga, Tàu như ở Cai Lậy nữa. Rồi ở ngoài kia, cán cộng và những cơ sở nuôi dưỡng chiến tranh của chúng không còn phải hứng bom rơi, hay đại pháo nữa.

Như thế, lý ra là phải mừng. Mừng lớn. Ai ngờ, tất cả là một chữ hụt. Mừng hụt! Bởi lẽ, theo lời cô tôi kể là: *"Hàng trăm, hàng ngàn người bị đẩy ra đường để mừng chiến thắng ở khắp nơi trên đất bắc. Nhưng trên mặt thì đầy nước mắt. Họ bảo mừng qúa mà khóc!"*. Họ khóc một lần để rồi thôi chờ đợi. Nghĩa là, sự chờ đợi mỏi mòn của họ nay đã có đáp số.

Trước đây, hằng đêm thao thức, họ đã ước mong và chờ đợi được Cụ Diệm, Bác Thiệu, từ trong nam ra giải phóng kiếp tăm tối, nô lệ của họ.

Nay khát vọng thành mây khói, tiếng khóc cũng vỡ òa. Họ khóc cho họ, cho con cái họ và khóc cho một miền nam sẽ vào chung trong một cái tròng cộng sản vô đạo. Ấy là chưa kể đến chuyện, rồi đây từng lớp lớp người gìa, người trẻ sẽ kéo nhau lên rừng sâu, leo dọc Trường Sơn bới đất mà tìm xương con mình! Khi ấy, khéo mà khóc không ra nước mắt! Chuyện như thế, mừng được không?

Đi ngược chiều với người dân, hàng quan cán cộng thì cười văng cả hàm răng bừa! Từng lớp, từng hàng hàng thay nhau vào vơ vét của cải ở miền nam đem về. Gạo trắng, một mặt hàng cực hiếm ở miền bắc, bỗng nhiên tràn ngập ở tất cả các buổi chợ đen ở miền bắc?

- *Gạo ở đâu ra thế?*

- *Từ miền nam mang ra đấy. Gạo trắng ở trong ấy có đổ cho lợn ăn cũng không hết!"*

Nghe thế, bà mẹ liệt sỹ bao năm phải nhịn ăn để có *"hạt gạo cắn làm tư, trong đó một phần dành cho miền nam đói khổ"* xắn váy lên chửi: *"Tổ cha nhà chúng nó, từ thằng lớn đến thàng bé, vậy mà chúng nó lừa bà là ở trong ấy nghèo khổ lắm, hạt gạo ta phải cắn làm tư mà chi viện cho họ"*!

Riêng anh cán, chị hộ lý tự nhiên thấy mình lên trên đỉnh cao chói lọi của vinh quang khi kẹp ở bên nách cái đài transistor từ miền nam đem về. Anh chị cùng chạy đua mở lớn hết cỡ cho cả xóm cùng nghe cho vơi đi những ngày đói khổ. Ôi! tuyệt đỉnh của man rợ vừa chiến thắng! Điện, Đài, Đá, Đổng, Đạp, (đèn pin, radio, đồng hồ, xe đạp) là những thứ quá tầm thường tại miền nam từ nhiều năm trước, nay bỗng trở thành những mặt hàng đáng mơ ước cực kỳ của anh chị cán!

Mà buồn cười là, có nhiều cái Đài đã từng bị vất vào góc nhà, nay bỗng trở thành một thành tích, một giấc mơ vĩ đại, một đỉnh vinh quang tuyệt đối cho mỗi một quan cán có dịp vào nam và đem giấc mơ ấy về bắc! Họ mừng là phải. Vì không có ngày này, giấc mơ "Điện, Đài, Đổng, Đạp" có thể sẽ vào mộ sâu, hay đi theo nắm xương khô trên Trường Sơn, hoặc phơi trần bên bờ hồ Hoàn Kiếm! Như thế, đây quả là ngày "có triệu người vui" (NVK)!

4. 30-4-1975, Có là ngày đoàn viên?

Thật khó mà tìm được chữ đoàn viên mặc dù có một số gia đình có dịp đoàn tụ. Trước tiên là hoàn cảnh các gia đình tại Việt Nam sau ngày 30-4-1975 với những cuộc chia ly, tan nát." *Sài Gòn ơi, ta có ngờ đâu rằng, một lần đi là một lần vĩnh biệt, một lần đi là một lần mất dấu quay về...*" (Nguyệt Ánh). Lời ca bi thương ấy, trong chúng ta, ai chưa từng nghe biết đến? Nay biết bao người phải chia tay Sài Gòn và nhiều người đã phải vĩnh biệt với những yêu dấu ở một nơi đã cho họ cuộc sống và một ước mơ với quê hương và dân tộc Việt. Như thế, Sài Gòn đã mất, người Việt Nam chỉ thấy chia ly, không có đoàn viên, chẳng có đoàn tụ chỉ có những nhà tù.

Còn người mới đến thì ra sao? Có tìm được một lối quay về và đoàn viên không? Xin hãy nghe Trần Đĩnh kể lại cuộc "đoàn tụ" của người về như sau:

"Vài hôm sau, ở Huỳnh Tịnh Của, tình cờ gặp Minh Trường, phóng viên nhiếp ảnh Thông tấn xã năm 1971 đã cùng tôi vào vùng rốn lụt của Hải Dương. Anh thuộc lớp người đầu tiên về Sài Gòn chiến thắng. Nhưng anh đã nếm một chiến bại đớn đau. Hơn một năm sau kể lại với tôi, giọng anh vẫn run run như nghẹn lại. Lẽ tất nhiên anh rất vui khi lần đầu tiên trở lại đứng trước nhà mình, bấm chuông".

Khi nghe tiếng chuông *"Thì mẹ anh ra mở cửa. Thì mẹ liền chắp hai tay lạy: - Anh còn sống thì tôi mừng. Nhưng anh về thì tất cả các đứa con bao lâu nay sống với tôi, chăm sóc phụng dưỡng tôi đều đã bị các anh lôi đi tù hết mất rồi. Anh về thì nhà này tan nát, thì tôi trơ trọi. Thôi, tôi xin anh, anh đi với đồng chí của anh đi cho mẹ con tôi* yên... "(Đèn Cù 485). Như thế, chuyện đoàn viên trong vui mừng, hạnh phúc, vĩnh viễn là chữ không, Sự đoàn tụ gượng ép ở trong nhà cũng không có, nói chi đến đoàn viên của xã hội!

5. 30-4-1975, có là ngày uất hận, ngày tủi nhục của cả non sông?

"Gia đình tôi có hai liệt sĩ: Nguyễn Văn Bảo (anh ruột) – Đại tá Quân đội Nhân dân Việt Nam, hy sinh ngày 09.01.1966 trong trận ném bom tấn công đầu tiên của quân xâm lược Mỹ vào Việt Nam (vào Củ Chi); Trần Thị Thiệt (vợ tôi), cán bộ phụ nữ Sài Gòn, bị bắt và bị chết hồi Mậu Thân (1968), nhưng phải thú nhận rằng chúng tôi đã chọn sai lý tưởng là đi theo cộng sản chủ nghĩa. Bởi vì suốt hơn 60 năm trên con đường cách mạng cộng sản ấy, nhân dân Việt Nam đã chịu sự hy sinh quá lớn lao, nhưng cuối cùng chẳng được gì, đất nước vẫn nghèo nàn, lạc hậu, nhân dân không có ấm no, hạnh phúc, không có dân chủ tự do. Đó là điều sỉ nhục" (Nguyễn Hộ). Bạn nghĩ sao về lời công bố này?

Ở một khía cạnh khác. Cũng sau ngày này, người con gái Việt Nam, con cháu của Trưng, Triệu, được Nguyễn minh Triết, chủ tịch cái nhà nước gọi là CHXHCNVN biến thành gái gọi, gái bao với lời rao bán, chào hàng, mời gọi khách hàng từ khắp năm châu với một cung cách vô văn hóa, vô đạo đức, nếu như không muốn nói là vô giáo dục khi Y ra ngoại quốc chào hàng. Y nói *"vào đi các ông, ở đấy có nhiều gái đẹp"*. Câu mời khách của một tên ma cô gác động ở Khâm Thiên, ở ngã ba Chú ía, có lẽ cũng bằng ngần ấy từ ngữ!

Kết qủa, sau lời mời ấy là tửng toán thiêu nữ Việt Nam tuổi từ 18-25 được lột trần truồng ra cho những tên già lão, bệnh hoạn mang tên Tàu Đài Loan, Đại Hàn, Tàu Trung cộng... ngắm nghía, soi mói và bỏ ra ít tiền để mua về làm... vợ. Và từng đoàn khác thì được xuất cảnh với danh nghĩa đi lao động ở nước ngoài, mà thực chất là bị bán vào các ổ, động ở Mã Lai, Trung cộng... để nhà nước CS của Nguyễn minh Triết hậu bối của Hồ chí Minh thu tiền. Hỏi xem, ngần ấy đủ nói lên cái uất hận và tủi nhục cho giang sơn hay chưa? Hỏi xem, nó đã gói trọn từ giải phóng của Việt cộng chưa?

6. 30-4-19075. Có là ngày Thống Nhất?

Vì theo đuổi cuộc chiến tranh *"Ta đánh Mỹ là đánh cho Trung Quốc, Liên Xô cho xã hội chủ nghĩa"* và *"tất cả những công việc của chúng tôi làm đều phụ thuộc vào Mao chủ tịch"* (Lê Duẩn) Việt cộng đã tạo ra ngày 20-7-1954 chia cắt đất nước ra làm hai, tạo nên một cuộc chia ly tang thương nhất trong lịch sử Việt Nam. Cuộc chia ly ấy có đến một triệu người phải bỏ miền bắc, phải bỏ nơi chôn nhau cắt rốn, phải bỏ lại cả cha mẹ, anh em, họ hàng, bạn bè để trốn chạy cộng sản, di cư vào nam.

Sau đó, Việt cộng lại tạo ra một biển máu trong cuộc chiến với miền nam. Lại đẩy hàng triệu thanh niên miền bắc vào kiếp nạn sinh bắc tử nam và giết hại hàng trăm ngàn quân, dân, chính, học sinh tại miền nam. Nay 30-4-1975, cộng sản lại tràn vào Sài Gòn.

Ranh giới hôm nào là cầu Bến Hải do chúng tạo ra chia cắt tuy được xóa bỏ, nhưng thực tế lại cho thấy có quá nhiều phần đất của Việt Nam như Hoàng Sa, Trường Sa, Nam Quan, Bản Giốc, Lão Sơn, bãi biển Tục Lãm và một phần vịnh Bắc Bộ đã bị cộng sản dâng cho Trung cộng. Ấy là chưa kể, chưa nói đến cái cung hiến trong "hiệp ước Thành Đô" ghi chép như thế nào?

Hỏi xem, Việt Nam dưới trướng của tập đoàn Việt cộng HCM sắp bị lệ thuộc, thành một tỉnh ly của Trung cộng chưa?

Phần diện địa đã thế, đến phần tinh thần, CS không bao giờ thống nhất được lòng dân. Trái lại, chúng tạo ra quá nhiều ly tán, bạc nhược, suy đồi. Nếu điều gì người dân ngày nay có thể tự thống nhất được với nhau thì đó chính là lòng căm thù cộng sản! Thực tế nhá, chỉ cần một học sinh 18 tuổi đời cũng đã biết viết nên một hàng chữ diễn tả được nỗi lòng của toàn dân Việt Nam: "đảng cộng sản hãy đi chết đi" (Phương Uyên). Em biết, nếu chúng chết đi, người dân mới có cơ hội Thống Nhất để xây dựng lại đất nước. Nếu không, chỉ thấy từng đoàn người, trong đó có rất nhiều cán cộng nhập cuộc, tìm mọi cách bỏ nước ra đi. Hỏi xem, Nước không giữ được dân thì nước ấy là nước gì?

7. 30-4-1975 mãi mãi là Ngày Quốc Hận!

Với đôi điều tôi nêu ra ở trên cũng là quá đủ để minh chứng rằng **30-4-1975 Mãi Mãi Là Ngày Quốc Hận**. Mãi mãi là Ngày Quốc Hận bởi vì vào ngày 30-4-1975, chỉ có một kẻ duy nhất chiến thắng, đó là đảng Cộng sản (Tàu- Việt). Kẻ bại trận chính là Dân Tộc Việt Nam. Chúng chiến thắng trong cuộc chiến do chính CS gây ra, nên tập đoàn đảng cộng sản đã cướp, chiếm đoạt lấy chính quyền và nền chính trị tại Việt Nam. Từ đây, đảng CSVN đã biến chính quyền thành nhà nước CHXHCN, thành một tổ chức phi nhân, thành một cánh tay hợp pháp để CS chiếm đoạt, tước đoạt mọi công quyền và nhân quyền của người dân Việt Nam.

Đảng cộng sản đã biến nhà nước CHXHCN thành một công cụ hợp pháp để chiếm đoạt và cưỡng đoạt quyền tư hữu của người dân. Tổ chức cướp tài sản, cướp nhà, cướp đất, cướp ruộng vườn, cướp các cơ sở kinh doanh của nhân dân Việt Nam. Hành động này, lúc trước là mùa đấu tố, nay gọi là quy hoạch, cải tạo công thương. Mục đích, trước là phá nát đời sống an bình, yên vui của người dân. Sau là thu tóm mọi tài sản của đất nước vào tay đảng viên đảng cộng sản.

Rồi đảng Cộng sản đã biến nhà nước CHXHCN thành một công cụ hợp pháp để tuyên truyền một thứ văn hóa và đạo đức thô bỉ, hạ cấp của Hồ chí Minh với mục đích phá nát nền Văn Hóa Nhân Bản và luân thường đạo nghĩa của xã hội và của các tôn giáo tại Việt Nam. Và đảng CS đã biến nhà nước thành công cụ hợp pháp để CS bắt bớ và bỏ tù, đàn áp tất cả những tinh hoa của đất nước.

Nhờ 30-4-1975, đảng CSVN, một tập đoàn phản quốc đã biến nhà nước CHXHCN thành một công cụ hợp pháp để chúng có chính danh bán đất đai, biển đảo của Tổ Quốc Việt Nam cho Trung Cộng qua các Công Hàm 1951 và các Hiệp Thương, Hiệp Ước biên giới, cũng như các khế ước thuê bao rừng đầu nguồn và khai thác Bauxite độc hại ở cao nguyên để di họa cho dân chúng mai sau.

Ấy là chưa kể đến chuyện chúng luôn tạo điều kiện cho các nhà thầu Trung Cộng độc chiếm mọi công trình xây dựng cơ sở hạ tầng tại Việt Nam, chiếm hết mọi nguồn lợi kinh tế của người dân Việt Nam. Cuối cùng, Hồ chí Minh và tập đoàn đảng CSVN đã biến nhà nước này thành một công cụ hợp pháp để chúng tự ký mật ước Thành Đô nhằm biến Việt Nam thành một tỉnh bang trực thuộc Bắc Kinh, biến dân tộc Việt thành một thứ Hán nô từ năm 2020?

Đứng trước hành động dã nhân của Hồ chí Minh và của tập đoàn Việt cộng, bạn nghĩ gì? Phần cá nhân, tôi muốn nhắc cho tập đoàn Việt cộng này nhớ rằng: Tất cả những tội ác Cộng sản đã gây ra cho người dân trong chiến tranh, còn có thể bào chữa, còn có chỗ bao che, dung thứ. Nhưng tội phản quốc, tội bán nước, một trọng tội đối với Tổ Quốc, đối với hồn thiêng sông núi, đối với anh linh của tiền nhân, đối với máu xương của dân tộc Việt Nam, vĩnh viễn trời không tha và đất chẳng dung, nói chi đến con người.

8. Lời kết.

Người Việt Nam không có nhu cầu thù hận nhau, hay hận thù bất cứ một ai. Theo đó, mọi người đều khẳng định rằng. Đường ta đi là vạn nan, nhưng chỉ cần một lần giải quyết là đủ. Hiện nay, lòng dân càng lúc càng mãnh liệt đòi hỏi Tự Do, Dân Chủ, Nhân Quyền, Công Lý. Ý thức của mỗi cá nhân, của các đoàn thể mỗi lúc một dâng cao. Nhiều người, nhiều nơi đã vượt qua sự sợ hãi để tiến đến những cuộc phản đối, đình công biểu tình tập thể. Nhiều gia đình trước cảnh cướp ngày của Việt cộng đã dương cao biểu ngữ: *"Gia đình tôi thề quyết tử chống bè lũ CSVN cướp ngày đến hơi thở cuối cùng."*

Lời thề ấy, trước là để bảo vệ lấy quyền sống và quyền lợi của mình, sau là góp lòng, chung sức vì đất nước. Nói cách khác, nơi nơi, đều chung một ý hướng: Còn cộng sản là còn Quốc Hận. Còn CS là còn đấu tranh. Ta phải "Đánh cho Tàu cút, đánh cho Cộng sản tàn".

Từ ý chí kiên cường này, tất cả đều quyết ra đi cho ngày Độc Lập và Thống Nhất đất nước trong Tự Do, Dân Chủ, Nhân Quyền và Công Lý.

> *Nào ta đi cho ngày mai đổi mới,*
> *Này ta về cho đất nước hồi sinh...*
> *Mẹ phất cờ, con ra trận,*
> *Quyết cho sạch bọn bành trướng bắc phương.*
> *Người trong nước, kẻ ngoài biên,*
> *Dựng cho cao ngọn cờ Độc Lập.*
> *Hát cho đều tiếng hát Tự Do.*
> *Cho ngàn ngàn sau dòng sử Việt*
> > *còn lưu danh cùng trời đất,*
> *Cho vạn vạn thế, người nước Nam*
> > *cùng bốn bể an lạc, hòa minh.*

Mùa Quốc Hận. /2005
Bảo Giang

Theo dòng lũ đỏ

Có một điều mà ai cũng biết là một khi dòng nước đã chảy tràn qua bờ, làm vỡ đê, nước sẽ không tự ngừng lại để chờ người ta làm bờ đê khác. Trái lại, nó sẽ tiếp tục cuốn trôi đi những gì nằm trên dòng lũ.

Chuyện là thế, tuy nhiên, con người nhiều khi lại phạm một lỗi lầm lớn là không cùng nhau giữ cho đê khỏi vỡ. Hoặc giả, khi một mảng đê bị vỡ thì tất cả không cùng ra công ra sức. Trái lại, vẫn sống theo cảnh đèn nhà ai, nhà nấy rạng. Đến khi mở mắt ra, căn nhà của mình đã ngập nước đỏ rồi. Khi ấy, chạy đi đâu? Dầu có cả vợ chồng con cái thi nhau gào thét, khóc than, ai sẽ cứu đây? Đây là một câu hỏi không vui và câu trả lời trong hoàn cảnh này là một nỗi đau thấm thía. Bởi lẽ, ai gào thì cứ gào, kẻ vui chơi, cười đùa vẫn không thay đổi. Kết quả, tất cả đều trắng mắt ra mà nhìn dòng nước đỏ nghiến nát đời dân tộc mình.

Đây là một câu chuyện buồn, thật buồn. Và còn buồn hơn thế nữa, nó là câu chuyện của người Việt Nam trong hơn nửa thế kỷ qua! Tất cả chúng ta đều chìm trong một dòng chảy, nhưng người Việt lại mỗi người một phách, không biết nắm lấy tay nhau để cứu mình, cứu lấy gia đình và cứu lấy đất nước của mình. Cuối cùng, trơ ra trên cánh đồng trong cuộc bể dâu ấy là những thân cò mỏi cánh, rũ liệt và trên mảnh đất bùn lầy ấy là dăm ba cái cọc trơ thân, tróc vỏ. Bên cạnh đó là một vài con lang sói no cành bụng.

Hẳn nhiên đây là những hình ảnh không đem lại cho chúng ta niềm vui và không ai muốn nhìn thấy. Tiếc rằng, nó không phải là hình ảnh xuông, nhưng lại là cảnh sống của người Việt Nam hôm nay. Ơ đó, cái dòng nước đục đỏ hôi tanh kia vẫn cuồn cuộn trên đất nước này. Nó không chỉ phá nát căn nhà luân lý đạo đức của Việt Nam, nhưng còn là cuộc chia cắt đất đai của nhà Việt Nam ra từng mảnh để hiến dâng cho Tàu cộng phương bắc. Hỏi xem, rồi ra người dân Việt sẽ trôi dạt về đâu?

1. Tang thương, ly tán?

Ai cũng biết Việt Nam trải dài theo dòng sử hơn bốn ngàn năm, có lúc thịnh, khi suy, nhưng xem ra chưa bao giờ gặp cảnh tang thương, ly tán và khốn cùng như thời Việt cộng hôm nay. Bởi lẽ, từ xưa trong lịch sử nước ta chưa bao giờ có ghi chép về chuyện nhà nước giết người, đoạt của cải của người dân. Nhưng thời Việt cộng, xem ra đây là một sách lược trường kỳ và chính yếu của chúng.

Khởi đầu, ngay từ những năm đầu của thập niên 1930, khi người dân chưa hề biết Việt Minh là cái gì thì họ đã bị khốn đốn vì chúng. Thời đó, với danh nghĩa "ủng hộ việt minh" những vùng thôn quê bị tạm chiếm, không có được một ngày yên. Nay chúng kéo về tra khảo của. Mai chúng bắt, lôi đi vài ba người có tên tuổi, có danh phận trong làng. Sáng hôm sau, cả làng, cả tổng đều vỡ mật khi thấy xác người thân quen trong làng bị chúng giết, và treo đầu lên trên cái cọc cắm giữa đường. Hoặc gỉa, giữa sân đình, miếu, trước cửa chợ hay nơi có nhiều người qua lại, với nét chữ nguyệch ngoạc *"mặt trận Việt Minh sử tử tên ác ôn"*.

Từ đấy, cuộc sống của người dân nơi vùng thôn quê đã thực sự bị đẩy vào hoang mang, hoảng sợ. Ngày sợ quan về tuần tra. Đêm mất ngủ, mất mạng vì cái mã tấu của Hồ chí Minh. Sự việc này đả đẩy người dân quê vào một trong hai bước đường bó buộc phải làm:

• Một là bỏ lại nhà cửa, tài sản, làng mạc và lặng lẽ đưa gia đình ra đi, đến nơi khác tìm yên bình trong cuộc sống. Cuộc di cư vĩ đại của người dân miền bắc vào nam năm 1954 và sau cuộc bỏ nước ra đi sau 1975 phải được kể vào diện này.

• Hai là vì hoàn cảnh không thể rời bỏ làng quê thì đành cúi đầu vâng phục theo lệnh của cái mã tấu trong tay Việt cộng. Tự gom góp tài sản, tự bắt gà vịt và tích cóp gạo thóc dâng cho chúng để sống qua ngày.

Kịp đến những năm 1953-56, việc cướp của giết người của Hồ chí Minh thêm nở rộ. Hơn thế, nó trở thành một chính sách lớn của nhà nước Việt cộng. Từ đây không một làng, xã, huyện, phủ hay thành thị nào trên đất bắc mà không bị Hồ chí Minh chỉ tên, đấu tố. Kết qủa, chỉ trong vòng gần 4 năm (1953-56), hơn 172000 người chủ nhà Việt Nam đã bị Hồ chí Minh sát hại và tịch thu toàn bộ tài sản của gia đình họ. Tính theo tỷ lệ dân số lúc bấy giờ thì theo báo cáo chính thức của chúng: *"các vùng đều đạt chỉ tiêu từ 5 đến 7% dân số*" bị giết chết và bị tịch thu tài sản. Tuy nhiên, có nhiều vùng còn vượt xa chỉ tiêu này.

Bạn hỏi Hồ chí Minh là ai mà độc ác, tàn bạo như thế ư? Cho đến nay, ngoại trừ tập đoàn Việt cộng cho Y là người Việt, là lãnh đạo và còn nâng Y lên hàng cha gìa của chúng. Trong khi đó, sách vở của người Việt lại có cái nhìn khác về hắn. Trước hết, bản thân Y có thể không phải là người Việt Nam. Lý do, lý lịch của Hồ có nhiều điểm dối trá, đã thế, có những điểm không thể chứng minh. Ngay trong cách ăn mặc của Y đã là một khác biệt. Cả đời Y chỉ khoác trên người những bộ quần áo đại cán của CS Trung cộng. Y không hề biết đến Y phục Việt Nam. Đây là một điểm hoàn toàn khác biệt với cung cách của Nguyễn tất Thành, một người chỉ thích ăn mặc theo âu tây.

Dĩ nhiên, đây chỉ là một khác biệt bề ngoài, không đáng quan tâm. nhưng trong lịch sử hơn 4000 của Việt Nam, hầu như không có ghi lại một trang, một hình ảnh nào vô đạo, ác độc, dã nhân như Hồ chí Minh. Nói thế, không có nghĩa là vua quan của Việt Nam từ xưa chưa từng giết người, hại dân. Trái lại, có nhiều. Nhiều vua quan vì quyền lợi cá nhân, phe đảng, họ cũng từng giết người đối kháng, hoặc gỉa, giết cả người theo đạo Giatô mặc dù họ chẳng phạm vào một loại tội ác nào. Tuy thế, không có một vua quan nào dựa vào thế lực của Tàu phương bắc để giết người và cướp đoạt tài sản của người dân như Hồ chí Minh.

Để làm việc này, trước hết, ngoài việc đưa ra khẩu lệnh *"trí phú địa hào, đào tận gốc, trốc tận rễ"*, Hồ chí

Minh còn trổi vượt hơn tất cả mọi kẻ độc ác khác qua bài viết hướng dẫn cho cuộc đấu tố với tựa đề "*địa chủ ác ghê*". Ở đó, Y đã khởi công, kể tội bằng cách vu khống, gía họa cho một người đàn bà là Nguyễn thị Năm với những dòng chữ mà khi đọc qua, ai cũng phải rùng mình và kinh tởm vì cái man rợ tự lòng nó.

Tuy nhiên, Hồ chí Minh rất hãnh diện vì bản văn làm nên tên tuổi của mình. Nên ngay khi viết song Y đã trao tay cho hầu cận đem ra pháp trường đọc, kể tội, lên án bà thay cho lời luận tội của án quan. Phần cá nhân Hồ chí Minh và viên phụ tá là Đặng xuân Khu thì "*kẻ bịt râu người đeo kính râm đến dự một buổi*". (Trần Đĩnh, Đèn Cù).

Thú thật, khi đọc đến đoạn viết này, tôi thấy rợn cả người. Từ đó, tôi có thêm lý do để cho rằng, dẫu Y là ai đi chăng nữa, chỉ cần một bài viết này và cung cách lén lút đi theo giám định cuộc đấu tố bà Nguyễn thị Năm thì đủ biết Y là kẻ tồi bại, bất lương, đáng khinh bỉ như thế nào. Bởi lẽ, nó không chỉ là một hành động vô đạo, nhưng còn là sự bất gíao tự tâm nữa. Tuy thế, tập đoàn cộng sản lại hãnh diện, học tập theo gương của Y. Từ đó nhà Việt Nam phải nhận tai họa cũng không có gì là lạ.

Nhắc về chuyện này, tôi đã viết nhiều lần, nhưng sẽ còn tiếp tục viết nữa. Bởi lẽ, không cần biết Y là ai. Nhưng một khi đã xác định được Y là kẻ đã đẩy Việt Nam vào con đường vô đạo bằng cách cổ võ, hoặc gỉa, cưỡng bức xã hội thực hiện chủ trương con cái đấu tố cha mẹ, vợ chồng, anh em họ hàng thân tộc đấu tố nhau để triệt hạ, xóa bỏ nhân bản, luân lý của Việt Nam thì tôi phải viết. Lý do đơn giản là, bất cứ kẻ nào phá họai nền luân lý, đạo đức của gia đình và xã hội Việt Nam thì đều phải bị lên án. Hơn thế, phải để cho người ngoài cuộc thấy rằng chúng ta, người Việt Nam có một cội nguồn thủy chung với Nhân Lễ, Nghĩa, Trí, Tín... Chúng ta không có cùng chung nguồn gốc bất lương, bất giáo như Hồ chí Minh, như CS.

Có thể, bạn không đồng thuận về điều tôi vừa viết. Hơn thế, còn phản kháng vì cho rằng nhờ Y mà Việt Nam mới đuổi Pháp, đuổi Mỹ ra khỏi nơi đây, nên Y có toàn quyền thực thi sách lược của CS trên đất nước này?

Nếu nghĩ như thế thì bạn là kẻ ấu trĩ lắm, bởi chính vua Bảo Đại đã công bố Việt Nam hòan toàn độc Lập vào ngày 11/3/1945. Sử Việt còn đây, vua Bảo Đại ký đạo dụ Tuyên cáo Việt Nam Độc Lập, trong đó, *"Tuyên bố hủy bỏ Hòa ước Patenôtre ký với Pháp năm 1884 cùng các hiệp ước nhận bảo hộ và từ bỏ chủ quyền khác, khôi phục nền độc lập của đất nước, thống nhất Bắc Kỳ, Trung Kỳ và Nam Kỳ"*. Cùng với đạo Dụ này là sự ra đời của chính phủ Trần trọng Kim với những con số của lịch sử ghi rõ nét đây:

1. Ngày 9-3-1945, Nhật chấm dứt 80 năm đô hộ của giặc Pháp trên toàn cõi Đông Dương.

2. Ngày 25-8-1945 Nhật cáo chung quyền lực tại đây. Nhưng ngay khi việc nước chưa yên, Việt Minh đã nhảy vào cướp chính quyền trong ngày quân dân Hà Nội xuống đường tuần hành ủng hộ chính phủ Trần trọng Kim vào ngày 17-8-1945.

Sử và thực tế là thế, tuy nhiên, lúc gần đây cơ quan truyền thông VC và nhiều "láo thành cách mạng" của chúng lại nêu ý kiến là không nên dùng cụm từ "cướp chính quyền" nữa. Báo tuổi trẻ online 08/10/2005 TTCN cho rằng: *"Từ trước đến nay trên sách báo cũng như một số kênh thông tin đại chúng khi nói về cuộc tổng khởi nghĩa Cách mạng Tháng Tám 1945 giành chính quyền về tay nhân dân, chúng ta thường dùng cụm từ: "tham gia cướp chính quyền". Cụm từ "cướp chính quyền" này theo tôi không ổn. Bởi lẽ, hằng ngày ta thường nghe nói tới từ "cướp" như "kẻ cướp", "quân ăn cướp", "bọn cướp nước". Với cụm từ có dùng từ "cướp" bao hàm cử chỉ, hành động phi nghĩa, vô nhân đạo. Động từ "cướp" chỉ hành động xấu xa. Theo đó tại sao sách sử của ta mãi dùng cụm từ "tham gia cướp chính quyền".?*

Trước đây, họ vẫn hoan và hý hửng đọc to như thế hàng năm. Nay, tại sao lại có bài báo này? Phải chăng CS đã biết sấu hổ vì chữ cướp rồi ư?

Hỏi vậy thôi, thực tế ai cũng biết, gắn liền với việc cướp chính quyền ở miền bắc là vụ đấu tố được cài cắm với cái tên như mơ là *"cải cách ruộng đất"*. Ở đó, nông dân miền bắc có ruộng đất thì bị vu khống là cường hào rồi bị bày trò đấu tố để VC giết họ một cách man rợ. Người thì bị chôn sống, kẻ bị treo lên xà nhà, bị đánh để tra khảo của. Kẽ bị chúng giam nơi hầm phân cho tới chết... Rồi nhờ sự tàn bạo này mà toàn bộ ruộng đất của họ và của người dân miền miền bắc bị Hồ chí Minh cướp đoạt. Hỏi xem cái giải phóng ấy có là văn minh chưa nhỉ?

Có lẽ là chưa đủ văn minh nên gần đây họ đã biến thế từ *"cải cách ruộng đất"* sang một cụm từ mới là "cưỡng chế, quy hoạch". Chữ thì hơi khác xưa, cơ bản vẫn chỉ là cướp, cướp gọn nhẹ hoặc là cướp có tổ chức. Ngày nay, từ vùng nông thôn nghèo khó đến thành thị, mỗi khi nghe vang lên từ "cưỡng chế" và nhìn đoàn lục lâm VC là người dân rùng mình. Tiếp theo là tiếng la hét, nguyền rủa, thậm chí chửi bới đoàn "cưỡng chế, quy hoạch" đến thấu trời xanh. Mặc, cái mặt bọn cướp cứ trơ ra như mặt Hồ chí Minh khi tố giác bà Nguyễn thị Năm xưa.

Ai cũng biết, sau những năm 1954, khi dân đã bước vào đoạn đường cùng của nghèo đói. Ngửa lên, chỉ một mặt trời máu, cúi xuống là những dấu lệ rơi. Cộng sản hiểu rằng, cuộc nổi loạn có thể bùng phát bất cứ lúc nào trên đất bắc. Nhưng thay vì tháo bỏ xiềng xích cho người dân, hoặc xin lỗi dân, cộng sản lại đẩy người dân đất bắc vào cuộc chiến tranh tương tàn với miền nam.

Kết qủa, có đến trên 3 triệu người dân mất mạng trong cuộc chiến phi lý này. Gọi là phi nghĩa lý là bởi vì sau hơn 20 năm nội chiến, người Việt Nam càng lúc càng cùng khổ trong cảnh mất đất, mất nhà, mất cả Độc Lập, Tự Do và Hạnh Phúc. Trong khi đó, ngày nay, không một tên cán bộ viên chức nào của cộng sản thờ Tầu mà không giàu có gấp hàng trăm, thậm chí hàng ngàn, hàng vạn lần nếu đem xo sánh với những người giầu có đã bị chúng đấu tố, chém đầu năm xưa!

Để chứng minh cho những điều tôi vừa viết, bạn hãy nhìn thử xem: Căn nhà to lớn nhất làng và ruộng đồng thẳng cánh cò bay ở thôn quê ta hôm nay là của ai đó? Rồi căn nhà kín cổng, cao tường giữa phố xá kia là của ai? Những dãy dinh thự mà người dân khi đi qua chẳng dám đứng lại nhìn một lần kia là của ai? Của dân đen hay của cán bộ đỏ?

Rồi bạn hãy hỏi xem, có còn ngôn từ nào đểu cáng, bất lương hơn cái bản văn chúng gọi là hiến pháp trong đó có câu *"đất đai thuộc về sở hữu toàn dân và do nhà nước quản lý"* không? Và hãy hỏi xem, Nam Quan, Bản Giốc, Lão Sơn... cho đến rừng đầu nguồn, Bauxite Tây Nguyên, đến Formosa... rồi Hải Đảo, Bắc Vân Phong, Vân Đồn, Phú Quốc... ra sao? Có nằm trong mục *"đất đai thuộc sở hữu toàn dân và do nhà nước...* Trung cộng quản lý chăng? Xa hơn, hãy nhìn xem, trên quê hương ấy có còn một nơi nào thiếu bóng dáng bước chân Trung cộng nghênh ngang không?! Hãy nhìn đi để chúng ta có câu trả lời.

2. Tương lai về đâu?!

Người dân đã cùng khổ như thế, tập đoàn Hồ phỉ vẫn chưa vừa bụng. Mới hôm nào đây, chúng vung mã tấu lên ở phố Nhà Chung Hà Nội để đánh cướp Tòa khâm Sứ, rồi tiến chiếm Đồng Chiêm, Tam Tòa, Loan Lý, Cồn Dầu, Văn Giảng, Tiên Lãng... nay lại đến Lộc Hưng, Thủ Thiêm! Mai sẽ là đâu? Liệu có thể là ông Tạ, Gò Vấp, Tân sơn Nhì....? Hoặc giả, bất cứ một nơi nào đó mà chúng tìm được lợi nhuận thì đều có thể bị giải tỏa với đủ những lý do như lập vùng an toàn, phi trường, bến cảng... khi đó, thẩy đều có chung một số phận như Lộc Hưng, Tiên Lãng! Bởi lẽ, *"đất đai thuộc sở hữu toàn dân nhưng do nhà nước quản lý"*. Nó hoàn toàn đúng quy trình như trong hiến pháp của chúng đã quy định.

Hỏi xem, người dân còn gì để bám? Chúng ta đã bị chúng xô đẩy vào bước đường cùng chưa? Nhớ lại, vào thời Việt Nam Cộng Hòa, Tổng Thống Ngô đình Diệm đã công bố những biện pháp để bảo vệ người dân của mình như sau:

Công bố hàng loạt ngành nghề kinh doanh chỉ dành cho người Việt Nam; người nước ngoài không được hành nghề. Ngày 22-10-1956, Tổng thống VNCH Ngô Đình Diệm ký Sắc lệnh 143/VN "Thay đổi địa giới và tên Đô thành Sài Gòn – Chợ Lớn cùng các tỉnh và tỉnh ly tại Việt Nam".

Theo Sắc lệnh này, Đô thành Sài Gòn – Chợ Lớn đổi tên thành Đô thành Sài Gòn. Từ đây, tên gọi "Chợ Lớn" không còn được dùng chính thức trong các văn kiện hành chính nữa. Có chăng chỉ dùng trong câu chuyện của người dân để chỉ một khu phố trong quận 5, quận 6, quận 11 và một phần quận 8, 10 của đô thành Sài Gòn mà thôi. Phần dân quê thì có ruộng để cày bừa sinh sống.

Rõ ràng, chính ông Diệm là người đã biến những ngôn từ thành chương trình cứu quốc và kiến quốc. Trong khi đó, Việt cộng dưới lớp áo của Hồ chí Minh thì ngay từ năm 1958 đã trao tay hai quần đảo Hoàng Sa và Trường Sa của Việt Nam cho Tàu cộng bằng một lý lẽ của phường đá cá: **"Mấy cái đảo hoang ngoài khơi đó của ai thì tôi không rõ lắm, nhưng cũng chỉ là mấy cồn đá hoang toàn phân chim ỉa. Nếu các đồng chí Trung Quốc muốn thì cứ cho họ đi. (Hồ Chí Minh, trong HCM toàn tập).** Với lời công bố này, Việt Nam sẽ đi về đâu? Hỏi xem Y là ai đây? Là Nguyễn tất Thành hay Hồ tập Chương?

Để kết, tôi tin rằng những bài học từ TKS, Thái Hà rồi Tam Tòa, Đồng Chiêm, Cồn Dầu, Mỹ Yên, Văn Giảng, Tiên Lãng và nay là Thủ Thiêm, Lộc Hưng... không là vô ích. Trái lại, đó là những bài học bằng máu và nước mắt của người Việt Nam học được dưới ách cộng sản.

Tuy thế, máu và nước mắt ấy chỉ là những đau thương, nhưng không là những hận thù. Trái lại, sẽ là một sức sống mãnh liệt đầy bao dung, nhân ái, có khả năng giúp dân tộc ta trưởng thành và vững mạnh trong việc quyết xây dựng lại đất nước và con người trong yêu thương, tự chủ, không cộng sản mà thôi.

Bảo Giang.

Bán nước đi,
mua lấy vinh hoa

Ở Huế có một câu nói mà người đời truyền tụng như một ca dao: "Đày vua không Khả, Đào mả không Bài". Sau này, trong nhân gian lại xuất hiện vế thứ ba là: "Hại dân không Diệm". Khi viết bài này, thấy như còn thiếu một câu trong khổ thơ tứ tuyệt, tôi xin được góp cho đủ bộ tứ:

Đày vua không Khả, (Ngô đình Khả)
Đào mả không Bài. (Nguyễn hữu Bài)
Hại dân không Diệm, (Ngô đình Diệm)
Bán nước có Minh. (Hồ chí Minh).

Trong thế chiến thứ hai, Nhật theo phe gây chiến, xâm lăng nhiều nước trong vùng Đông Nam Á, trong đó có Việt Nam và Nhật còn tràn qua cả Úc Châu. Nhật đã gây ra khá nhiều bi thảm không chỉ cho đồng minh, nhưng còn cho các quốc gia bị chiếm đóng. Tuy thế, khi hai trái bom nguyên tử của Hoa Kỳ dội xuống Nagasaki và Hiroshima xem ra đã làm thay đổi bộ mặt thế giới hơn là chỉ chấm dứt chiến tranh.

Đến khi quân đội đồng minh do Mỹ lãnh đạo tràn vào, nhiều kẻ tin rằng máu sẽ tuôn đổ trên khắp đất nước ấy. Kết qủa, chuyện máu đổ không hề xảy ra. Đã thế, Mỹ còn trực tiếp giúp Nhật xây dựng lại đất nước đổ vỡ sau chiến tranh và trở thành cường quốc không chỉ đứng đầu Đông Nam Á, nhưng còn là thành lũy của thế giới Tự Do hôm nay. Tại sao lại có chuyện thần kỳ như thế?

Ai cũng biết, từ năm 1942, MacArthur dẫn đại quân tấn công Nhật Bản từ Melbourne. Ông đã tạo nên một cuộc chiến thắng toàn diện sau hai quả bom nguyên tử dội xuống Hiroshima và Nagasaki, buộc Nhật phải đầu hàng. Vì thế vô số người Nhật đều hận ông thấu xương. Hận vì thua cuộc và hận vì họ cho rằng bàn tay Arthur sẽ đẫm máu người Nhật.

Chiều ngày 30/8/1945, MacArthur ra khỏi máy bay và đặt chân lên đất Nhật. Ông đến trong một chuyến bay thường, không quân phục, không vũ khí, không có hộ tống. Lúc ấy, hơn 70 triệu người Nhật Bản đã sống trong kinh hoàng. Họ đợi chờ cái chết hơn là sợ mất nước!

Kết quả, Mac Arthur không đến trong máu và nước mắt của chiến tranh. Nhưng là cánh chim đến trong hòa bình, chính nghĩa, khoan dung, thân ái và bình đẳng.

Thật vậy, sau chiến tranh, nền kinh tế Nhật Bản rơi vào suy sụp, đến bữa trưa của Nghị viên Quốc hội cũng phải ăn cơm trộn khoai lang, cái đói bao phủ khắp nơi. Trước cảnh tang thương ấy, nước mắt chảy xuống từ khuôn mặt của vị tướng lừng lẫy trong chiến thắng. Ông ta trực tiếp yêu cầu chính phủ Mỹ phải hỗ trợ Nhật Bản. Nhờ đó, 3,5 triệu tấn lương thực và 2 tỷ Mỹ kim được quốc Hội Hoa Kỳ thông qua, chuyển đến Nhật. Kế đến, Ông không chỉ giữ lại chính quyền Nhật Bản mà còn đặc xá tất cả. Thậm chí còn quan tâm đặc biệt đến số phận của từng người lính bình thường hay bị thương tích trong chiến tranh.

Chuyện kể rằng, theo sau ông là 400 nghìn lính Mỹ đã đến Nhật. Ở nơi đây không có Hồ chí Minh nên không có câu chuyện "giấc ngủ 10 năm" với lính Mỹ ăn thịt người. Trái lại, nhiều con hẻm chật hẹp trong thành phố đã trở thành chứng nhân khi một người Nhật và một người lính Mỹ gặp nhau. Vì đường chật, ngõ nhỏ, họ không thể cùng song song, vì thế, thường thì người lính Mỹ sẽ nép vào một bên cho người Nhật đi trước.

Trước cảnh này, những đôi mắt Nhật bừng mở và tự hỏi nhau: Nếu Nhật chiến thắng thì có làm được như thế không? Ở đó không tìm ra câu trả lời vì Nhật thua. Tuy nhiên, ở Việt Nam nơi Nhật từng chiếm đóng đã có câu trả lời khi CS Hồ chí Minh vào đến thành phố của cả hai miền nam bắc Việt Nam. Từ đó, có hàng triệu cuộc chia ly, kẻ bị đấu tố, người bị giết, rồi người đi tù, kẻ vượt biên. Chúng làm hàng triệu gia đình ly tán. Riêng phần tài sản của họ thì bị Việt cộng vơ vét, trộm cắp không trừ một thứ gì.

Trong khi đó, tướng MacArthur sau khi đến Nhật Bản, ông ra lệnh thả tội phạm chính trị, trong đó có rất nhiều Đảng viên Cộng sản bị chính phủ Nhật bắt giam. Sau đó, tham gia trực tiếp vào việc cải tổ hành chánh Nhật và hỗ trợ để Hiến Pháp dân sự đầu tiên của Nhật ra đời. Đặc biệt, ngày 31/3/1947, ban hành "Luật Giáo dục". Theo đó mục tiêu hàng đầu của giáo dục là *tôn trọng sự tôn nghiêm của cá nhân, bồi dưỡng cho mọi người có lòng nhiệt huyết vì chân lý và hòa bình".*

Đến ngày 16/4/1951, Tổng thống Harry Truman bãi bỏ chức Tư lệnh quân chiếm đóng và triệu hồi tướng MacArthur về nước. Sự kiện này chỉ thông báo cho một số quan chức cấp cao người Nhật biết. Tuy nhiên, khi ông ra xe để đến sân bay Atsugi thì có hàng triệu người Nhật Bản kéo đến, họ đứng chật hai bên đường đưa tiễn. Đoàn xe hộ tống nhiều lần phải dừng lại và đi trong những hàng nước mắt cùng tiếng hô vang dậy của người dân Nhật Bản: Đại nguyên soái! Đại nguyên soái!

Trước đó, Thiên hoàng Hirohito đích thân đến sứ quán cảm ơn và đưa tiễn MacArthur. Nước mắt của người tiễn và người đi đều nhỏ xuống.

Rồi cũng vào sáng hôm ấy, khi tiễn MacArthur, Thủ tướng Yoshida đã nói lên tiếng nói của người dân trên đất phù tang: *"Tướng quân MacArthur đã cứu chúng tôi ra khỏi nỗi sợ hãi, lo lắng và hỗn loạn của thất bại để đưa chúng tôi vào con đường mới do ông xây dựng. Chính Ngài đã gieo trồng hạt giống dân chủ trên đất nước chúng tôi để chúng tôi bước trên con đường hòa bình. Tình cảm ly biệt mà nhân dân chúng tôi dành cho Ngài không lời nào có thể diễn tả được."*.

Đó là câu chuyện đầy tính nhân bản và văn hóa đã diễn ra trên đất của Nhật Bản, kẻ thua cuộc. Một bài học đáng để cho mọi người học hỏi. Bởi lẽ, MacArthur- Hoa Kỳ không đến trong máu và nước mắt của chiến tranh. Nhưng là cánh chim đến trong hòa bình, chính nghĩa, khoan dung, thân ái và bình đẳng. Chuyến đến và đi đều rất đáng ca tụng. Tiếc thay, bài học này chỉ có dân miền nam lãnh hội được, còn miền bắc với Hồ và CS thì vĩnh viễn không bao giờ có thể học.

Chuyện xứ người là thế. Nay trở về phương nam, nơi có một quốc gia nghèo đói bị CS chiếm đóng lại có nhiều câu chuyện vô nhân bản, "ăn cháo đá bát" với cái tên Hồ chí Minh thực hiện. Từ đó, mọi người đều quả quyết rằng: Nếu người Việt Nam hôm nay được tự do ra đường bày tỏ lập trường của mình thì sẽ có hàng triệu triệu cánh tay đưa lên với lời hô như sóng trào: Đả đảo Hồ chí Minh, đả đảo, đả đảo. Đả đảo cộng sản bán nước. Đả đảo, đả đảo. Và người ta sẽ không tìm ra được ở bất cứ nơi đâu có câu hoan hô Hồ chí Minh, có chăng là ở trong hội trường của cộng sản mà thôi! Tại sao thế nhỉ?

1. Câu chuyện Việt Minh cướp chính quyền.

Ai cũng biết ngày 9/3/1945 Nhật đảo chánh Pháp. Ngày 11/3/1945 vua Bảo Đại xé hòa ước 1884 và tuyên bố Việt Nam Độc Lập, đồng thời chấp thuận cùng Nhật nằm trong khối Đại Đông Á. Chính phủ Trần Trọng Kim được thành lập ngày 17/4/1945.

Từ đây, chính phủ thực hiện những chương trình đáng kể trong giai đoạn nắm quyền: "sửa đổi hành chánh, hợp nhất hai chính quyền bảo hộ và Nam triều, thay thế công chức Pháp bằng công chức Việt, ra lệnh dạy tiếng Việt tại các trường trung tiểu học, dự định thống nhất luật pháp ba kỳ để tránh lạm quyền về hành chánh và tư pháp" (Việt Sử A/B, nxb Trường Thi, Saigon, 1974.

Tuy nhiên, sau 2 trái bom nguyên tử của Hoa Kỳ thả xuống Hiroshima và Nagasaki vào đầu 8/1945, Việt Nam như rơi vào một lỗ hổng chính trị. Việt Minh lợi dụng tình thế, lấn chân theo cuộc biểu tình của công chức ở Hà Nội và cướp lấy chính quyền của chính phủ Trần Trọng Kim vào 17/8/1945.

Đến ngày 2/9/1945, để mở đầu cho sự nghiệp của CS tại đây, HCM đã đọc "tuyên ngôn" theo văn bản Tuyên Ngôn Độc Lập của Hoa Kỳ 1776 do Thomas Jefferson biên soan, mà trước đó ít ngày Hồ đã nhờ Thiếu tá Patti hướng dẫn, sao chép nguyên văn: *"Mọi người sinh ra đều bình đẳng. Tạo hoá đã ban cho chúng ta những quyền bất khả xâm phạm, trong đó có quyền sống, quyền tự do và quyền được hưởng hạnh phúc...Nói rộng ra điều đó có nghĩa là: Tất cả nhân dân trên trái đất này sinh ra đều bình đẳng; mọi dân tộc đều có quyền sống; hưởng hạnh phúc và được tự do".*

Nghe thế, *"Patti cảm thấy hơi bị xúc phạm vì đó là thuộc quyền sở hữu của Hoa Kỳ, nhưng không có luật lệ gì cấm người khác dùng những lời đó đọc trước công chúng. Có lẽ Hồ chỉ là một kẻ ngu ngơ (inane, chữ của Patti dùng)"* mới làm như thế. (Why Vietnam, page 234, Patti).

Sau cuộc nhờ vả này, chỉ 4 năm sau, Hồ chí Minh trong vai tuồng là chủ tịch đảng CS/VN, là chủ tịch nhà nước Việt Nam Dân Chủ Cộng Hòa, nhưng đã Y bị đẩy ra khỏi thành phố. Y đã dấu mặt dưới cái tên Trần Lục viết bài "giấc ngủ 10 năm" với chủ đích lừa gạt tập thể Việt cộng ngu dốt và người dân chưa có sách báo về chuyện Mỹ, Pháp, gọi chung là Tây ăn thịt người.

Tiếp theo lời giáo dục ấy, những tên CS bất giáo này đã đưa vào sách vở với những bài viết như: *"Còn nói về chuyện bọn MỸ- Diệm ăn thịt người, ở đây là chuyện thường... ở tây nguyên, chúng càn quyết, chém giết thả cửa, rồi chúng bắt hai người chặt ra từng khúc rồi bỏ vào nồi nấu cháo ăn, uống rượu...* (TL, từ tuyến đầu tổ quốc). TL là ai? Có phải là T. Lan hay Trần Lục viết tắt? Không, TL là bút danh đứng hàng thứ 104 trong danh sách những bút danh của Hồ chí Minh đấy.

Tưởng cũng nên nhắc lại, trong số những kẻ được gọi là nhà văn "nổi tiếng" của Việt cộng sau này, ngoài Dương thu Hương còn có hai cái tên là Tạ duy Anh và Hồ anh Thái, cũng viết được những câu chuyện *"Lính Ngụy ăn thịt người"* trong *"đi tìm nhân vật"* và *"cõi người rung chuông tận thế"* như Hồ chí Minh để được nổi tiếng trong loài vô đạo!

Tôi không biết đây là người hay mặt người dạ quỷ? Và không biết đến nay, chúng dạy dỗ con cái chúng như thế nào? Có tìm cách đưa con cái chúng vào nam, sang Mỹ, sang Úc, Âu châu du học, hay tiếp tục dạy con cái chúng học và viết chuyện Mỹ, Ngụy ăn thịt người?

Rồi cũng nên hỏi xem, những kẻ này đã vơ vét được những gì ở trong nam rồi? Rồi họ đã đến những địa danh mà chính họ viết nên câu chuyện "Lính Ngụy ăn thịt người" hay chưa? Đọc đến đây, có lẽ tất cả chúng ta phải đặt thành câu hỏi là. Có phải từ cốt lõi đê tiện, thất học, kém cả về giáo dục của các tác giả loại này mà Việt Nam đã bị đẩy xuống vực thẳm, không có cơ hội trở mình chăng?

2. Việt Nam, sau ngày đất nước bị chia đôi.

Trong lúc các nơi yên bình, xây dựng lại đất nước sau cuộc thế chiến, riêng tại Việt Nam lại khởi đầu với cuộc chiến do CS giật giây. Kết quả, Việt Nam đã bị chia hai. Chia hai vẫn không yên với cộng sản. Bởi lẽ, Hồ Quang, một nhân vật bí ẩn, cũng có thể là Nguyễn tất Thành người Nghệ An và cũng có thể là một người Tàu chính gốc (Hồ Quang). Y xuất hiện dưới tên Hồ chí Minh, tiếp nhận vũ khí của Nga, Tàu mở chiến tranh vào nam tàn sát sinh linh Việt Nam.

Kết qủa, sau hơn 20 năm lửa khói và tang tóc với thiệt hại về nhân mạng không dưới 3 triệu người, Việt cộng Hồ chí Minh đã nhuộm đỏ miền nam theo màu máu đỏ của CS quốc tế vào ngày 30-4-1975. Từ đây, một chương lịch sử khốn cùng do HCM và CS thực hiện được chúng mở ra. Trước tiên là CS thu vét, cướp bóc tất cả mọi loại tài sản có thể lấy được ở miền nam để dồn vào túi tham. Kế đến, đưa hầu như tất cả tầng lớp trí thức và quân cán chính miền nam vào nhà tù. Nhẹ nhất là đôi ba năm và có người đến vài chục năm. Khi những người này được trở về thì hầu như toàn bộ gia sản và gia đình của họ đều đã bị tan nát vì lớp ác bá, bạo tàn mới đến.

Đối với xã hội, chữ nhân bản và đạo nghĩa không có trong đời sống và sách vở của những kẻ mới đến này. Theo đó, sau 30-4-1975, miền nam của Nhân Ái, Đạo Nghĩa lúc xưa giờ bị chà đạp như cái nhà hoang không mái che, không bức vách, mặc cho gió vô đạo CS vui đùa! Với những ngọn gío bạo tàn này vây quanh, nếu ai đó bảo Hồ chí Minh và tập đoàn Cộng sản là loài ác độc và dã man nhất trong lịch sử con người. Không thể có loài thú vật nào tàn bạo và thâm hiểm hơn chúng. Xem ra là không qúa đáng.

3. Việt Nam và những kẻ bán nước.

Ngay khi chưa đặt chân vào được miền Nam, Hồ chí Minh và tập đoàn cộng sản ngoài kia luôn luôn tuyên truyền là "Mỹ Diệm ăn thịt người", hoặc giả "Diệm Nhu và bọn tay sai bán nước". Nay hãy bình tĩnh lại để nhìn xem ai là những kẻ bán nước? Ai là kẻ giết người?

a. Quân dân miền nam ư?

Không phải chờ đến lịch sử phê phán, nhưng câu chuyện về những kẻ bán nước hay người báo quốc thì ai ai cũng đều rõ với giấy trắng mực đen còn nguyên ngày tháng. Hơn thế, hiển hiện trước mắt là cuộc chiến ở Hoàng Sa. Ở đó, dẫu việc bảo vệ Tổ Quốc là thua cuộc, nhưng người miền nam đã khẳng khái hòa máu xương vào đất và lòng biển mẹ. Ở đó, những sỹ quan và quân dân đã hy sinh chiến đấu đến giây phút cuối cùng. Ở đó là hình ảnh của 74 chiến sĩ QL/VNCH đã nằm lại với Hoàng Sa, Trường Sa. Họ đã chết oanh liệt vì sông núi. Từ đó, không riêng Ngụy văn Thà, nhưng toàn thể sỹ quan binh sỹ của Việt Nam Cộng Hòa còn muôn đời sống với núi sông Việt Nam.

Đổi lại, trận chiến ngắn ngủi, dầu thua cuộc nhưng đã bắt quân thù là con cháu của Mã Viện, Thoát Hoan, Sầm nghi Đống... phải ngậm ngùi trả giá: Ít nhất là 18 Sĩ quan và nhiều binh sĩ địch tử trận. Trong số này có 1 hạm trưởng, 3 đại tá và 1 trung tá đều bị tử thương. Chiến hạm T-389 của Trung Cộng bị bắn cháy hư hại nặng (nếu không kịp ủi vào bãi san hô chắc chắn sẽ bị chìm). Ba chiến hạm khác đều bị trúng đạn thiệt hại nặng bất khiến dụng trôi dạt tự do trên biển.

b. Như thế, kẻ mãi quốc chẳng lẽ là tập đoàn CS Hồ chí Minh?

Sử ghi, trong lúc quân dân miền nam lấy máu xương ra bảo vệ đất đai của quê mẹ, thì ngoài kia, những kẻ tự phong cho mình vai trò lãnh đạo đất nước và đi làm giải phóng đã có những hành động sau:

Khi nghe về chuyện biển đông Hồ chí Minh chỉ đạo: *"Mấy cái đảo hoang ở ngoài khơi đó là của ai thì tôi cũng không rõ lắm, nhưng đó cũng chỉ là mấy cồn đá hoang toàn phân chim ỉa. Nếu các đồng chí Trung Quốc muốn thì cứ cho họ đi"*. (Hồi ký Hoàng Văn Hoan – Ủy viên BCT)

Phạm văn Đồng, ký công hàm giao đất, giao đảo cho Trung cộng vào ngày 14-9-1958. Nên khi Trung cộng lấn chiếm và lấy được những vùng hải đảo này từ quân dân Miền Nam, cả nhà nước Việt cộng ở miền bắc kéo nhau ra đường reo hò, mở tiệc mừng. Phần những người nắm giữ chức quyền thì thi nhau tán tụng công đức của TC. Và đây là lời của những kẻ bán nước, buôn dân *"Hãy yên tâm, Hoàng Sa trong tay các đồng chí Trung quốc, còn hơn là trong tay ngụy quyền Sài Gòn"* (Lê đức Thọ, Ủy viên bộ chính trị, trưởng ban tổ chức TU đảng VC).

Dĩ nhiên, không phải một mình Y có cái mồm thối. Nhưng trước đó vào tháng 6 năm 1956, Phó thủ tướng Việt cộng là Ung Văn Khiêm, thay mặt CS Bắc Việt xác nhận với phía Trung cộng như sau: *"Theo các tài liệu lịch sử từ phía chúng tôi (Việt Nam), đảo Xisha (Hoàng Sa) và Nansha (Trường Sa) thuộc về vùng đất lịch sử của quý quốc* (Trung Quốc)".

Chuyện chưa chấm dứt tại đây. Sau khi Trung cộng đưa quân xâm lược Hoàng Sa, đảng CS Liên Sô cũng phản đối TC trước Liên hiệp Quốc. Phần Chính phủ VNCH, gác bỏ cuộc chiến trong nội địa, đề nghị với CS/Bắc Việt hãy cùng lên án Trung cộng xâm lược Hoàng Sa. Kết qủa, nhà cầm quyền Hà Nội bác bỏ đề nghị của miền nam. Đã thế, sau những lời tuyên bố bất hảo của Đồng, Khiêm, Thọ là Lê Lộc, trong chức vụ Chủ Tịch Châu Á Sự Vụ, cũng nói leo: *"Theo sử liệu VN thì HS và TS thuộc Trung quốc từ thời nhà Tống".*

Từ sự việc này, tạp chí Beijing Review vào ngày 18 tháng 2 năm 1980 đã đăng bài *"Chủ quyền không thể tranh cãi của Trung Quốc trên các đảo Tây Sa và Nam Sa".* Từ đó, chuyện phải đến đã đến. Hoàng Tùng UV/TU công bố: *"Vì ta bận đánh Mỹ, không có thời gian và chưa đủ khả năng để giải phóng Hoàng Sa nên nhờ bạn Trung Quốc giải phóng. Sau này mình thống nhất đất nước rồi phía bạn sẽ trả cho mình.".*

Khởi đi từ câu chuyện này, Trường Sa đã có chung số phận với Hoàng Sa vào năm 1987. Nhưng còn tồi tệ hơn thế. Lính bảo vệ đảo nhận được lệnh cấm không được nổ súng từ tư lệnh Lê đức Anh. Kết qủa, tất cả 64 binh sỹ và sỹ quan BV bảo vệ đảo, đều được Trung cộng tặng cho những nhát dao và những nhát búa khi chúng lên chiếm đảo.

Mà thôi, Bạn không nên buồn vì đất nước ta gặp lúc mạt vận nên đã có loại người này xuất hiện. Bởi lẽ không chỉ có bấy nhiêu, nhưng là một bầy. Chúng thi nhau kéo gân cổ lên để phục vụ cho kẻ xâm lược Tàu cộng. Thế hệ cộng sản vô học trước đã vậy, lớp Việt cộng ngày nay cũng không một điều gì khá hơn.

Chúng đã vô ơn trước những anh hùng tử sỹ Hoàng Sa để "tri ân" giặc Tầu. Trong tuyên bố chung 8 điểm *"quan hệ đối tác hợp tác chiến lược toàn diện Trung Quốc – Việt Nam"* ký ngày 21/06/2013 giữa Tập Cận

Bình và Trương Tấn Sang nhân danh chủ tịch nhà nước Cộng Hòa Xã Hội Chủ Nghĩa Việt cộng ký kết thì ai cũng biết mảnh đất hình chữ S sẽ chẳng còn là "độc lập" được bao lâu nữa!

Đến nay gần 50 năm qua rồi, hỏi xem TC đã trả lại cho chưa hay là tập đoàn Đỗ Mười, Nguyễn văn Linh, Lê khả Phiêu và nay là Nguyễn phú Trọng còn giao cả giang sơn của tiền nhân cho Tàu cộng? Những máu xương của "đồng bào", của chiến sỹ anh dũng hy sinh ngay trước mắt, cả nước ai ai cũng thương tiếc thì chúng lại vờ quên đi. Nhưng "đảng ta" lại thừa can đảm hư cấu, bịa ra một nhân vật rồi xây nên những tượng đài Lê văn Tám, Hồ chí Minh để thờ thần nói láo, lừa dân! Bạn hãy hỏi xem, chúng là người nước Nam hay là kẻ làm việc, tay sai cho phương bắc?

4. Việt Nam ra sao ngày mai?

Ở trên là hai tấm gương và hai hình ảnh thực tế trước mắt chúng ta. Một là gương bại trận của Nhật cũng như lòng biết ơn của họ với người hỗ trợ họ. Hai là gương của Hồ chí Minh với người Việt Nam từ trong chiến tranh cũng như sau cuộc chiến. Bạn hãy chọn đi, nhưng nhớ cho kỹ, chỉ có thể chọn một trong hai để tìm ra hướng đi cho mình mà thôi.

a. Con đường làm nô lệ cho Tàu cộng.

Đây là con đường đã được Hồ chí Minh mở ra và tập thể cộng sản hôm nay cắm mặt bước theo. Nếu Việt cộng còn tồn tại nơi đây, Việt Nam khó thoát khỏi cảnh bị Tàu hóa như Tây Tạng. Nếu người Việt Nam sợ khó, sợ Việt cộng, không dám đứng lên phản kháng. Cuộc sống trongngày mai sẽ là bóng đêm với đôi dép râu màu đỏ thấm máu Việt của Hồ chí Minh và miêu duệ của Y dẫn đường. Chuyện này không cách chúng ta bao xa.

b. Con đường vì nền Độc Lập Dân Tộc.

Trái ngược với cung cách vòng tay, đứng hầu Việt cộng. Mọi tầng lớp từ thanh niên đến trẻ thơ hay gìa lão cùng đứng dậy, nắm chặt lấy tay nhau tiến bước. Trước mặt chúng ta chỉ có chữ Độc Lập cho nước, Tự Do, Công Lý cho dân, chúng ta cùng đi. Dẫu máu có thể đổ, thịt xương có thể rơi nhưng Việt Nam sẽ có ngày vinh quang trong màu cờ của Tổ Quốc Việt Nam.

Hỏi xem, đây có phải là hướng đi của bạn hay không? Nếu phải bạn hãy đứng dậy đi, chúng ta cùng nắm lấy tay nhau mà lên đường. Chúng ta phải hành động vì dân vì nước chúng ta. Đừng bao giờ ngồi chờ những cái đầu bùn đất Việt cộng thay đổi, ban cho bạn lẽ sống. Trái lại, Nếu muốn có, bạn hãy đứng dậy, đạp lên mà đi:

> *Toàn dân hỡi dân hỡi!*
> *Đứng lên nào. Đứng lên đi.*
> *Hãy theo người xưa mà tiến bước.*
> *Sao vàng là chi, phương bắc mà chi?*
> *Hãy đứng lên, đạp lên mà đi.*

Vâng, Đây là con đường duy nhất để chúng ta và con cháu chúng ta có ngày mai. Chúng ta hãy cùng nắm lấy tay nhau mà tiến bước. Ngày mai trên quê hương Việt Nam còn hay không còn cộng sản, tuỳ thuộc vào bàn tay và bước đi của chúng ta hôm nay.

Bảo Giang.
5/2015.

Bán nước đi,
mua lấy vinh hoa!
phần 2

Trong tiến trình lịch sử của dân tộc Việt nam, ai cũng biết đất nước này đã trải qua hàng ngàn năm dưới sự thống trị của người phương bắc. Tuy nhiên, mỗi thời, một độ lại có những bậc anh hùng nổi lên để đánh đuổi ngoại xâm đem Độc Lập về cho Tổ quốc. Những thời oanh liệt ấy phải kể đến Nhị Trưng, Đức Lê Lợi, Đức Trần hưng Đạo hay Đức Quang Trung. Bên cạnh những dấu tích oanh liệt ấy, sách sử Việt vẫn còn đậm nét, ghi lại tên tuổi của những kẻ phản loại đã toan tính, đem dâng đất nước này cho Tàu như Trần ích Tắc, Lê chiêu Thống và nay là Hồ chí Minh và tập đoàn Việt cộng.

Bạn xem, những dòng Lịch sử như chứng tích vẫn còn đây. Một thời có những oanh liệt và rồi, một thời lại có những phản bội máu xương của dân tộc. Đến hôm nay, một câu hỏi như trong dầu sôi lửa bỏng trên mắt môi của mỗi người Việt Nam đang gởi, trao cho nhau là: Số phận con dân Việt Nam sẽ ra sao và về đâu, khi đất nước Việt Nam biến thành Tô giới, nhượng địa hay đặc khu kinh tế của Tàu theo kế hoạch của Việt cộng?

1. Có phải chuyện phải đến đã đến?

Trước tiên người Việt Nam phải hiểu và nhớ rằng, chuyện Việt cộng đem 3 phần đất của Việt Nam ra làm thí điểm "đặc khu kinh tế" cho TC thuê bao trong 99 năm chỉ là chuyện mở đầu, thăm dò dư luận người dân trong toàn tập cộng đảng sẽ dâng Việt Nam cho Tàu theo Nghị hội Thành Đô năm 1990 mà thôi. Bởi lẽ, ai là người Việt Nam hẳn còn nhớ, người chủ trì phái đoàn của Việt cộng trong hội nghị ấy là Nguyễn văn Linh. Chính Y đã nói sau khi ký kết Hiệp Định là: *Tôi biết theo Trung cộng là mất nước, nhưng thà mất nước còn hơn mất đảng*". Với lời công bố này, người Việt Nam chắc hẳn đã tỏ tường khuôn mặt của những kẻ bán nước hại dân là ai, là tập thể nào rồi?

Dĩ nhiên, khi nghe được lời công bố của Linh, ai cũng biết là Việt Nam sẽ mất vào tay TC nếu như Việt Nam còn nằm trong tay Việt cộng. Nhưng không biết sẽ mất bằng cách nào. Nay, màn đã mở. Chuyện Việt cộng nhường đất cho Tàu đã được công khai hóa bằng tên gọi là những Tô giới, là đặc khu kinh tế. Khởi đầu với Vân Đồn, Vân Phong và Phú Quốc theo thời hạn là 99 năm. Thời hạn này nhìn chung bằng 4 thế hệ của đời người. Hỏi xem, người Việt Nam sẽ được gì và mất thêm gì sau bốn thế hệ? Hoặc gỉa, cán bộ Việt cộng và con cháu của chúng được những lợi ích nào khi đua nhau bán nước?

Trước hết, phải nói ngay rằng người Việt Nam sẽ chẳng được gì, ngoại trừ việc lĩnh nhận phẩm hàm làm nô lệ. Tuy nhiên, về phía cán bộ Việt cộng lại khác. Chúng sẽ được làm thái thú cho Tàu, và con cái của chúng chỉ vài chục năm nữa là sẽ quên hẳn tiếng Việt theo chủ trương học tiếng Tàu của Trường Chinh và Phạm vũ Luận! Rồi từ loại ngôn ngữ nửa Tàu nửa Việt này, chúng còn gây thêm nhiều phiền toái cho người dân Việt Nam. Bạn bảo tôi suy diễn qúa nhiều ư? Không đâu, tôi e là câu chuyện của chúng chưa dừng lại ở đây! Bởi lẽ:

2. Định nghĩa của tô giới, nhượng địa, đặc khu là gì?

"Tô giới là một phần đất nằm trong một quốc gia có chủ quyền nhưng bị một thực thể khác quản lý. Thường thường là một cường quốc thực dân hay một thế lực nào đó được cường quốc thực dân hậu thuẫn" (wikipedia).

Với định nghĩa này. Ai cũng thấy Tô giới là phần đất bị nhượng hay bị chiếm giữ từ một một quốc gia mạnh hơn đã áp đặt lên trên một quốc gia yếu thế. Từ đây, bạn nhìn vào thực tế của hai nước là Trung cộng và Việt Nam dưới sự lãnh đạo của Việt cộng bạn thấy thế nào? Thứ nhất, nếu không cùng chung một thực thể là cộng sản, và lãnh đạo cộng sản tại VN không phải là tập đoàn nô lệ, chuyện này không bao giờ xảy ra. Thứ hai, dẫu có chung cái gốc cộng sản, nhưng Hồ chí Minh có lý lịch rõ ràng, không bị nghi ngờ là có nguồn gốc phát xuất từ Tàu, có lẽ Việt cộng cũng không chìm sâu vào trong tư thế lệ thuộc với Tàu như hôm nay?

Thật vậy, trong suốt tiến trình lịch sử của dân tộc Việt nam, đất nước này đã trải qua hàng ngàn năm dưới sự thống trị của người phương bắc. Tuy nhiên, mỗi thời, một độ đều có những bậc anh hùng nổi lên để đánh duổi ngoại xâm đem Độc Lập về cho Tổ quốc. Những thời oanh liệt ấy phải kể đến Nhị Trưng, Đức Lê Lợi, Đức Trần hưng Đạo hay Đức Quang Trung… Và chỉ có những tên phản loạn mới đem dâng đất nước này cho Tàu như Trần ích Tắc, Lê chiêu Thống và nay là Hồ chí Minh và tập đoàn Việt cộng mà thôi.

Chuyện là thế, nhưng khi đem so công trạng bán nước thì Trần ích tắc, Lê chiêu Thống chỉ là con đom đóm trước ánh đèn màu Hồ chí Minh mà thôi. Gọi là đèn màu vì Y có hơn một trăm cái tên, không biết cái nào giả, cái nào thật. Chỉ biết, tất cả đều quy chung về một đỉnh điểm:

Tàn sát đồng bào Việt Nam và đem giang sơn này về cho Tàu cộng (Vụ mùa đấu tố và giao nạp Hoàng, Trường Sa cũng như các vùng đất biên giới cho Tàu là một bằng chứng). Từ đó, Y mở ra con đường và Việt cộng ngày nay bước theo một hướng về với Hội Nghị Thành Đô. Kết qủa, những vùng Tô giới, nhượng địa trên đất Việt bắt buộc phải được chúng mở ra.

Khi nói đến Tô giới, ai cũng biết nó còn để lại trong lòng chủng tộc Trung Hoa nỗi đau ngàn đời. Bởi vì, Tô giới đã hình thành và tạo nên một gánh nặng chính trị cho đất nước bị chia cắt. Chính Trung cộng là một quốc gia có nhiều kinh nghiệm đau đớn về chuyện này. Chính dân của họ đã từng cay đắng, theo nhau mài mực từ trong đêm tối, rồi đay nghiến nhau khi phải chịu đựng sự áp đặt của ngoại nhân trong một thế kỷ. Một thế kỷ chết, thế kỷ ô nhục! Đó là trường hợp Nhà Thanh vì suy yếu, kiệt quệ tài năng cả về quân sự lẫn chính trị vào thế kỷ 19 mà phải chấp nhận các Tô giới ngay trên lãnh thổ Trung hoa.

Khi đó, TQ bị chèn ép, bị buộc phải ký nhiều hiệp ước với nhiều cường quốc châu Âu và Nhật Bản để nhượng cho họ nhiều phần đất, được gọi chung là các Tô giới để được sống qua ngày. Rõ ràng không có ánh sáng tương lai cho đất nước TH. Ngoại trừ Hông Kông là một điển hình may mắn! Nơi đây đã được nhượng lại cho Anh từ năm 1841–42 theo Hiệp ước Nam Kinh. Nhưng Anh Quốc không có ý định chiếm đóng, mà chỉ mượn đường để giao dịch.

Đó là bài học đắng cay của chính Trung cộng. Những tưởng con rồng, cháu tiên ở phương nam, qua bao thời đại anh hùng của tổ tiên, học được bài học xưa mà giữ gìn lấy phần đất của cha ông. Nào ngờ, một phút ra tang thương. Tập đoàn cộng phỉ Hồ chí Minh đã rước voi về dày mả tổ. Trước là mở chiến tranh, đấu tố tàn sát sinh linh nước Việt.

Sau là ra tay hành nghề bán nước hại dân.

Kết qủa, sau Hoàng Sa, Trường Sa là Nam Quan, Bản Giốc, Lão Sơn, biển Tục Lãm... vào tay Tầu cộng. Ấy là chưa kể đến rừng đầu nguồn, Bauxite tây nguyên rồi Formosa. Nay đến "Đặc Khu, Tô Giới" Vân Đồn, Vân Phong, Phú Quốc. Xem ra, tất cả những sang nhượng này đều tựa lưng, quy về cái gọi là Hiệp Ước Thành Đô 1990 do Nguyễn văn Linh, Đỗ Mười và Phạm văn Đồng ký kết. Hỏi xem, Việt Nam ngày mai còn lại gì nếu ở đó vẫn còn cộng sản?

Câu trả lời đây. Lúc trước ở ngoài bắc nhà nào có vài mẫu ruộng, vài dàn trâu cày là bị chúng lôi ra đấu tố, chém đầu vì cái tội "trí phú địa hào". Và câu chuyện này đến nay vẫn còn bị chèn ép như vụ Tòa Khâm Xứ rồi Tam Tòa, Dương Nội, Lái Thiêu. Trong khi đó, không có một tên cán bộ nào từ cấp xã phường thôi, chưa nói đến huyện nha mà không có hàng chục, hàng trăm lần tài sản nhiều hơn những trung nông, phú hộ năm xưa? Hỏi xem, ai sẽ sử chúng đúng theo luật đấu tố của chúng đây?

Đã tự chiếm lĩnh trên lề luật như thế, nhưng túi tham tàn lại không đáy. Vàng của dân không còn, đất của dân đã cạn, nên đất công, thành phố của Tổ Quốc trở thành của sở hữu để chúng đem bán tháo cho quân xâm lược phương bắc. Mà nhục nhã thay, khi đem bán chúng không bao giờ dám nhắc đến tên của đối tác mua là Trung cộng mà rón rén với cái tên "nước lạ". Bạn hỏi tại sao ư? Rất có thể nơi đó là quê nhà của Hồ Chí Minh, cũng gọi là Hồ Quang, một tên thiếu tá trong lộ quân thứ 8 của Chu Đức, vì sợ húy nên chúng phải kiêng?

Trong khi đó ai cũng biết, Hồ Chí Minh chính hiệu một người Hán làm gián điệp do Trung Cộng đào tạo. Trích từ Tài liệu "tham khảo lịch sử" của đảng cộng sản Trung Quốc. Và chính Mao Trạch Đông đã khẳng định rằng: "*Hồ Chí Minh là lãnh tụ cách mạng Trung Quốc tại Việt Nam*" (胡志明越南革命领袖中国).?(Huỳnh Tâm).

Hoặc giả, tập thể CS ở Việt Nam hôm nay chỉ là một nhánh cộng sản của Tàu do Uông chung Lưu, Hoàng trung Hải chỉ đạo sau Hồ chí Minh mà thôi. Nên chuyện biến Việt Nam thành Tô giới, phiên thuộc của Tàu chỉ là thời gian. Từ đó, hàng chữ 'đặc khu kinh tế" chỉ là tấm vải thưa nhằm che mắt người dân Việt trong việc VC giao đất, nhượng địa cho TC theo thỏa thuận Thành Đô mà thôi.

Từ thế đứng này, nếu người Việt Nam bất phục, không muốn là tô giới của Tàu cộng thì chỉ có một cách duy nhất là đứng lên. Nắm lấy tay nhau. Chung lòng, chung sức bước theo Quang Trung. Một lần thay cho trăm, ngàn năm vì sông núi mà thôi. Ngoài ra không còn cách nào khác.

Bởi lẽ, nếu tập đoàn Việt cộng còn tồn tại nơi đây thì đất đai, sông ngòi của Việt Nam không phải chỉ bị chia cắt mất ba vùng "tô giới" như hôm nay. Trái lại, sẽ còn nhiều Tô giới khác mọc lên. Mọc lên cho đến khi hội nhập lại thành một phiên thuộc, theo Hiệp Ước Thành Đô mà chúng đã tự nguyện xin dâng hiến, làm phụ thuộc để giữ lấy phần cơm canh từ khi Nguyễn văn Linh, Đỗ Mười, Phạm văn Đồng ký nhận vào năm 1990 mà thôi.

Trở lại chuyện Tô giới. Ai cũng biết, 99 năm thuê đất không thể làm nên cái gọi là đặc khu kinh tế. Nói cách khác, đó là vùng lệ thuộc, là tô giới, là sản phẩm của chủ nghĩa thực dân bá quyền áp đặt lên lân bang nô lệ. Từ định nghĩa này, Tô giới là phần đất bị sang nhượng, bị áp đặt, bị chiếm giữ, bị hoán chuyển, hoặc giả, bị ép chuyển thể từ một quốc gia yếu thế sang cho một quốc gia mạnh hơn. Đây là câu chuyện những tưởng chỉ có trong quá khứ, thuộc về những thế kỷ trước. Có ai ngờ, nó lại diễn biến trên mảnh đất có tên là Việt Nam đang ở vào thời của thế kỷ 21 với hạng mục lãnh đạo thuộc hệ tam vô.

Mở đầu, ai cũng biết CS là một tập hợp của những tên tham tàn vô tổ quốc theo chính những quy luật của nó. Từ đó, chữ Nước, từ Quốc Gia, chúng coi nhẹ hơn là chữ đảng. Tại sao ư? Nước là địa sở thuộc về toàn dân. Đó là nơi sinh trưởng nhiều đời, nhiều thế hệ của nhiều gia tộc, chung một nguồn gốc và cùng liên minh chung sống với nhau trong vùng lãnh thổ. Ở đó tất cả cùng chung sức phát triển, bảo vệ trọn vẹn cơ sở tư cũng như công đã được trao phó qua các thời đại.

Trong khi đó, CS lại chỉ ra một cách nhìn vô văn hóa khác về Tổ Quốc. Chúng tập hợp tất cả mọi thứ tài vật lực của con người cũng như nguồn tài sản của đất nước vào trong tay một tập hợp gọi là đảng. Từ đây, đảng CS là cái búa, cái mã tấu và sự vô văn hóa đã thay thế cho những lý lẽ, luân thường đạo lý làm người trong xã hội. Tựa vào bàn đạp này, Hồ chí Minh đã đạp đổ truyền thống nhân bản và đạo nghĩa làm người trong ngôi nhà Việt Nam bằng bức tranh vân cẩu: Mở đấu trường để con đấu cha, vợ đấu chồng, anh em, làng thôn họ hàng đấu nhau mà thu lợi về cho đảng.

Kết qủa, mạng người trong xã hội Việt Nam như con chim đã bị trọng thương, nhìn thấy cành cây cong không dám đậu. Nhìn thấy điều có nhân có nghĩa không dám làm, không dám bảo vệ. Thay vào đó là học tập cung cách Vô gia đình, Vô tổ quốc và Vô tôn giáo của chúng để cho qua ngày.

Gọi là sống qua ngày thôi. Bởi lẽ, như con chim bị thương kia, có ai còn dám lên tiếng trước cái búa, con dao, mã tấu của chúng? Từ sự im lặng này, ai đó đi khắp cả nước, dù không dám nhìn cũng biết nơi nào có nhà cao cửa rộng, cung diện nguy nga, đất ruộng, vườn cây thẳng cánh cò bay đều là của những đảng viên cộng sản. Đó là những kẻ đã chính tay, hay cha mẹ của chúng đã dùng búa, dùng mã tấu theo lệnh của Hồ chí Minh mà tước đoạt quyền sống và tài sản của người dân nghèo, mà có.

Những thành phần cán cộng hôm nay, nếu xét theo luật đấu tố 1953, không một kẻ nào thoát án tử. Tiếc rằng, cái luật ấy chỉ áp dụng cho người dân để cộng sản được tự do cưỡng đoạt tài sản của họ mà thôi, nó không hề được áp dụng cho các đoàn đảng viên Việt cộng.

Với tài sản bằng mồ hôi và nước mắt của người dân là thế. Khi bước qua lãnh vực tôn giáo, lại là một cuộc đội nước sôi khác. Từ Hồ chí Minh đến nay, Việt cộng không ngừng phá đình chùa, cướp đất của nhà thờ để làm tư sản riêng. Hãy nhìn lại từng khuôn mặt gọi là lãnh đạo của chúng từ trước, hay như Phúc, Trọng, Quang, Ngân hoặc Dũng, Sang... hôm nay, mọi người đều thấy rõ một điều. Trong lòng cộng sản vốn không có tôn giáo, nên những đôi mắt đục kia khi đến chùa, tay chúng cầm nén nhang nhưng đôi mắt luôn đảo ngược, nhìn xuôi để toan tính, đánh gía xem khu vực tôn giáo kia rộng lớn thế nào và gía cả buôn bán ra sao? Một khi chúng có phần ăn, chúng không ngại việc dơ chân đạp đổ khu giáo đường, ngôi miếu hay đền chùa ấy xuống để chia phần cho nhau. Lý do, như bầy thú hoang, chúng biết gì đến hai chữ Tôn Giáo!

3. Lý do và tai họa của nhượng địa.

"HONG KONG (Reuters)16 tháng 5, 1989 – Lần đầu tiên Trung Quốc thú nhận đã gửi hơn 300.000 lính chiến đến Việt Nam để chiến đấu chống lại lực lượng Mỹ và đồng minh Nam Việt Nam. Và theo Hãng Thông tấn của nhà nước Trung Quốc (China News Service) Trung Quốc cũng đã chi trên 20 tỷ USD để viện trợ quân đội chính quy Bắc Việt của Hà Nội và các đơn vị quân du kích Việt Cộng. Trong khi đó, Liên Sô chỉ chi viện cho bắc Việt khoảng 11 tỷ Dollars mà thôi."

Sau chiến tranh với chiến phí 20 tỷ dollars nợ Trung cộng, Việt cộng cho đến đời đời không bao giờ trả được. Đã thế, trong mấy chục năm sau chiến tranh, người ta không còn có thể tính, đếm được số nợ của Việt cộng đối với TC chồng chất ra sao. Ngoài cái nợ về tài chánh, lại còn cái nợ về chính trị nữa. Kết quả, nó đã qúa tải. Từ đó, việc xẻ Tô giới, ký nhượng địa để được TC bảo vệ và trừ nợ bắt buộc phải xảy ra. Nó xảy ra đúng theo chu kỳ của Hiệp định Thành Đô 1990 đã ấn định.

Tuy nhiên, những Tô giới trên đất Việt Nam sẽ hoàn toàn khác biệt với tô giới Hồng Kông thuộc quyền qủan trị của Anh quốc. Trước hết, người Anh không có ý định chiếm cứ Hồng Kông. Theo đó, Hồng Kông sau 99 năm nhượng địa tỷ lệ người Anh sinh sống, lập nghiệp, nối dõi ở đây không qúa 5% dân số. Tuy nhiên, những đặc khu mà Việt cộng để cho Tàu chế ngự 99 năm thì sẽ hoàn toàn khác biệt. Và dưới đây là những con số phỏng đoán theo tình hình thực tế hôm nay. Xem ra cũng không xa rời ngày mai là bao.

a. Thời gian xây dựng từ 5-10 năm. Dân số người mang quốc tịch Tàu sẽ có khoảng 5-7%. Phần lãnh đạo có thể còn trong tay Việt cộng, nhưng đặt dưới nhiều cấp cố vấn Tàu chỉ đạo.

b. Thời phát triển 10-20 năm sau. Dân số Tàu trong khu vực có thể lên tới 30% trong tổng số và chiếm giữ tất cả các hạng mục chính yếu trên thương trường cũng như các cơ sở hành chánh và học đường. Người bản xứ có thể có khoảng 35%. Đa phần là hành nghề tay chân và còn có thể có các dịch vụ buôn bán nhỏ và hành chánh cấp thấp.

c. Sau 40 năm dân số Tàu sẽ không dưới 60%. (tính cả di dân, người kết hôn và người xin nhập tịch Tàu). Dân bản xứ xem ra chỉ còn làm nghề nô lệ. Đặc biệt, tiếng Việt không còn là ngôn ngữ trong các trường học và giao dịch.

d. Sau 60 năm, chuyện Việt Nam lấy lại các vùng này là không tưởng. Bởi lẽ từ hành chánh cho đến các ban điều hành đều do người Tàu nắm giữ. Ngôn ngữ của đặc khu lúc này sẽ là tiếng Tàu. Tiếng Việt có thể chỉ còn là ngôn ngữ thông dụng ở các bến xe, bến cảng, thôn quê hay trong các khu vực với nghề khuân vác.

e. Học đường. Có thể ngay từ năm đầu, các trường từ tiểu học rồi trung học đến Đại học đã buộc học sinh phải chấp hành nhiều thời gian học tiếng Tàu. Khoảng sau 5 năm, tiếng Tàu sẽ là ngôn ngữ chính trong các trường học ở các vùng Tô giới. Tiếng Việt may ra còn có cơ hội trở thành ngoại ngữ như Anh hay Pháp trong trường học. Tuy nhiên, tiếng Việt sẽ không có nhiều cơ hội để thực hành trong các cơ quan công quyền hay quản lý.

f. Quân sự, an ninh. Đây sẽ là thực tế của kẻ nắm quyền, Trong thời gian đầu, có thể là người Việt theo Tàu. Nhưng sau 10 năm, người Việt hẳn nhiên không còn chỗ để chen chân vào lãnh vực này. Có chăng làm nghề gác cổng cho các tổ chứa mãi dâm!

g. Sau 70 năm, nếu còn Việt cộng tờ ký thác thứ hai cũng là biên bản vĩnh viễn trao những đặc khu này, bao gồm cơ sở và địa dư cho Trung cộng quản trị thay vì sửa soạn trao trả lại.

4. Khai, Mở một hướng đi.

Đến đây, khi đứng trước việc Việt cộng công khai dán đất, đâng đảo cho Tàu cộng theo thỏa thuận Thành Đô 1990, một câu hỏi được đặt ra cho mỗi người trong chúng ta là: Người Việt Nam ở hải ngoại, chẳng có chính quyền, không có địa lý đất đai, chúng ta phải làm gì?

Theo tôi, chúng ta vẫn có thể kết hợp với đồng bào ở trong nước, cùng lên tiếng bảo vệ quê hương bằng cách thành lập hội đồng Người Việt Tự Do Liên Quốc Gia, để từ đại hội này, cùng đưa ra một thông báo chính thức, công khai trước dư luận quốc tế, phản đối nhà cầm quyền CSVN ký nhượng địa cho Trung cộng. Đồng thời, thay mặt cho quốc dân Việt Nam khẳng định đây là đất của Việt Nam, VC không được phép đưa ra làm nhượng địa hay Tô giới cho Tàu để trừ nợ.

Kế đến, khẳng định rằng nhân dân Việt Nam không bao giờ thỏa thuận cho việc nhượng địa, Tô Giới được gọi là "đặc khu kinh tế" do Việt cộng ký kết với Trung cộng. Đồng thời, khẳng định rằng đất nước VN không thể bị chia cắt.

Với văn bản này, tuy đơn giản, nhưng chúng ta có đầy đủ lý lẽ, bằng chứng để mai sau lấy lại tất cả những vùng đất gọi là nhượng địa này. Và dĩ nhiên, sẽ hoàn toàn có quyền bãi bỏ những quy chế về địa tô, hay nhượng địa do VC ký kết với TC mà không cần phải lệ thuộc vào thời gian do chúng ấn ký. Nói cách khác, chính phủ tương lai của Việt Nam có thể nhờ những bản văn này, không chỉ thu hồi lại đất đai của tổ quốc.

Hơn thế, có đủ tư cách để khước từ mọi khiếu nại của đối tác về việc nhượng địa trái phép, hay bất hợp pháp do VC tạo ra khi cầm quyền.

Thoạt nhìn, Văn Bản này xem ra là vô gía trị hay như tiếng kêu trong xa mạc. Tuy nhiên, đây chính là tiếng nói chân truyền và chính thức của người Việt Nam bảo vệ lấy quê hương của mình. Theo đó, ngay khi Việt cộng bị tiêu diệt trên đất nước ấy, mà không cần lưu tâm đến khoảng thời gian, chính phủ mới của Việt Nam đã có đủ quyền hạn, bằng cớ để tiếp nối và xóa bỏ ngay cái quy chế đặc khu, tô giới này.

Nhìn thoáng qua, Đây là một công việc tưởng rằng không gía trị nhưng thực tế, rất khẩn cấp. Chúng ta không thể không làm. Bởi lẽ, Văn bản chính thức này sẽ mang một gía trị trường cửu, khi chúng ta chưa lấy lại được thì con cháu ta cũng hiểu và luôn bước đi theo hướng đi ý nghĩa này. Hơn thế, đây cũng chính là ý nghĩa khi chúng ta ra đi tìm Tự Do, mở đường cho ngày về trên quê hương Việt Nam toàn vẹn.

5. Vào kết

Bạn hãy chọn đi. Đi trong cái chết một lần để tìm sự sống cho dân tộc, cho con cháu chúng ta? Hay xin làm thân con chuột chúi mũi vào đống rơm để đời ta và con cháu ta mãi mãi là những chuột chũi, sống nhờ phần cơm rơi, canh cặn của người khác ngay trên đất nước của cha ông mình?

Câu trả lời của bạn hôm nay chính là tương lai của Việt Nam ngày mai.

Bảo Giang.
09-6-2018

Chữ Việt mất,
nước Nam... vong!

Ngày xưa cụ Phạm Quỳnh, một nhà văn học cổ võ cho chữ quốc ngữ từng nhắc: *"Truyện Kiều còn, tiếng ta còn; Tiếng ta còn, nước ta còn."* chỉ mấy hôm sau, Ông đã bị Hồ chí Minh làm thịt và vùi lấp xuống đầm bùn cùng với Tổng Đốc Quảng Nam là Ngô đình Khôi. Lý do, chúng bảo ông theo Pháp, nhưng đến hôm nay xem lại, rõ ràng Phạm Qùynh đã chửi trước cái thứ tiếng pha lộn với những mẫu tự F, Z... trong di chúc của Hồ chí Minh. Nói trắng ra, ông cổ súy cho ngôn ngữ và tinh thần thuần Việt mà bị Việt Minh thủ tiêu. Thật vậy, sau đó Đặng xuân Khu, rải truyền đơn kêu gọi người Việt Nam bỏ chữ quốc ngữ mà học lấy chữ Tàu, để theo Tàu.

Ai cũng biết, nước Nam ta từ xưa không hề có chữ viết riêng. Trước kia thì lệ thuộc vào chữ Tàu (chữ Nho). Sau này các cụ thêm vào những nét riêng để chế biến chữ Tàu thành chữ Nôm, (gọi là chữ viết của riêng ta). Từ sau thế kỷ thứ X, tuy Việt Nam giành được độc lập tự chủ, nhưng chữ Hán hầu như vẫn tiếp tục là một phương tiện chính trong việc ghi chép và trước tác.

Mãi cho đến khi các nhà truyền giáo tây phương đến Việt Nam. Mục đích là truyền đạo, nhưng vì tính canh tân của thời đại, các nhà truyền giáo, sau này là Cụ Alexandre de Rhodes (A-Lịch-Sơn Đắc-Lộ, thường gọi là Cha Đắc Lộ) (sinh 15- 3- 1591. Biệt 5-11-1660) thuộc dòng Tên, gốc thành Avignon. Là một nhà ngôn ngữ học, ông đã góp phần quan trọng vào việc hình thành chữ quốc ngữ Việt Nam hiện đại bằng công trình Tự điển Việt-Bồ-La. Ở đó, ông đã hệ thống hóa cách ghi âm tiếng Việt bằng mẫu tự La tinh. Nhờ công cuộc phát triển này, nền khoa bảng tựa lưng chữ Hán ở Việt Nam đã chấm dứt sau kỳ thi năm 1919. Từ đây, chữ Quốc Ngữ đã trở thành cuộc sống của người Việt Nam.

Tưởng cũng nên nhắc lại, phần tên gọi chữ quốc ngữ đã được dùng để chỉ chữ quốc ngữ xuất hiện lần đầu tiên vào năm 1867 trên Gia Định báo. Dạng chữ này, trên căn bản được xác định như sau:

– A Â Ă B C D Đ E Ê G H I K L M N O Ô Ơ P Q R S T U Ư V X Y.

– a â ă b c d đ e ê g h i k l m n o ô ơ p q r s t u ư v x y.

Ai cũng biết, mỗi chữ cái đều có hai hình thức viết lớn và nhỏ. Kiểu viết lớn gọi là "chữ hoa" (chữ in hoa, chữ viết hoa). Kiểu viết nhỏ gọi là "chữ thường" (chữ in thường, chữ viết thường). Ngoài những nguyên và phụ âm này, chữ quốc ngữ còn có 11 chữ ghép với hai phụ âm gồm:
• 10 chữ ghép đôi: ch, gh, gi, kh, ng, nh, ph, qu, th, tr.
• 1 chữ ghép ba: ngh. (wikipefia)

Có thể nói, từ thời điểm này chẳng còn một ai nhắc đến vấn đề thay đổi chữ Quốc Ngữ ngoại trừ phần vụ tô bồi cho dạng tự này thêm tốt đẹp, trong sáng hơn. Tuy nhiên, ngay từ khởi đầu cuộc chiến và những lúc gần đây, sau khi CS thắng thế, nhiều kẻ theo hệ CS theo Tàu, tự mặc cảm cho rằng chữ Quốc Ngữ là chữ mượn từ mẫu tự La Tinh và do người ngoại quốc biên soạn, nên chả có lý do gì phải dùng nó nữa!

Họ có ý kiến hay đấy! Chê chữ Việt mẫu tự La tinh, nhưng nhất định lại hô hào bỏ chữ Quốc ngữ mà học lấy chữ Hán để được làm thân nô lệ mới là đỉnh cao qúy! Nay thấy việc bỏ không được thì mắt trước mắt sau đưa chữ Hán vào trường Việt, trẻ em vừa bắt đầu A, B, C... thì đã phải học viết dạng chữ vuông! Kế đến, chúng còn toan tính sửa chữ "Quốc Ngữ" cho nó giống chữ... đại ngu! Tôi gọi nó là loại đại ngu (nghĩa thường) vì nếu bảo chữ Quốc Ngữ là chữ đi "mượn". Vậy hỏi xem, chữ Hán có phải là chữ của mình hay không?

Ở chiều ngược lại, hầu như chẳng có văn bản nào lên tiếng đòi bỏ hán tự, chữ nôm mà học lấy chữ Quốc Ngữ. Đã thế, từ đầu thế kỷ 20, chữ Quốc Ngữ đã khởi sắc trên khắp cả ba miền, dần trở thành chữ viết chính thức của dân ta. Từ dây, chính thức góp phần xây dựng nền văn học hiện đại nước nhà. Hành trình này còn ghi lại bài thơ của cụ tú Vị Xuyên như một dấu chấm hết cho nền văn học chữ Hán và chữ nôm!

> *Cái học nhà Nho đã hỏng rồi,*
> *Mười người đi học chín người thôi*
> *Cô hàng bán sách lim dim ngủ*
> *Thầy khóa tư lương nhấp nhổm ngồi...*

Hoặc giả:

> *Nào có ra gì cái chữ Nho*
> *Ông nghè, ông Cống cũng nằm co...*

Có thể nói, từ đây, chẳng còn một ai muốn nhìn lại hay cổ võ cho việc dùng loại chữ viết gọi là Nôm – Hán tự nữa. Tuy nhiên, những kẻ ăn ở, thờ Tàu thì lại khác. Chuyện Hồ xuất phát từ lý lịch Tàu (Hồ Quang) thì ngay từ thời chưa mấy người ở Việt Nam biết đến, Đặng xuân Khu, trong vai tổng thư ký đảng CS do Hồ Quang lãnh đạo đã lên tiếng kêu gọi Việt Nam bỏ chữ Quốc Ngữ mà học lấy cái chữ Tàu. Hỏi xem, đây có phải là chủ trương của cộng sản không muốn cho người Việt Nam ghi chú gì về lý lịch đáng ngờ của Hồ chí Minh, nên VC phát động sách lược học chữ Tàu bỏ chữ quốc ngữ hay không? Bởi lẽ, một khi người Việt Nam đều ngu, đi theo cái kế "học lấy chữ Tàu" của Khu, cả nước viết chữ Tàu thì còn ai dám moi móc đến lý lịch của Hồ Quang và những tội ác của tập đoàn này với dân ta nữa?

Kết qủa, cuộc kêu gọi của Y hoàn toàn thất bại, nếu như không muốn nói là bị khinh khi. Tuy thế, tập đoàn cộng sản này không ngừng tìm cách đưa chữ Tàu vào học đường Việt Nam. Đến nay, chúng đã thoả mãn được một phần khát vọng khi Phạm vũ Luận đưa chữ Tàu vào học đường. Tưởng thế là thỏa mãn. Không, câu chuyện chưa dừng lại ở đó. Lũ đầy tớ Hán bang vì thấy trong di chúc của Hồ chí Minh có những chữ không nằm trong mẫu tự Việt Nam như z, f... chúng lại muốn tìm cách hợp thức hóa, tâng công, kiếm ăn khác. Đứng đầu nhóm này là B. Hiền, một cựu du sinh VC ở TC đã đưa về bản đề nghị thay đổi chữ Việt với mẫu tự và lối viết như sau:

Những chữ D, GI, R thay bằng Z; CH, TR= C; C,Q,K= K; Kh= X; Th= W; NH= N; PH= F; NG, NGH= Q.... Từ đó cho ra thứ tiếng kiểu cộng sản Tàu như: "giáo dục" sẽ viết là "záo zụk", "ngôn ngữ" viết là "qôn qữ", "nhà nước" viết là "nà nướk". Hoặc gỉa: Cù Quang Nghiêu = Trù kuaq Qiêu? "Nó thì nhỏ" giờ thành "nó wì nỏ". Xin nhớ, chữ "nỏ" còn có nghĩa là khô. Củi nỏ = củi khô. Và Nhà nho = nà no. Cũng theo cách viết của y, (trích) "thì cần thêm các chữ F, W, J, và chữ? (dấu hỏi), định thay cho chữ NH).

Chúng ta, ai cũng biết, ngoài ý nghĩa, đôi khi chữ viết còn lệ thuộc lối phát âm theo địa phương, vùng, miền, đôi khi có thanh, âm, gần giống nhau. Nhưng thực tế, nghĩa của chúng lại hoàn toàn khác nhau. Đã thế còn cần phải có một mạo từ đi kèm, chữ ấy mới hoàn toàn có nghĩa như Tre – Che (cây tre – che dù) Châu (trân châu) – Trâu (con trâu) để xác định điều người ta muốn nói đến, hay để hoàn chỉnh ý nghĩa.

Theo đó, không thể bảo những phát âm này giống nhau nên phải thay đổi, bởi người bình thường đều có sự phát âm rất rành mạch về chữ và nghĩa. Dĩ nhiên, vùng miền có những khó khăn, nhưng không thể vì thế để có cái nhìn thiển cận cho một vùng miền, rồi lại muốn lấy đó làm chuẩn cho ngôn ngữ thì hoàn toàn sai trái, kém hiểu biết, nếu như không muốn nói là điên dại, ngu muội.

Ấy là chưa kể đến những mẫu tự và cách dùng chữ X thay cho KH. Q thay cho TH, W thay NG, Ngh. Và hai ký hiệu -? thay cho chữ NH (chưa tính đến việc phát âm). Xem ra, đây chính là những dấu hiệu của thời tiến hoá từ người ra khỉ đột của chủ nghĩa CS mà B.H là một "lý wuyết" vậy! Quả cụ Tú Vị Xuyên có cái nhìn hơn đời. Cụ đã thấy những kẻ thuộc loại *"nửa người nửa ngợm nửa đười ươi"* này từ trăm năm về trước!

Nhìn lại, Lịch sử cho thấy để sáng tạo hệ thống chữ quốc ngữ, tuy khởi đầu chỉ là mục đích truyền giáo, đem chân lý đến cho mọi người của những nhà truyền giáo. Nhưng sau hơn ba trăm năm, kể từ khi cuốn Từ điển Việt Bồ La (1651) ra đời, hệ thống mẫu tự này đã đưa người Việt Nam vào một thế đứng riêng biệt. Chữ Quốc Ngữ là của Ta, vượt ra khỏi cái ách chữ Tàu. Dầu ai đó không muốn nhận thì đây vẫn là một kỳ tích trong lịch sử Việt, đưa người Việt Nam vào bước đi riêng cho nền văn học và ứng sử của dân tộc mình. Đó có thể là một bước may, không thể là cái rủi. Là sự hãnh diện, không thể là cúi mặt.

Cùng một thế đứng, bước đi ấy. Hỏi xem, ai đã đưa Việt Nam thoát khỏi ách đô hộ của Tàu? Nhắm mắt trẻ con từ 5,7 tuổi ở Việt Nam cũng thuộc lòng những tên tuổi như Ngô Quyền, Hai bà Trưng, Lê Lợi, Trần hưng Đạo, Quang Trung... dù chưa biết đến công nghiệp của họ. Nhưng nếu hỏi, ai là kẻ đã rước voi về dày mả tổ Việt Nam? Ai đã bắc những cây cầu "răng môi", "núi liền núi sông liền sông" cho sự lệ thuộc, cống triều phương Bắc từ những năm 1930?

Trẻ con Việt Nam lại cũng biết trả lời, trước kia là Lê chiêu Thống, Trần ích Tắc và nay là Hồ chí Minh. Sở dĩ, có thêm cái tên Hồ chí Minh là vì theo dấu chân Lịch sử, việc cống triều phương Bắc trong lịch sử Việt Nam đã hoàn toàn bị tuyệt diệt kể từ Hiệp Ước Patenotre với Pháp vào năm 1884. Nhưng nhờ Hồ chí Minh cũng gọi là Hồ Quang, việc cống triều bắc phương chính thức được khôi phục trở lại từ những năm 1930. Và lễ nghi chính thức khởi sự khi chúng nghênh đón Đại thần Trần Canh và đoàn giáp binh Trung cộng nhập đất Việt vào những năm 1940-41.

Chính từ cuộc xuôi nam này, Trần Canh và đoàn quân dưới quyền của Y đã giúp Hồ chí Minh cướp được chính quyền của thủ tướng Trần trọng Kim vào 1945, rồi mở ra cuộc nội chiến ở miền bắc đến 1954. Sau chiến dịch Điện Biên, Hồ chí Minh vào được thành phố thì quân Tàu trở thành những kẻ lãnh đạo của chế độ từ đây. Rồi ngày nay, không còn một nơi nào trên đất Việt thiếu dấu chân Tàu và các cơ sở của nó. Người Việt Nam từ cấp cao nhất trong chính quyền, cho đến người dân cùng đinh nơi thôn xóm đều phải khoanh tay đứng chờ lệnh. Trời nắng nó bảo mưa có đến mười Hồ chí Minh cũng không dám cãi lại, nói chi đến những cánh hầu NP Trọng và đám chính trị bộ VC hôm nay. Quả là một sự tủi nhục chưa đời nào có.

Từ đó, việc Hồ Chí Minh thờ Tàu, nhận khí giới của Nga, Tầu để về Việt Nam mở chiến tranh. Dẫu có thống nhất đất nước, cuối cùng Đất Nước cũng rơi vào tay Trung Cộng. Công trạng này kém gì Lê chiêu Thống! Bởi lẽ, cái công lao thống nhất Đất Nước ấy chỉ là một gáo nước lạnh dội lên đầu người dân Việt, nó không đáng để so sánh với cái tội làm dân ta đổ ra hàng triệu bát máu, mất hàng triệu sinh mạng. Đã thế, với cái đoạn kết dân Việt bị mất nước, bị làm nô lệ ngoại bang phương bắc mới thật là tủi hổ cho cả người chết, lẫn người còn sống! Tủi cho vong linh Tiền Nhân!

Việc chính trị là thế, bước qua vấn đề văn hóa dân tộc lại khác nữa. Ai cũng biết, cách viết chữ quốc ngữ dù là do công của những nhà Truyền giáo tây phương và hai thầy kẻ giảng người Việt khởi động từ đầu, nhưng đã đưa người Việt Nam nói chung, và đưa dòng văn hóa Việt

Nam vào một chỗ đứng riêng, với sự tự chủ của mình. Đây quả là một bước đi định hình cho dân tộc.

Nay tập đoàn thờ CS, khởi đầu là Đặng xuân Khu, rồi Phạm vũ Luận đưa tiếng Tàu trở lại học đường Việt Nam (từ bậc tiểu học) đã là điều qúa tủi nhục. Ai ngờ, vẫn còn thêm những loại hề mạt như B. Hiền nâng bi bợ đỡ phương bắc để kiếm miếng ăn. Hỏi xem, người Việt Nam nếu phải sống dưới sự lãnh đạo của tập đoàn man di này thì khá lên được không?

Hỏi và ai cũng biết. Khi nhìn lại chuyện cũ, dẫu ngàn năm dưới gót chân Tàu, người Việt Nam vẫn không hề bị lệ thuộc và đồng hóa vào dòng chữ Hán. Sách sử, không hề có một đoạn văn nào ghi lại việc nhà lãnh đạo kêu gọi dân học lấy cái chữ Tàu. Đã thế, dù chưa có mẫu tự riêng, cha ông ta cũng "tạo" ra được hệ chữ Nôm để giữ lấy cái cốt cách của giống nòi. Nhờ đó, Ta không bị đồng hóa. Ta vẫn bước đi trong tinh thần làm người tự chủ của giống Lạc Hồng.

Đến thời Cộng Hòa, Tổng thống Ngô đình Diệm ở miền nam đã mở ra một hướng đi cho dân tộc, tạo điều kiện thuận lợi cho việc phát triển chữ Quốc ngữ. Nay ông đã mất và miền nam tạm thời không còn là nơi cho người Việt Nam nhân bản vun trồng giấc mơ của dân tộc. Trái lại, nơi đây trở thành bãi đất hoang cho những bàn chân Việt cộng và quan thầy Hán bang dày xéo. Phần nhân phẩm của con người đã bị CS tước đoạt, bị chà đạp thì còn kể chi tới ba dòng chữ Quốc Ngữ? Nay tập đoàn Hồ chí Minh lại đưa chữ Hán vào học đường Việt Nam thì hỏi xem, tương lai Việt Nam về đâu?

Đường văn hóa đã gặp nhiều khó khăn, về chính trị và tuyên truyền, chúng ta còn gặp nhiều bất lợi hơn thế. Trước mắt, những thế hệ trẻ Việt Nam nếu bất hạnh phải học theo mẫu tự do tên B. Hiền theo Tàu chủ xướng, sẽ không còn khả năng đọc được những dòng sử chính của dân tộc do miền nam ghi chép theo dạng chữ hôm nay. Rồi những bài học chính sử đánh Tống, diệt Nguyên, phá Thanh... triệt Cộng sản sẽ không còn được CS nhắc đến nữa. Nếu có, cũng chỉ là những bài lơ láo của những tên hề dối trá. Hỏi xem, văn bản chính thống của đất nước không còn, bị xoá bỏ, sửa chữa, cuộc sống và linh hồn của dân tộc còn không?

Hỏi xem, những thế hệ mai sau chỉ được biết những gì do chúng dàn dựng. Các em chỉ được học hỏi bởi những lừa dối ngay từ khi chưa sinh ra. Để rồi, tất cả đều cúi đầu, phủ phục sách Tàu do Hồ Quang đem về với các hình tượng của Y dựng trên khắp cả nước. Phần bác đảng Việt cộng thì đã được nâng lên hàng Thái thú để bảo vệ lấy quyền lợi cho chúng và cho mẫu quốc. Hỏi xem, Phận người dân, cuộc sống của một sắc dân nô lệ sẽ ra sao? Họ phải chào đón Hiệp Ước Thành Đô do Nguyễn văn Linh và tập đoàn Việt cộng đem về để mà sống ư?

Trong cuộc sống như thế, hỏi xem, dân Ta còn gì và Ta phải làm gì trong hoàn cảnh này?

Xem ra, đây là một câu hỏi căn bản, cần chúng ta trả lời thành thật với tất cả ước muốn của mình cho dân tộc. Từ đó chúng ta sẽ có con đường để đi cho ngày mai:

- Bạn muốn hay không muốn sống dưới những thỏa thuận Thành Đô do VC chủ trương?

- Bạn muốn có, hay muốn đập tan ách thống trị từ phương Bắc?

- Bạn muốn giải phóng dân tộc ra khỏi vòng kiềm toả của tập đoàn dép râu Việt cộng?

- Bạn muốn cho bạn và con cái của bạn được hưởng Tự Do, Công Lý trong một đất nước có Độc Lập, Tự Chủ và Hoà Bình ư?

Sẽ còn nhiều câu hỏi tương tự như thếm buộc chúng ta phải trả lời. Nhưng xem ra chỉ có một câu trả lời duy nhất khả dĩ đáp ứng được nhu cầu của dân tộc chúng ta hôm nay là:

Bạn yêu Tổ Quốc và Dân Tộc Việt Nam, bạn hãy đứng dậy mà đi.

Bạn hãy nắm lấy tay anh, tay chị, tay em. Bạn hãy nắm lấy tay bằng hữu. Chúng ta nắm lấy tay nhau và cùng bước tới! Dẫu trước muôn ngàn khó khăn, Đường Tự Do sẽ mở ra. Công Lý sẽ tới và Độc Lập, Hạnh Phúc sẽ cùng đến với dân tộc Việt Nam chúng ta. Ngoài ra, là sự nô lệ chờ đón!

Bạn trả lời đi và chờ đón ngày mai sẽ đến theo câu trả lời của bạn.

Bảo Giang.
7.2018

Thăng Long, Chỗi dậy hay ngủ yên?

Tháng 10 năm 1283, quân Nguyên - Mông do Thoát Hoan, cháu của Thành Cát Tư Hãn, dẫn gần 50 vạn hùng binh rầm rập sang lấn chiếm bờ cõi nước ta. Những tưởng, cái sức mạnh trên lưng ngựa ấy sẽ đạp dập cỏ cây và phương nam sẽ thần phục trong sớm tối. Ngờ đâu, thân làm tướng thì phải chui vào ống để chạy thoát thân, trong lúc binh sỹ dưới quyền, trên bờ thì xương chất cao thành núi. Xác dưới lòng sông chặn ngưng dòng chảy. Kẻ còn sống thì bỏ hàng trăm chiến thuyền dưới sông, hàng vạn chiến mã trên bộ mà quy hàng...

Sách xưa còn ghi rằng, sau khi chinh phục từ Á sang Âu, đoàn quân được gọi là bách chiến của Mông Cổ quay xuống phương Nam. Đi đến đâu cũng chỉ thấy cảnh nước tràn bờ, trúc tan, ngói lở. Không mấy nơi có sức cản địch.

Biên cương nước Việt khi ấy cũng không có ngoại lệ. Phần vì, vua quan triều Trần biết rõ, dân ta ít, quân lương không đủ, tinh binh chiến cụ ra trận thiếu thốn. Lại thấy trăm họ tan thây nát thịt vì cái bạo ác của địch khi chúng tràn qua, nên đành tạm bỏ Thăng Long lui về trong thế thủ. Phần vỉ, thế nước càng lúc càng chông chênh. Vua có ý lo, quan có ý sợ, dù Hưng Đạo Vương đã cương quyết một lòng "Xin chém đầu tôi trước khi hàng" nhưng Vua quan vẫn lúng túng, bất quyết trong việc lựa chọn một trong hai phương án Chiến hay Hàng để đối đầu với quân xâm lược phương bắc.

Lúng túng là phải! Ai không muốn bảo vệ lấy vợ con và bổng lộc của mình. Đã thế, hàng thì có lợi cho quan tham hơn là chiến. Bởi lẽ, Chiến, chưa chắc đã thắng mà Hàng thì họ xin đi trước. Quan Hàng sẽ không mất phần rượu thịt! Hàng là phải.

Ở một chiều khác, ngay tướng lĩnh ra trận cũng chưa chắc đã muốn Chiến. Bởi vì, nhìn cái chết ai không sợ? Nhưng, Hàng cũng chết. Chết cả giang sơn lẫn sự nghiệp. Nếu Chiến, còn có cơ hội sống. Sống với giang sơn, sống với dân tộc. Nên phải liều thân mà Chiến!

Trước bối cảnh hoang mang ấy, vào tháng chạp năm 1284 vua Trần Thánh Tông đã triệu tập hội nghị các Bô Lão ở điện Diên Hồng để hỏi ý kiến toàn dân rằng:

- Trước nhục mất nước, tan nhà, người người khốn khổ, ta nên hòa hay nên chiến?

- Quyết chiến, quyết chiến!

- Thế nước của ta yếu, lực lượng của ta mỏng, chiến cụ của ta không đủ, lấy gì mà lo chiến chinh!

- Hy Sinh! Hy Sinh! Thề liều thân hy sinh để bảo vệ biên cương và nòi giống nước Nam!

Kết qủa, tiếng vọng Diên Hồng loan truyền sức sống vào sông núi. Biến cây cỏ thành chiến cụ. Biến gia súc như trâu bò chó ngựa thành những kỵ mã nơi trận tiền. Biến bà già, trẻ thơ thành những chiến binh dũng mạnh của quê hương, riêng những người chiến binh thì thành những vị tướng của nhà trời. Nên chẳng bao lâu sau ngày Hịch Diên Hồng truyền ra khắp nẻo non sông, đầu Toa Đô đã rơi xuống ở cửa Vạn Kiếp.

Phần Ô Mã Nhi bị dìm vào lòng biển xanh. Riêng Thoát Hoan phải chui vào ống đồng mà chạy thoát lấy thân. Vân Đồn đại thắng. Bạch Đằng một lần nữa vùi lấp hàng vạn quân Nguyên vào dòng nước lũ. Rồi Chi Lăng trở thành cửa địa ngục nghìn đời cho kẻ xâm lược. Ngày ấy, quân dân triều Trần đã mở ra một trang sử đặc biệt cho dân tộc. Như thế, ý nghĩa của Hội Nghị Diên Hồng mà tiền nhân còn để lại cho hậu thế hôm nay chính là ý chí Độc Lập, Tự Chủ, bảo vệ giống nòi của toàn dân ta.

Cũng thế, việc vua Lý Công Uẩn đời đô về Thăng Long đã nói lên ý chí kiên cường tự chủ của toàn dân ta. Từ đó, Thăng Long đã vượt qua thời gian với nhiều triều đại khác nhau. Trải qua nhiều thăng trầm chiến cuộc, nhưng vẫn lừng lẫy đi trong sự nghiệp của đất nước. Đến nay, Thăng Long đã bước vào ngưỡng cửa 1000 năm. Những tưởng, đây sẽ là một ngày hội đặc biệt của quê hương. Một ngày hội đáng ghi nhớ của dân tộc. Một ngày mà Việt Nam không chỉ rạng rỡ, tự hào ở cõi trời Nam, nhưng còn trên trường quốc tế về ý nghĩa của một nền Độc Lập thịnh trị. Nhưng hỡi ôi. Ngày ngàn năm Thăng Long lại rơi vào thời Hồ với bài ca:

Khỉ đầu tường gíó tanh đất bắc,
Nghiệp búa liềm qủy thác, thần kinh...

Đó là câu mở đầu cho những thập kỷ thê lương của dân tộc hôm nay. Đó là cái còng oan nghiệt của cộng thù đã trói chặt lấy sức sống của Việt Nam. Gọi là oan nghiệt bởi vì, bắt đầu từ ngày 03-2-1930, đúng ra là từ ngày 02-9-1945, Hồ chí Minh và tập đoàn Việt cộng đã theo chân Trần ích Tắc, Lê chiêu Thống, đưa đất nước và nhân dân Việt Nam vào vòng nô lệ cho cộng sản bằng chủ thuyết bưng bô "môi hở răng lạnh".

Với chủ trương này, Hồ chí Minh và tập đoàn cộng nô không những chỉ vùi dập đất nước và nhân phẩm Việt Nam vào vũng bùn hôi tanh. Còn làm cho phận người cầm tấm hộ chiếu Việt Nam do Việt cộng ký nhận bị khinh rẻ, thị phi trên trường quốc tế. Phận Thăng Long trong ngày bước vào lịch sử một ngàn năm thì chìm trong nhơ nhớp tủi hờn. Lý do, nó buộc phải treo đèn kết hoa, như một kẻ tùng phục để mừng chung với ngày gọi là quốc khánh của Trung cộng, thay vì lừng lẫy chính danh trong ngày riêng của mình là ngày 10-8 âm lịch.

Nên khi xét về những hành động của nhà cầm quyền Việt cộng trong những tháng năm qua, quả thật, sẽ không còn lời nhận định nào chính xác hơn là sự đánh gía của Lê thị Công Nhân về họ:" *Họ xuất phát từ một cái văn hoá (tôi muốn nói đây là CSVN) thấp kém, một phương pháp đấu tranh hoàn toàn phi nhân đạo, phi nhân bản, là chuyên chính, bạo lực, vô sản để đàn áp, để trấn áp con người với một mục tiêu hoàn toàn phi đạo lý, vô chính trị và có thể nói là phi pháp nữa".(lời tâm huyết, LtCN)*

Thật vậy, từ thành phần bản thân, đến phẩm chất đặc sản vô văn hóa xuất thân, chúng không ngần ngại bán nước cầu vinh. Khởi đầu vì mong được vào vòng qũy đạo của Trung cộng che chở, Hồ chí Minh đưa ra chủ trương "môi hở răng lạnh", chỉ đạo cho Phạm văn Đồng ký công hàm công nhận chủ quyền của Trung cộng trên quần đảo Hoàng Sa, Trường Sa là máu thịt của quê hương Việt Nam vào năm 1958.

Điều này cho thấy, Hồ chí Minh muốn cánh tay của Trung cộng vươn ra biển đông để che chở cho cái ngai vàng thái thú của Y. Kế đến, Bản Giốc, Nam Quan, Lão Sơn, Tục Lãm, một phần vịnh bắc bộ... phải cắt rời khỏi quê hương, giao cho kẻ ngoại thù nghìn đời bằng những cái mảnh giấy gọi là Hiệp Thương, Hệp Định vào các năm 1999 và 2000 do những bàn tay thợ cạo, thợ thiến, y công như Mười, Anh, Cầm, Phiêu, Kiệt, Khải, Dũng, Mạnh, Triết, Trọng... cống nạp.

Nay, 35 năm sau ngày 30-4-1975, hãy thử nhìn lại tấm bản đồ của Việt Nam xem chúng vẽ thế nào?

Hoàng Sa, Trường Sa đã mất. Bản Giốc, Nam Quan, Tục Lãm, Lão Sơn đã thuộc về Trung cộng một cách "hợp pháp" thì có khi nào ta đòi lại được? Rồi hơn 400,000. nghìn hecta đất rừng đầu nguồn cũng được bọn nội gian đem dâng cho quan thầy dưới danh nghĩa thuê mướn dài hạn. Đến chừng nào dân ta lấy lại được đây?

Thêm vào đó, một vùng rừng núi bạt ngàn bao la ở Đắc Nông, Tân Rai đã được ký cho Trung cộng với đặc quyền khai thác Bauxite. Trước tiên, việc khai thác Baux-ite không tạo ra lợi nhuận kinh tế cho người dân Việt Nam. Tệ hơn thế, nó còn tàn phá môi trường, nơi chốn sinh sống của người dân Việt. Và còn ngàn lần tệ hại hơn thế. Nó là trú sở, trạm dừng chân hợp pháp cho những kẻ luôn luôn muốn mở rộng bờ cõi về phương nam.

Tôi gọi đó là một trú sở hợp pháp cho đoàn quân xâm lăng cư ngụ, lập trại binh là bởi vì, từ đây từng toán, từng đoàn gọi là bảo vệ an ninh cơ sở được tự do thả xuống, chở đến khu vực qua ngả Ai Lao. Họ tự nhiên phá rừng làm nhà, xây dựng cơ sở. Rồi đến nhu cầu cần làm một cái sân bay nhỏ cho trực thăng, máy bay nhẹ chở lãnh đạo của cơ sở đến tham quan chỉ đạo công việc. Sau biến thành một phi trường quân sự, một pháo đài vững chắc ở trên cao nguyên cho Trung cộng xử dụng, mà ngay cả các quan cán cấp cao của bọn bề tôi ở Hà Nội cũng không được phép bước chân đến. Quê hương Việt Nam sẽ ra sao?

Phi trường đã có, nhu cầu cho một quân hải cảng để bốc dỡ hàng sẽ được xây dựng ở đâu đó tại vùng Cam Ranh, Phan Rang? Rồi một con đường cắt Viêt Nam ra làm hai chạy từ cao nguyên xuống quân hải cảng được khai thông vì nhu cầu chở khoáng chất, hàng hóa ai cấm cản đây? Khi ấy, liệu có quan cán Việt cộng nào dám có ý kiến hay cấm cản chăng? Hay còn tiếp tục tranh công dâng thêm đất, hiến thêm biển để được quan thày chọn cho làm gia nô thân tín, làm thái thú để cai trị dân ta?

Với một viễn ảnh ấy, Trung cộng cần gì phải tiến quân sang. Bởi lẽ, trong đã có bầy tay sai. Ngoài đã gài sẵn hàng triệu nhân mạng đang làm việc, thậm chí, đã lấy vợ Việt và sinh sống tại các điểm chốt trong các khu rừng, vùng biển đã thuê mướn. Hoặc đang sống biệt lập và làm việc trong hàng ngàn công trình xây dựng từ cơ sở hạ tầng như cầu đường, đến các nhà máy nằm rải rác từ bắc đến nam Việt Nam. Rồi yểm trợ cho những cánh quân ấy nổi dậy là cả một lực lượng hùng hậu từ vùng khai thác Bauxite cao nguyên tràn ra? Ta chống thế nào?

Ấy là chưa kể đến hàng triệu người khác đã nhập cư lậu vào sinh sống tại Việt Nam mà không có một quan cán nào, từ cấp cao cho đến hạ tầng dám xét hỏi giấy hộ khẩu, giấy đi đường hay cư trú. Tất cả đang chờ cơ hội "đồng khởi" đòi tự trị. Hỏi xem, Việt Nam sẽ ra sao? Hỏi xem, có một cán cộng nào dám chống đối, dám đuổi những người nhập cư phi pháp ra khỏi nước hay không?

Rồi khi họ đã di nhập vào đây, đã sống trên phần đất này. Đôi khi còn sống nghênh ngang như những chủ nhân, liệu Việt cộng có dám đuổi chúng đi hay không? Chắc là không. Như thế, chuyện da beo, da lợn, tự trị, rồi cũng sẽ đến trước khi chúng đòi sát nhập về với mẫu quốc. Đây có lẽ không phải là một chuyện giả tưởng nữa, phải không?!

Trước tình cảnh này, Người Việt Nam hơn lúc nào hết, phải nhìn lại bản đồ quê hương của mình xem, chúng ta đã bị xâm lược và mất đất chưa? Hình Hài Việt Nam còn thuộc Việt Nam không? Con cháu ta ngày sau còn được làm chủ trên quê hương của ta không? Hay tất cả sẽ là bề tôi của Tàu theo chân Hồ chí Minh ở đậu ngay trên quê hương mình.

Tôi viết toạc ra như thế, Bạn không tin ư? Hãy nhìn xem hình hài của mẹ Việt Nam giờ ra sao?

Cảnh núi rừng cây cỏ cũng tang thương!
Đất đỏ, rừng đỏ như một biển đỏ.
Hôm nay mẹ chết vì mảnh cờ sao.
Bô xít, chảy tràn màu đỏ, máu đỏ,
Ngày mai con chết bởi cờ năm sao!

Vậy đó, nếu như ai chưa nghĩ, chưa tin là Việt Nam đã bị Trung quốc chiếm đóng qua các bàn tay tay sai, là giai cấp lãnh đạo Việt cộng, xin hãy nhìn phương cách nhà nước này tổ chức ngày Thăng Long thì sẽ có câu trả lời.

1. Về ngày kỷ niệm.

Sử còn ghi, vua Lý công Uẩn dời đô về Thăng Long vào ngày 10 tháng 8 âm lịch năm 1010. Đối chiếu theo ngày âm lịch, năm nay sẽ trùng vào ngày 17-9-2010. Như thế, Thăng Long kỷ niệm ngày 1000 năm phải là ngày thứ sáu 17-9- 2010. Nhưng nhà nước Việt cộng ở Hà nội lại chọn tổ chức vào ngày 01-10-2010 cho trùng hợp với ngày quốc khánh của Trung cộng. Việc làm cạo sửa lịch sử này chỉ ra ít nhất hai dụng ý:

1. Xóa bỏ sự kiện Độc Lập của Thăng Long (Việt Nam) bằng cách sát nhập cùng một với ngày quốc khánh của đại Nguyên? Như một lời xin lỗi Trung quốc vì sự kiện Thăng Long với những Hưng Đạo Vương, Bình Định Vương, Quang Trung Nguyễn Huệ trong các lần diệt Nguyên, đuổi Minh, trừ Thanh.

2. Cạo, sửa lịch sử và ranh giới của Việt Nam để đẩy nhân dân ta vào sự thuần phục toàn diện với Trung cộng theo chủ trương của đảng cộng là *"môi hở răng lạnh"* hay *"bên kia biên giới là nhà, bên đây biên giới cũng là quê*

hương". Rõ ràng, Việt cộng đã "Tàu hóa" nước ta sớm hơn cả mơ ước của nhà nước Trung cộng!

2. Hình thức và hướng đi của buổi lễ.

Dẫu chẳng phải là những "chuyên gia" nhà "chiêm tinh" tất cả mọi người, ai ai cũng nắm rõ những vị thế đứng của các lễ đài, cũng như ý nghĩa của nó:

a. Lễ đài quay mặt về phương bắc.

Khi mặt tiền lễ đài quay về hướng bắc, dĩ nhiên, các quan cán, cũng phải tranh thủ trong những hàng đầu quay mặt về hương bắc. Kế đến, các bài diễu văn chỉ là một cách diễn tả chung chung về tình thế, rồi ca ngợi tình hữu nghị bắc nam hoặc với thế giới bên ngoài. Không có một điểm nào đề cao và ca tụng sự Độc Lập, hào hùng của Thăng Long, Không có những ghi dấu đặc biệt của Thăng Long trong những lần đánh Mông, diệt Minh, đuổi Thanh thì ý nghĩa của nó đã rõ. Cả cái tập đoàn ấy đã cúi đầu thần phục phương bắc theo lệnh của "ông" đại diện Trung cộng chỉ huy trên lễ đài kia rồi. Nhân nhân không cần bàn cãi gì nữa.

Thêm vào đó, đoàn diễu binh hùng hậu của quân đội và công an đi ngang khán đài theo tuyến đông/ tây, hoặc ngược lại, và giải tán theo chiều hướng xuôi về nam thì nó chỉ còn là một ý nghĩa duy nhất. Cái sức mạnh ấy, nếu có, cũng chỉ đem đổ ra sông ra bể. Hoặc chỉ để theo lệnh mẫu quốc, lệnh đảng mà đàn áp, chém giết đồng bào ta mà thôi. Nó không thể là một khối sức mạnh từ nhân dân để bảo vệ cho tổ quốc và cho đồng bào mình.

b. Lễ đài quay về phương nam.

Khi lễ đài quay về phương nam, các bài diễu văn dù có tích cực hùng hồn đến mấy thì nó cũng chỉ mang sẵn một ý nghĩa. Những quan cán, lãnh đạo đứng trên lễ đài ấy đã kinh qua giai đoạn thử thách xin thần phục phương bắc. Nay đã được xác minh, bổ nhiệm, nên các quan cán sẽ cực kỳ hồ hởi vì được đứng chung hàng ngũ với lãnh đạo mẫu quốc, quay mặt về Nam mà hò hét cai trị dân ta.

Từ đó, lời lẽ diễu văn dù có mạnh bạo cách mấy thì cũng chỉ là những trò diễu được phép đóng kịch để lừa bịp dân chúng mà thôi. Bởi lẽ, thần dân đã phải đứng ngửa mặt về phương bắc. Trong khi cánh tay của "ông" chủ nhân đứng trên lễ đài chỉ về phương nam. Có nghĩa là lệnh cho đoàn diễu binh gồm quân đội và công an *chung lòng cứu nước Tàu kia*" phải tràn lên, dẹp cho hết, đập cho tan những mầm mống đòi Tự Do, Dân Chủ, Nhân Quyền, Công Lý và Độc Lập của người Việt Nam sẽ nổi lên.

Nhìn qua những nghi thức và hình ảnh của buổi góp mặt này, ai cũng biết rõ một điều là: Nhà nước này đang thi hành những phương cách từ từ dạy cho dân Nam hiểu rằng: Vòng nô lệ đã bắt đầu khép lại rồi. Nên:

> *"ai ơi chớ vội làm giàu,*
> *thằng tây nó tếch thằng tầu nó sang".*
> *cửa nhà nước Việt tan hoang,*
> *Đời con theo mẹ, dã tràng ven sông!*

c. Lễ đài theo hướng Tây/ Đông. Đoàn diễu binh xuôi nam.

Vì trực diện, Có khả năng Việt cộng né tránh lễ đài theo hướng Nam, Bắc. Nhưng chọn hướng Tây, Đông và đoàn diễu binh xuôi nam.

Ở trường hợp này cho thấy, khuynh hướng chống hay thuần phục Trung cộng toàn diện chưa hoàn toàn lộ diện. Tuy nhiên, đoàn diễn hành theo hướng xuôi nam, không mang đến một ý nghĩa nào tích cực. Nếu như không muốn nói, cái sức mạnh ấy, nếu có, không phải là để chống lại ý đồ bá quyền của Trung cộng, bảo vệ giang sơn, bảo vệ nòi giống. Trái lại, sức mạnh ấy đã bị khuynh loát, đã bị triệt nên hướng đi chỉ có thể là xuôi nam. Nó có thể biến thành một thứ bạo lực để đàn áp đồng bào. Đơn giản hơn, nó chỉ được dùng để phục vụ và bảo vệ cho cái tập đoàn tay sai Việt cộng theo chỉ thị của quan thày Trung cộng mà thôi.

d. Lễ đài theo hướng Đông. Đoàn diễu binh theo tuyến từ nam ra bắc!

Đây là phương hướng lý tưởng nhất cho ngày kỷ niệm Thăng Long 1000 năm. Nhưng hẳn nhiên, quan cán Việt cộng được Trung cộng bổ nhiệm vào các chức vụ lãnh đạo béo bở kia, không một ai dám đề ra ý định dựng lễ đài theo phương hướng này. Lý do, phương hướng này có một vị thế đặc biệt. Người Việt Nam sẽ mang toàn sức mạnh của Trường Sơn của Biển Đông ra để bảo vệ lấy nền Độc Lập của quê hương như tiền nhân ta đã làm.

Khi ấy, Trường Sơn sẽ là thành lũy của nhà Nam và biển đông sẽ là mồ chôn không đáy cho kẻ xâm lược. Và đoàn quân tiến bắc kia chính là những hùng thiêng của sông núi, hoà theo tiếng ca, nhịp theo bước hành của những anh hùng dân tộc, Hưng Đạo Vương, Bình Dịnh Vương hay Quang Trung Nguyễn Huệ để diệt Tống, triệt Thanh, bình Nguyên mà tiến bước.

Nói cách khác, bước đi oai hùng, hiên ngang ấy chính là khí thế của dân tộc. Là ý nghĩa đích thực của Thăng Long trong Ngày Hội 1000 năm. Hướng đi ấy không phải chỉ có trong lúc này, nhưng trong mọi lúc, mọi thời. Đó là kim chỉ nam để bảo toàn lấy nền Độc Lập, Tự Chủ của đất nước. Cần phải được biểu lộ.

Việt cộng có khả năng đi theo hướng chỉ này không?

- Lấy những sự kiện trong suốt 70 năm qua làm kinh nghiệm. Những kẻ bán nước không có tri thức như Việt cộng không dám bước theo hướng này để phục vụ dân tộc. Ngoại trừ, lật sang một chương mới. Ở đó là những tụ điểm sau:

1. Xin lỗi đồng bào vì những tội lỗi do Hồ chí Minh và đảng cộng sản đã gây ra cho đồng bào và đất nước trong suốt 70 năm qua.

2. Phải tự công bố giải tán đảng cộng sản. Đồng thời công bố một Ước Chương Tự Do theo tinh thần của Tuyên Ngôn Quốc Tế Nhân Quyền. Thành lập chính phủ lâm thời, bảo quản tốt chính quyền và toàn bộ tài sản, tài nguyên và sinh mạng của đất nước chờ ngày trao trả lại nguyên vẹn cho toàn dân trong cuộc tự do tuyển cử sớm nhất.

3. Công bố trước dư luận trong và ngoài nước về thế xâm nhập, áp chế của Trung cộng ngõ hầu tranh thủ lấy sự hẫu thuẫn của quốc tế.

Làm được ít nhất ba việc đó, cơ may đưa Việt Nam vào một bước lịch sử mới sẽ mở ra. Việt Nam sẽ không thể bị chia cắt và mất Độc Lập, Tự Chủ.

Trái lại, con đường lệ thuộc toàn diện vào Trung cộng càng lúc càng nhấn chìm những cán cộng và đảng cộng sản vào đường cùng, không lối thoát. Rồi lịch sử cũng sẽ là một tái diễn về sau. Và khi đó, cộng sản và tập đoàn nhân sự này sẽ trở thành những bậc thầy trong nghề bán nước cầu vinh. Hơn hẳn những Lê chiêu Thống, Trần ích Tắc, Mạc đăng Dung xưa. Khi đó, bản án mà dân Liên Sô đã đeo vào cổ Stalin cũng không xa cái cổ của Hồ chí Minh và tập đoàn của chúng là mấy.

Bảo Giang
17-9-2010.
Ngày Thăng Long một ngàn năm

Việt Nam ngày mai

Chỉ còn vài giờ nữa, chúng ta bước vào kỷ nguyên mới bắt đầu bằng hàng số 01-01-2010. Bạn đang nghĩ gì và rồi, bạn sẽ có, sẽ làm những gì cho bạn, cho gia đình bạn và cho quê hương Việt Nam trong kỷ nguyên này?

Thoáng qua, đây chỉ là vài câu hỏi ngắn thôi, nhưng xem ra nó có khả năng đè hay chất nặng trên đôi vai nhỏ bé của chúng ta và buộc ta phải trả lời. Rằng, tất cả sẽ đến trong hân hoan của bạn và của toàn dân Việt hay sẽ trôi qua trong tiếc nối, ngậm ngùi sau đó?

Nói thế có nghĩa là đêm nay ngoài hình ảnh của chính mình và gia đình của mình, bạn còn nhớ đến Việt Nam. Khi nhớ đến quê hương, chắc bạn phải thực sự một lần nhìn lại bản đồ của Việt Nam quê ta vào trước ngày 2-9-1945, rồi sau đó là ngày 20-7-1954 ra sao? Kế đến, rà soát xem, từ sau 19-01-1974 và sau 1999- 2000 với hội nghị Thành Đô ta đã mất những gì? Và nay, sau 2010 với thế đứng của Trung cộng trên đất Việt theo kế hoạch được trải thảm từ Hồ chí Minh đến hàng ngũ Việt cộng nâng khăn, sửa túi cho chúng, để từ bắc đến nam không một nơi nào thiếu dấu chân quan cán thời Tống Hán. Bạn hãy hỏi xem, Việt Nam đi về đâu?

Về đâu và ra sao thì chưa ai nhìn thấy, nơi đây, tôi xin ghi lại những dấu chân xưa. Hy vọng từ đó chúng ta sẽ nhìn ra một con đường cho quê ta trong ngày mai.

Bạn hãy nhìn xem, Cửa ngõ biên giới Việt -Trung đã mở toang để mời khách Tàu tự do ra vào, rồi tiền Mao sẽ được tự do tiêu dùng, trao đổi ở Việt Nam trong lúc trẻ em Việt Nam phải bắt đầu bài vỡ lòng với… "dát, dị. xám" thay vì A,B,C ngay khi vừa đến nhà trẻ, học đường. Đã thế, nay lại đến lượt các đoàn gọi là múa rối, nhưng thực chất là những cán bộ chính huấn tuyên truyền của chúng tràn vào Việt Nam, tự do đến các hội trường từ tỉnh biên giới đến nội địa, để ca múa, tuyên truyền về văn hóa của mẫu quốc cho lệ thuộc bang phương nam học hỏi. Bạn hãy hỏi xem, chủ quyền và văn hóa của ta có còn hay không?

Thêm vào đó, chuyện rừng đầu nguồn, Bauxite Tây Nguyên, Formosa… chưa lặng sóng, nay lại đến 3 đặc khu Vân Đồn, Phú Quốc, và Bắc Vân Phong với phi trường riêng sẽ mở đầu cho cuộc thống trị mới của bá quyền phương bắc đè xuống. Bạn có bao giờ hỏi xem Việt Nam còn hay mất và rồi sẽ đi về đâu hay không? Nếu chưa thì đêm nay hãy tự hỏi lấy một lần đi, kẻo không còn cơ hội.

Đến đây, thật lòng, tôi muốn viết cho bạn một bức thư tâm tình, nhân ngày cuối năm và trước khi quê hương ta phải khoác cái áo Tàu do tập đoàn bán nước Hồ chí Minh và Việt cộng đem vào thay vì bài sáo rỗng, đóng khung theo thể nghị luận, chứng minh. Tôi chỉ đưa ra cho bạn thấy những hình ảnh thật trước mắt để bạn thấy và hỏi xem là nó sẽ dẫn chúng ta và dân tộc Việt Nam về đâu?

Với hướng đi này, trước hết bạn hãy nhìn xem, điều cha ông ta đã dạy từ xưa "Đồng tiền liền khúc ruột" có ý nghĩa gì? Và nay, tiền Hồ, tiền Mao, hay tiền Mỹ sẽ liền với khúc ruột của Việt Nam đây?

Rõ ràng, không phải chỉ có bạn, nhưng mọi người đều muốn có hàng trăm, hàng ngàn Dollars Mỹ để thủ trong nhà. Tuy nhiên, nếu có, nó cũng chỉ là ngoại tệ qúy, không phải là loại tiền trong công việc tiêu dùng của người Việt Nam trên đất Việt. Ấy là chưa kể đến chuyện, lâu lâu lại bị Việt cộng tìm cách cướp dựt. Chúng chiếm đoạt vì chúng có thể mở trương mục ở ngoại quốc để cất giữ. Phần bạn thì tuyệt đối không thể. Theo đó, dân ta nếu có ít đồng Dollars thì giữ lấy làm vốn, tuyệt đối không thể dùng nó trong sinh hoạt thường nhật. Do đó, Dollars không thể liền với khúc ruột Việt Nam, dẫu trân qúy.

Theo đó, ở Việt Nam, ta phải dùng tiền Việt Nam trong tiêu dùng hàng ngày. Đây chính là loại tiền vẫn còn được coi là dòng sinh hoạt chính ở trong nước, dẫu như nó không có thứ bậc cao trong dòng tiền thế giới. Hiện nay, theo thứ hạng, tiền Hồ đứng gần chót bảng, chỉ may mắn đứng trên một Iran mà thôi. Nếu có, bạn có muốn trữ hàng triệu, hay hàng tỷ tiền Việt cộng ở trong nhà không?

Rõ ràng, dân ta nếu có tiền như thế thì cũng không ai muốn giữ nó ở trong nhà, nhưng sẽ gửi vào ngân hàng của nhà nước Việt cộng, hoặc mua lấy ít Dollars cất ở trong nhà phòng khi cần đến. Cùng chung suy nghĩ này, nhưng tập đoàn cán bộ nhớn thì không. Chúng sẽ giúp nhau chuyển đổi sang Dollars và chuyển gởi vào trong các trương mục ở ngoại quốc. Tại sao chúng không gởi ở ngân hàng Việt trong nước? Dễ hiểu thôi, chúng sẵn sàng bỏ chạy bất cứ lúc nào. Đã thế, đồng tiền ấy đã sẵn sàng trở thành tiền rác ngay trong một sớm một chiều, và bạn sẽ trắng tay trong khi quan cán nhớn không thể bị cái cảnh này chi phối.

Nếu thế, ta đi mua vàng để cất giữ chăng? Ý kiến hay đấy, nhưng trong nhà bạn có thể cất giữ được bao nhiêu ký lô vàng, trong khi cướp cạn từ quan cán luôn có mặt chung quanh nhà bạn? Theo đó, bạn có tiền tỷ nhưng có thể trắng tay sau đó một ngày, hay sau một vài giờ. Như thế, điều bạn có thể làm là theo một trong hai cach sau: mua Dollars Mỹ, Vàng để phòng thân! Tiền Hồ tự nhiên bị loại bỏ khỏi sự cất dấu!

Còn tiền Mao thì sao? Bây giờ nó chưa nở rộ đâu, theo những nhà quan sát hiện nay, trong khoảng một vài năm nữa, vị thế của nó hoàn toàn khác, không phải chỉ ở trong lòng bạn, nhưng trong lòng mọi người dân Việt. Lý do: Tiền Mỹ bạn không thể mua bán công khai, nếu có thì dấu lén lút cũng chẳng là bao. Nhưng tiền Mao lúc nào cũng có sẵn trong sinh hoạt và lại có thể bỏ vào nhà Banks nơi bạn cư trú. Đã thế, đồng tiền Hồ tự nhiên mất gía trị tín dụng. Hỏi xem, bạn sẽ lo thủ và trữ tiền nào? Tiền Hồ hay tiền Mao?

Câu trả lời ngắn gọn là tiền Mao. Bạn giữ tiền của chủ chứ không muốn giữ đồng tiền của đầy tớ, đó là lẽ tự nhiên. Sau câu trả lời này là ta mất nước đúng theo cái tính toán của nhà nước Tàu. Đất của ta chúng đã chiếm, cơ sở, đường xá chúng giữ bản quyền thu thuế. Đường biên giới của ta, Việt cộng mở cửa cho chúng ra vào tự nhiên, nay tới đồng tiền liền khúc ruột lại có hình Mao thì tương lai đất nước này thuộc về ai? Thuộc về cái tập thể Việt cộng làm thái thú ư? Không, tuyệt đối không. Nó sẽ thuộc về Tàu.

Về đời sống, dĩ nhiên, bạn và con cháu bạn phải cố bám, ở lại đó cho đến hết đời này sang đời khác dẫu phải đeo vào cổ cái bảng nô lệ, trong lúc hàng quan cán cộng từ cấp trung hay lớn hơn, chúng đã tìm cách co chân chạy từ lâu rồi. Nếu còn ở lại chúng cũng đeo phẩm hàm cấp bậc của bầy nô lệ ở trên bạn. Khi ấy, có lẽ bạn cũng không nên buồn nữa. Bởi vì bạn và tôi, chúng ta đã không biết lo cho tương lai của chúng ta và con cháu chúng ta. Nên không thể trách ai!

Đã thế, vào lúc ấy bạn cũng chả nên trách quan cán Việt trong hàng ngũ Tàu, sao mà thất đức ác nhân với người mình như thế! Bởi lẽ, bạn đã biết rõ lòng chúng từ khi có cái tên Hồ – Mao trên đất Việt rồi.

Rồi Bạn cũng không thể trách Cụ Diệm, hay bọn ăn cháo đá bát làm đảo chánh, hoặc Ô Thiệu nữa. Bởi lẽ, Bạn cũng như chúng tôi đều có khối óc, có lương tri về tổ quốc, nhưng chúng ta không dùng và lo cho dân cho nước, hay cho tương lai con cháu chúng ta.

Trong khi đó, không có một quan cán cộng nào mà không lạm dụng thời cơ để kiếm tiền, đục khoét tài sản quốc gia, lo cho con cháu của chúng ra ngoại quốc gọi là đi du học, xin định cư chờ ngày chúng cắp gói đi theo. Chúng làm cán bộ CS nhưng lòng trí ở bên Tây. Phần chúng ta, việc lo toan lại rất hạn chế vì nhiều lý do. Đã thế, không có khả năng đẩy con cái đi dọn đường cho ta như tập đoàn Việt cộng bán nước đã làm.

Tiện đây, tôi sẽ kê ra cho bạn thấy một vài cái mục đích của tập đoàn CS ác độc kia đang hướng đến.

Thứ nhất, nếu chưa mất nước, chúng sẽ tìm cách cho con cháu chúng đi và ở lại ngoại quốc bằng tiền của những cuộc buôn bán chủ quyền và đất đai của Việt Nam cho Tàu. Phần chúng, sẽ tùy cơ ra đi sau khi đã vơ vét tại Việt Nam. Trường hợp, nếu con chúng không thể ở lại, buộc phải về, thì cha truyền con nối, chúng sẽ trở thành một lớp cán bộ bán dân cho Tàu trong tương lai. Phần người dân Việt sẽ được đưa vào danh sách một cổ hai tròng.

Thứ hai, khi Tàu đã nhập nội, thì chỉ có bạn và con cháu người dân chúng ta trở thành những tôi tớ như nô lệ, một cổ hai tròng và chờ ngày bị tận diệt như dân Mông Cổ, Tân Cương mà thôi. Phần con cháu chúng thì đã thay tên đổi họ và trở thành lớp cán bộ nô lệ để trị dân nô lệ quy Tàu rồi. Con đường này, có thể sẽ sớm đến với Việt Nam sau 2025, nếu như không xảy ra cuộc đấm đá giữa hai cường quốc. Bởi lẽ, con đường vành đai sẽ tái xuất hiện một cách mạnh mẽ và nó sẽ khởi đầu từ tên nô lệ mang tên Việt cộng tại giải đất hình chữ S trước hết.

Bạn hỏi tôi là, nếu như thế, tại sao họ không đưa con sang Tàu du học. Câu trả lời có sẵn đây. Trước hết, họ đã không muốn, hoặc giả, không được lựa chọn. Hơn thế, lúc này chúng cũng muốn tỏ ra cho bạn thấy là chúng cũng theo tây để lừa bạn và không bị chống đối chăng? Đã thế, sự lựa chọn sẽ còn do hướng bắc chỉ đạo. Theo đó, những đứa con cưng được nhận du học từ bên Tàu sẽ về ngồi trên đầu trên cổ những kẻ đi du học từ bên Tây trở về. Bởi lẽ, Mao đã từng bảo: *"trí thức ấy không bằng cục phân"*. Đã thế, Tàu muốn xóa sổ Việt chứ không phải muốn Việt lưu danh và tồn tại, nên chúng không thể trọng dụng thành phần theo Tây học.

Hãy hỏi xem, một khi người Việt Nam còn ở trong nước rơi vào vòng kim cô theo quy lệ ở trên, người Việt ở hải ngoại ra sao?

A. Những người đi trước 30-4-1975. Từ quân tới dân, họ nghe biết về cộng sản, lo sợ cộng sản và bỏ lại tất cả mà đi. Nhưng tuyệt nhiên họ không có kinh nghiệm sống với cộng sản. Họ lên máy bay ra khơi vì sợ cộng sản vào. Họ ra đi như kẻ lưu lạc để trốn chạy CS hơn là đi để định vị cho một bước đường mai sau. Theo đó, chuyện trở về của họ sau đó tưởng không nên bàn đến.

B. Những người ra đi với hai từ "Thuyền Nhân" làm rúng động lương tâm thế giới và những người đã nằm trong lao tù cộng sản lại hoàn toàn khác biệt với dạng A.

Hầu như tất cả những người thuộc diện này đều ra đi với lòng căm thù hoặc là những nạn nhân của cộng sản. Họ là những người bị CS vùi dập trong chốn lao tù. Kẻ khác, bị chúng trù dập bằng muôn ngàn cách, từ việc không kiếm được công ăn việc làm đến phải đi kinh tế mới, hoặc gỉa, bị trù dập trong đời sống hằng ngày qua những cái loa phường với những ngôn từ không được giáo dục, không có học của tập đoàn CS.

Đã thế, lại bị đẩy vào cuộc sống bi thương không có công ăn việc làm và những chiêu trò đổi tiền, trấn lột của cộng sản qua hợp tác xã, hay tổ hợp sản xuất, biên chế ngành nghề... trong chủ đích kiểm soát đời sống của từng người từng nhà của chúng.

Trước những điêu linh thống khổ này, mọi người, đều muốn bỏ nước ra đi. Họ chẳng màng gì đến cái từ bánh vẽ Độc Lập, Tự Do, Hòa Bình đầy hôi tanh do CS tuyên truyền qua cái loa phường. Họ xuống thuyền, ra khơi. May thì được cứu vớt, tới bến, đổi đời. Rủi thì vào lòng biển hay nhà tù của Việt cộng.

Khi đi, nhiều người chừng như coi nhẹ cái chết, hoặc là chấp nhận một vận mệnh may rủi trên chiếc thuyền mong manh vượt biển. Họ biết, khi đi thiếu cả cơm ăn, nước uống. (người viết bài này cũng không có ngoại lệ). Đã thế, dám đem chính mạng sống của mình ra thách đố với biển khơi. Khi đi, họ hy vọng từ nơi xa xôi kia, họ sẽ tìm được chốn dung thân, thoát xa cái loa phường của tập đoàn vô văn hóa và nhất là, hy vọng con cái của họ có được ngày mai khá hơn là kiếp sống bị đoạ đày dưới cái dép râu của tên Tàu hoạn Hồ chí Minh.

Rõ ràng, sau chuyến đi, họ vẫn còn bên mình những tiếng kêu cứu từ người thân, như cha mẹ, anh em ruột thịt từ quê nhà dưới gông cùm cộng sản. Họ đành phải cắn môi, để cho tập đoàn rừng xanh mang tên Việt cộng ký vào tấm thẻ Hộ chiếu của họ khi về lại Việt Nam mà thăm gia đình. Quả là một nỗi đau và cũng là nỗi nhục lớn đây.

Dĩ nhiên, khi về, ai cũng biết là nhờ đồng tiền của người xa quê gởi về, hay những tiêu pha trong chuyến về ấy đã làm cho tập đoàn cộng sản tại Việt Nam từ từ hồi sinh, nhưng họ lại không thể dừng bước. Kết qủa, cộng sản lại lớn lên và trở thành mạnh mẽ để trấn áp ngay cả những người mang tiền về biếu, dâng cho chúng. Xem ra, người bỏ đi lại thua đau đớn thêm một lần nữa.

Nay sau 40 năm, những chuyến về và những chuyện gởi tiền về VN trở thành nguồn sống mạnh cho tập đoàn cộng sản nơi quê nhà. Người về đã vô tình nối cánh tay của mình với Trung cộng để tiêu hao sinh lực của người ở trong nước, đồng thời phá nát khát vọng của một Việt Nam Tự Do, Độc Lập và Công Lý rồi. Bạn hỏi tại sao ư?

Trước hết, khi người về mang của cải về cho thân nhân của họ, tập đoàn CS kia, ngu gì chịu lép vế. Trước bả vinh hoa, chúng sẽ một tay đưa ra móc tiền kẻ về, hay kẻ đầu tư nhà đất. Thêm một tay khác móc ngoặc, chia nhau phương cách bán đất đai, cơ sở cho chủ nhân Tàu. Tệ hơn, bán bờ biển, báo đảo, chia rừng, chia phố... cho chủ nhân Tàu chiếm giữ, để chúng thu về lợi nhuận lớn cho cá nhân, cho bè phái.

Kết quả, sau cuộc bán đất, chia phần, Trung cộng tự nhiên là kẻ hưởng lợi, thu về đất đai, cơ sở và kiểm soát toàn bộ hàng ngũ tập đoàn CS Việt Nam từ trên xuống dưới. Chúng giao cho mỗi cấp một cái vòng kim cô. Chúng bảo dạ, không một tên nào dám ho. Chúng bắt quỳ, không một đảng viên VC nào dám đứng. Tất cả đều phải theo định lệ, quy chế của cái vòng chúng mang trên đầu hay cái thòng lọng trong cổ. Cuối cùng, chúng ngồi thu thuế, hưởng lợi, hưởng đất. Không một tên VC nào dám kháng cự.

Ở một góc tối khác, Cán cộng theo nhau, giới thiệu nhau rồi dạy nhau lạy Tàu. Sau những lần quỳ bái, dập đầu trước cái bệ Tàu kia, chúng lủi thủi bước trở ra. Nhưng ngay lập tức, sắc diện đổi, ngôn ngữ đổi và vẻ mặt bỗng đỏ như vang. Mặc sức mà hò mà hét, hoặc giả, tàn sát người dân, đè, kẹp nhóm khác, để tự lập công dâng chủ Tàu mà giữ lấy ngôi vị thái thú. Thế là ta tan nhà, mất nước, phần dân chết ly tan theo phận Mãn, Mông!

Tại sao lại có thể như thế được?

Nếu ai đã theo cộng, theo Tàu thì xin đừng vờ hỏi câu này nữa. Bởi lẽ, nếu không có Việt cộng, không có Hồ chí... phèo, Việt Nam đâu có khốn nạn như ngày hôm nay. Riêng với người dân trong cuộc sống lầm than, vào đường cùng, biết lạy ai đây?

Lạy Mỹ giúp chăng?

Có thể, nhưng hãy nhớ. Mỹ không bao giờ ra tay, không đi diệt Việt cộng, oánh Tàu cho dân Việt Nam. Nhưng nếu người Việt Nam vì đất nước của mình mà ra tay thì Hoa Kỳ có thể hỗ trợ xa xa. Hỗ trợ bằng cách này hay cách khác khi họ đã tính đến kết qủa. Họ tuyệt đối không phải là thành phần con buôn thả mồi bắt bóng. Nhưng là làm ăn thực tế và thu lợi nhuận. Chính Tàu cũng đã là những kẻ phải chấp nhận cái kiểu hành xử kẻ cả của Hoa Kỳ, mà chẳng lời kêu than.

Ta dâng nước cho Tàu ư?

Hỏi thế thôi. Bạn và tôi hay người dân Việt sẽ chẳng bao giờ có cái cơ hội mà dâng biếu Việt Nam cho chúng. Bởi lẽ, chúng đã nuôi nấng Hồ chí Minh và tập thể thờ Tàu ở trên phần đất ấy lâu rồi. Chúng đã có đủ số liệu cùng những tên tuổi của từng cấp, lớp do chính chúng đào tạo theo hệ thống nô lệ từ mấy chục năm nay rồi. Theo đó, bạn và người dân Việt nên chuẩn bị làm nô lệ thì hợp lý hơn là tính đến chuyện bán nước, tranh ăn với cộng.

Bởi lẽ, chuyện này đâu phải đến hôm nay mới có. Trái lại, chúng đã thu xếp và công khai hóa ngay từ khi Hồ chí Minh cướp chính quyền của Việt Nam vào ngày 2-9-1945. Chính Hồ kẻ đã dâng thư xác định với Mao trước khi vào Việt Nam.

Thư đây. Thư của Hồ chí.. phèo gởi Chu Ân Lai trước khi vào Việt Nam còn đây: *"Việt Nam và Trung Quốc tuy hai mà một... Nếu giúp chúng tôi thắng Pháp, thắng Nhật, thắng tất cả bọn tư bản vùng Đông Nam Á, nắm được chính quyền, thì nợ viện trợ sẽ hoàn trả dưới mọi hình thức, kể cả cắt đất, cắt đảo, lùi biên giới nhượng lại cho Trung Quốc, chúng tôi cũng làm, để đền ơn đáp nghĩa...."* Đó là một trong những lý do Hồ Hẹ tuyên bố: *"Mấy cái đảo hoang ngoài khơi đó của ai thì tôi không rõ lắm, nhưng cũng chỉ là mấy cồn đá hoang toàn phân chim ỉa. Nếu các đồng chí Trung Quốc muốn thì cứ cho họ đi."* (Hồ Chí Minh, trong HCM toàn tập).

Kế đến, chính Lê Duẩn đã xác nhận thực tế này khi quỳ trước mặt Mao và tuyên thề rằng: *"chúng tôi đánh miền nam là đánh cho Trung quốc, Liên Sô"*.

Từ đó, chuyện Hoàng Sa, Trường Sa theo văn bản của Phạm văn Đồng chỉ là một văn thư hành chánh xác định cho rõ sự việc mà thôi. Đã thế, Việt cộng còn sửa soạn cả một kế sách lớn hơn về văn hóa, chữ viết, để xin làm nô lệ cho Tàu cộng qua văn thư của Trường Chinh kêu gọi người Việt Nam bỏ chữ Quốc Ngữ mà học lấy chữ Tàu từ đầu thập niên 1950. Theo đó, chuyện Việt Nam trở thành phiên thuộc cho Tàu đâu có phải là nay mới bắt đầu! Nhưng nó đã khởi sự ngay từ khi Hồ Hẹ đặt chân vào phần đất của Việt Nam.

Chuyện là thế, nhưng bạn hãy hỏi xem, trong số 95 triệu người dân Việt Nam hôm nay có bao nhiêu người đã đọc, nhớ và hiểu rành rẽ về lá thư Trường Chinh thay mặt dân Việt Nam xin được làm nô lệ, phiên bang cho Tàu? Và có bao nhiêu triệu người Việt Nam đang lo toan về câu chuyện bán nước của Hồ? Hơn thế, Bạn đừng bao giờ cho rằng cái thư ấy đã lỗi thời, đã lâu năm rồi, nó không có gía trị thi hành.

Thay vào đó, bạn nên nhớ rằng, đảng cộng sản mà Trường Chinh làm bí thư thứ nhất hồi đó, cũng chính là đảng cộng sản mà Trường chinh đã làm Tổng bí thư kiêm trưởng ban tuyên huấn TU từ tháng 5- 1941. Rồi vào năm 1951 trong lần thứ hai mở đại hội của đảng cộng (đổi thành đảng Lao Dộng Việt Nam) Đăng xuân Khu lại được bầu làm TBT đảng cộng cho đến tháng 10-1956. Lần cuối, Y lại giữ chân TBT rồi chủ tịch nước, từ 14-7-1986 đến 14-7-1987. Với các vai tuồng của Y như thế, cái văn bản của Y không có khả năng sẽ bị vất vào xọt rác đâu bạn ạ.

Trái lại, nó còn được tập thể CS đôi bên cất giữ. Đã thế, chữ Tàu, văn hóa Tàu còn vào tận học đường hôm nay để lớp trẻ học cho rõ ngữ nghĩa mà nghiêm chỉnh thi hành. Đã thế, còn hàng loạt những tên tuổi bợ hầu chúng như Phạm vũ Luận rồi Bùi Hiền đã nhận lệnh Tàu mà điều chỉnh, sửa và đổi chữ quốc ngữ của Việt Nam theo âm Tàu ngọng để cho trẻ học mà hưởng lộc Tàu.

Về chính trị, quân sự, Việt Nam đã bị Tàu xich hóa bởi cái thòng lòng là đảng cộng sản lâu rồi. Nay lại đến nguồn sống của dân tộc là Văn Hóa đang bị chúng lấn áp. Là người Việt Nam còn có lòng yêu nước, bạn hãy hỏi xem ta phải làm gì để bảo vệ lấy quê hương và tiếng nói của mình đây? Hỏi xem, chúng ta và con cháu chúng ta có cách nào thoát khỏi vòng kim cô của Tàu do Việt cộng đeo vào cổ chúng ta hay không?

Nếu người Việt Nam muốn phá tan cái ách Tàu cộng này thì xem ra, chúng ta chỉ có một phương cách duy nhất phải làm để đi mà thôi:

Tất cả cùng đứng dậy, nắm chặt lấy tay nhau mà đi. Máu sẽ đổ, nhưng chúng ta sẽ đạp đổ chế độ cộng sản này xuống. Từ đó, một nhà Việt Nam mới trong Công Lý và Hoà Bình sẽ được thiết lập. Chúng ta sẽ có Tự Do, đất nước này vĩnh viễn được bảo toàn trong Độc Lập và nền tảng Dân Chủ sẽ triển nở trên phần đất di sản của cha ông ta để lại cho chúng ta và con cháu chúng ta. Ngoài ra, chẳng còn một phương cách nào khác.

Bạn đừng trách tôi, vào chiều cuối năm rồi, tại sao tôi vẽ ra một bức tranh không một phấn khởi?

Thưa bạn, thực tế là như thế đó. Nơi đó, không cho chúng ta một chỉ dẫn nào khác. Tuy thế, tôi viết ra không để khóc, nhưng để mọi người cùng thấy, hoặc giả, cùng mạnh dạn giải quyết, chứ không phải để ủ rủ, chờ nó phủ ụp xuống trên đời chúng ta và con cháu chúng ta.

Nghĩa là, chúng ta có thể thoát được tai ách này hay không là do chính chúng ta chung tay tự quyết lấy hôm nay. Bạn hãy nhớ, không ai có thể làm thay chúng ta, ngoại trừ chính chúng ta hành động để tạo ra thay đổi mới.

Bảo Giang.
chiều 31-12-2010.

Chuyện ngày 30-4

Qua trưa ngày 30-4- 1975, tôi vẫn đứng trên sân thượng của một căn nhà gần cầu Thị Nghè để nhìn trời đất và nhìn cuộc đổi đời đang diễn ra. Hôm ấy, làm như nắng mau tàn. Trời về chiều lại có nhiều mây đen nên chóng tối. Tiếng súng trận như đã lặng. Trên cao, trời thanh vắng. Các nhà kế bên hay đối diện đều đóng cửa với những cánh khép hờ. Và sau cái cánh hé mở kia, hoặc sau rèm của sổ là bóng người lấp ló với những ánh mắt âu lo nhìn ra đường. Trong khi đó, tuyến đường huyết mạch chạy thẳng vào đường Thống Nhất không lúc nào ngớt tiếng gầm thét của các loại xe molôtova hay T54.

Nhìn kỹ hơn, cùng lúc với những hàng bánh xe chuyển động kia là hàng lớp cán binh Việt cộng, với những bộ quần áo xanh màu cứt ngựa còn nguyên nếp gấp, cùng với khẩu AK trên tay đang đi theo hàng dọc để đi vào phố của Người một cách nghiêm chỉnh. Chênh chếch về phía tay trái của tôi là cầu Thị Nghè. Ở đó, còn một chiếc M48 của thiết giáp nằm trên dốc cầu từ nhiều ngày trước. Bất ngờ, vào khoảng trước 10 giờ sáng nay ngày 30-4-1975, nó nhận một thảm họa lớn. Khi chiếc T54 đầu tiên của Việt cộng ập đến, nó khựng lại, hạ nòng trực diện và tống cho chiếc M48 chặn bên cầu một qủa pháo. Tháp chiếc

M48 không người tung lên theo tiếng nổ lớn, rồi nằm im với khói tỏa lên. Phần chiếc T 54 thích chí, chạy vượt qua cầu rẽ về hướng sở thú.

Rõ ràng tiếng nổ lớn ấy làm cho dân chúng gần đó thêm hoảng hốt. Phần những người lính trong quân lực Việt Nam Cộng Hòa hiện diện trong khu vực, có lẽ cũng từ thời điểm đó đã tự quăng mũ, cởi bỏ giày sô trận, áo giáp binh, vất bỏ súng đạn dọc trên đường. Họ thất thểu bước đi về phố với mình trần. Khi thấy họ đi ngang, một số người từ trong nhà vội đem ra những ôm quần áo. Tất cả đều vội vàng trong âu lo, xót xa, thương mến:

- Mặc vào đi, thay nhanh lên, tạm vào trong nhà này rồi sau hãy tính.

Những người lính của miền nam như chẳng còn quan tâm gì đến sống chết khi ngọn cờ của họ không còn tung bay. Họ đang bước những bước chân hoang, vô định. Người cầm lấy cái áo, kẻ cầm lấy cái quần, khoác lên vai trần và tiếp tục đi về phía trước.

Trước đó không lâu, chủ nhân của căn nhà tôi đang đứng trên sân thượng đây là một sỹ quan còn nguyên quân phục mang hàm cấp tá cũng vừa về đến. Chưa nghe tiếng chào hỏi. Tất cả 4 người là vợ con của ông đều òa lên khóc. Ông quát:

- Còn ở đây khóc lóc làm gì?

Câu hỏi của ông vào cõi vắng. Đứa con lớn của ông bảo:

- Chú N. đang ở trên sân thượng.

Ông thét lên:

- Gọi chú xuống đây. Nhanh lên. Tất cả gọn nhẹ để ra bến tàu.

Khi gặp ông, chẳng kịp bắt tay chào nhau. Tôi bảo:

- Chiều hôm qua em có ra Tân Cảng, tiễn vài người quen rồi về. Họ đã đi, anh ra đó làm gì?

Nghe thế, ông thét lên vì bực mình:

- Tôi đã nhắn tin về, tại sao không đưa chị và các em các cháu ra đi. Còn ở lại đây làm cái gì?

Nói xong, chừng như nhận ra sự vô lý, ông nhỏ nhẹ hơn:

- Thôi, đi đi. Tôi vừa có hẹn với người bạn. Cùng lắm ta sẽ ra Vũng Tàu.

Sau câu nói của anh, tất cả đều vội vã, chỉ chừng vài phút sau là sẵn sàng ra khỏi nhà. Tôi đứng lại:

- Anh đưa chị và các cháu đi đi. Tôi ở lại?

Với một ánh mắt cực kỳ khác lạ, đầy thất vọng, anh nhìn tôi. Tôi nhắc lại một lần nữa. Anh trừng mắt, nắm chặt tay tôi trước khi dẫn lũ con ra xe. Anh đi, chuyến đi chẳng hẹn cho một ngày về.

Sau khi gia đình anh đi, tôi trở thành chủ nhà trong một tuần lễ để chờ tin. Sau đó, khóa cửa, trở về Xuân Lộc với gia đình. Vài tuần sau tôi trở lại Sài Gòn, nhưng đã không còn dịp để bước vào căn nhà đó nữa. Lý do đơn giản, bọn phường khóm ở đó thấy nhà đóng cửa, chúng đã phá khóa và vào chiếm ngự để làm nơi ăn chỗ ở cho cái loa phường.

Tôi đứng bên kia đường, nhìn căn nhà, nơi tôi đã lưu trú nhiều năm khi theo học ở Sài Gòn trong nghẹn đắng, rồi lặng lẽ ra đi, không một lần quay lại đó nữa. Đúng là cảnh phải bỏ của chạy lấy người!

1. Chuyện điện, đài, đá, đổng, đạp.

Trên đây, chỉ là một nét chấm phẩy của cá nhân thôi, bởi lẽ, khi tôi trở lại Sài Gòn, thành phố đã ra khác. Dọc theo đường Trương minh Giảng, ngã ba Hàng Xanh, đoạn cuối của đường Công Lý và nhiều nơi khác, chợ trời tự nhiên mọc lên. Người bán, người mua đi lại tấp nập. Tất cả mọi mặt hàng về điện hay sinh hoạt bình thường ở miền nam nay bỗng được khoác vào bằng những cái tên vui mới lạ: Điện, đài, đá, đổng, đạp! Kế đến là quần áo, nồi niêu xong chảo, bàn ghế, tủ chè, tủ lạnh, tủ đựng quần áo bày la liệt trên nhiều quãng phố. Chủ nhân đều thuộc phe ta, phe thua trận. Phía khách hàng, tuyệt đại đa số là cán binh mọi cấp bậc gồm cả nam và nữ. Bên cạnh đó là một số thân nhân của những kẻ hồi kết, phe thắng trận!

Chính từ những điểm không hẹn trước này mà người miền nam tá hỏa khi nghe biết đến những "cụm từ" tượng hình mới trong cuộc sống như: điện, đài, đá, đổng, đạp. Bạn biết điện, đài là gì không? Đó là những mặt hàng muốn sử dụng phải có điện, có pin như Radio, tủ lạnh, máy hát... Kế đến là đá, đổng, đạp chắc bạn chưa quên là những thứ gì. Ngoài ra còn máy chém nữa. Riêng đồng hồ đeo tay còn được phân biệt là có một hay hai cửa sổ. Quả là một thứ từ ngữ mà người miền nam này chưa bao giờ nghe biết.

Khi đi mua hàng, họ thường hỏi và nói thuộc lòng như nhau, nhưng phía người bán gặp nhiều khó khăn. Chỉ đến khi họ đích thị chỉ tay vào đồ vật họ muốn mua thì dân miền nam mới biết nó là cái gì. Đã thế, lúc khởi đầu lại còn gặp rất nhiều khó khăn, người mua hàng chỉ có tiền " Hồ" là thứ miền nam không sài. Lý do, chỉ nhìn thấy mặt Y, dân đã thất kinh! Cũng trong khoảng thời gian này, chắc bạn còn nhớ một câu chuyện về một cán bộ "cái" (từ của chính họ) ở ngoài bắc, đi theo đoàn quân vào nam. Đoạn kết, cô ta ngồi bệt xuống vỉa hè thành phố Sài Gòn mà kêu thét lên *"ôi thời của kẻ man rợ thắng người văn Minh"* (Dương thu Hương).

Tuy nhiên, có cái hay ở đây là bất cứ một cán binh Việt cộng nào, binh cũng như quan, cán, nếu như chưa có cái đổng, đạp, trên tay thì coi như chưa được tái sinh vào trong kiếp người. Theo đó, điện, đài, đá, đổng, đạp... bỗng trở thành một thứ thước đo văn minh. Nó trở thành một thứ tài sản trân qúy của đoàn quân sinh bắc nhưng may chưa tử nam.

2. Chuyện: vào, vơ, vét, về.

Chuyện trước mắt là thế, trong khi đó, hàng ngũ trong TU hay BCT và bọn lãnh đạo trong ủy ban quân quản thì lại có cái nhìn sắc bén hơn. Sau khi khiêng đi 17 tấn vàng của Việt Nam Cộng Hòa thì cho bọn tay chân, lưu manh từ trung ương đến đia phương tung tin ra bên ngoài là Nguyễn văn Thiệu đã chở sang Đài Loan. Tội nghiệp cho ông ta, trước khi bỏ chạy, đã trăn trối cho người Việt Nam nhớ rằng: *"đừng tin nghe những gì thằng Việt cộng nó nói, mà hãy nhìn kỹ những gì chúng làm"* vậy mà bản thân ông ta vẫn còn mắc hoàn am cho đến mãi sau này mới có cơ hội tháo gỡ! Gọi là tháo gỡ thôi. Bởi vì cho đến hôm nay, tập đoàn Việt cộng cũng chưa bao giờ dám công bố số tiền ấy do chúng lấy và chuyển đi đâu hoặc làm gì. Tuy nhiên, trong dân gian đã biết rõ ngọn ngành từ lâu. Thiệu chưa mang đi, Việt cộng đã vồ trả nợ, chia nhau.

Cùng trong thời gian nay, Sài Gòn, đúng ra cả miền nam đều nổi lên một bài ca mới đi theo dấu chân những người mới đến. Nào tiến lên, đồng khởi tiến lên. Ta thi đua: Vào, vơ, vét, về. Sau bài ca này là Sài gòn trắng tay.

Rồi thêm vào bài ca này, những kẻ trong cấp quyền lãnh đạo nhớn mới đến thì không quên vồ lấy một cái Villa, căn nhà, căn phố ở trên những con đường như Phan đình Phùng, Trần qúy Cáp, Tú Xương, Duy Tân… làm của gia bảo. Tôi cũng có một người… quen nằm trong số này.

3. Đổi tiền và đánh tư sản mại bản.

Nhìn chung, chuyện điện, đài, đá, đổng, đạp, chỉ là những chuyện hàng chợ cho vui cửa vui nhà. Nhưng chuyện chúng muốn cướp đoạt toàn bộ tài sản của người dân miền nam mới là chính sách của CS.

a. **Đổi tiền ngày 22.9.1975.**

Ngay từ lúc người miền Nam chưa hết trắng mắt, bọn Việt cộng đã nghĩ đến kế sách cướp đoạt này. Xem ra nó chẳng khác cuộc đấu tố "Trí, Phú, Địa, Hào" lúc trước là bao. Có khác là nay chúng cho nó những ngôn từ và hình thức khác mà thôi.

Từ nhiều ngày trước, có nhiều người như đã biết được một biến cố về tiền tệ sắp sảy ra, nhất là trong các giới còn lưu lại trong ngân hàng và trong đoàn công tác của sinh viên. Từ đó, người ta ăn uống không kể gì tới tiền, bia rượu, hàng hóa gía nào cũng mua, chẳng một lo toan tới ngày mai. Rồi chuyện phải tới, đã tới.

Lúc 2 giờ ngày 22.09.1975, đài VC loan tin về quy định đổi tiền. Tệ hơn, nó chỉ bắt đầu vào lúc 11 cho đến 23 giờ cùng ngày. Theo đó, nó chỉ có vỏn vẹn 12 giờ để hoàn thành việc thu và đổi tiền. Việc đổi tính theo thể thức và hối xuất như sau:

- 500 đồng Việt Nam Cộng Hòa = 1 đồng Cộng hòa Miền Nam (giải phóng).

- Mỗi gia đình chỉ được đổi 100.000 đồng cũ ra thành 200 đồng mới để tiêu dùng. Phần còn lại, nhà nước giữ... dùm!

Với cái lệnh và phương cách đổi tiền, cướp giật công khai này, người dân miền nam trắng mắt, trắng tay, hoặc chết đến nửa đời. Riêng những gia đình có cha, có chồng, có con, em đi cải tạo theo cái lệnh của nhà nước, đến nay cả tháng rồi nhưng chưa một người nào hay biết tin tức. Nay nhận thêm quả báo của Hồ nữa là hai bàn tay trắng. Trong khi đó, lớp cán cộng mới đến thì lại đổi đời, bước sang một thế giới hoan lạc mới. Tự nhiên, tiền của vào đầy nhà. Muốn gì được nấy. Kể cả việc đêm đêm vào tận trong giường của nhiều người đàn bà miền nam có chồng đã đi cải tạo.

b. **Đổi tiền ngày 03/5/1978.**

Sau khi giở trò thống nhất đất nước năm 1976, Việt cộng quyết định cho xã hội chủ nghĩa tiến lên. Kỳ đổi tiền 1978 được quyết định bởi sắc lệnh số 88 CP ngày 25.04.1978 và khai triển ngày 03.05.1978. Theo đó tiền tệ hiện lưu hành tại hai miền Nam, Bắc đều hết giá trị giao hoán và những ai đang sở hữu tiền cũ này phải đem đổi lấy tiền mới với quy định: Ở miền Bắc, một đồng mới trị giá bằng một đồng cũ, loại tiền được phát hành từ năm 1958. Riêng ở trong Nam, một đồng mới đổi được 0,80 xu tiền phát hành năm 1975.

Quy định: Dân sống ở thành phố và phụ cận được đổi tối đa 100 đồng cho mỗi hộ 1 người; 200 đồng cho mỗi hộ 2 người. Hộ trên 2 người thì từ người thứ 3 trở đi được đổi 50 đồng/người. Mức tối đa cho một hộ ở thành phố bất kể số người là 500 đồng.

Dân các vùng quê được đổi theo hạn ngạch 100 đồng cho mỗi hộ 2 người (50 đồng mỗi người). Hộ trên 2 người thì người thứ 3 trở đi được đổi 30 đồng/người. Tối đa cho mỗi hộ ở vùng quê, bất kể số người, là 300 đồng.

Số tiền đang có trên mức tối đa phải khai nộp và ký thác vào ngân hàng. Khi cần dùng có lý do chính đáng thì tiền đó có thể làm đơn xin rút. Một điều quy định bắt buộc nữa là người gởi tiền phải chứng minh số tiền này là tiền kiếm được bằng sức lao động của mình. Nó không thể là tiền đi ăn cướp như của các lãnh đạo nhà nước!

c. Đổi tiền ngày 14.9.1985

Ngày 12-9-1985, báo Tuổi Trẻ vênh váo trên trang nhất: *'Bẻ gãy thủ đoạn tung tin đổi tiền của gian thương'*. Chuyện chưa khỏi 24 giờ, sáng 14.09.1985, hệ thống loa phóng thanh đường phố loan tin đổi tiền. Xem ra việc làm của kẻ cướp thường khác với hành động của nhân sinh. Khác như chính Phan Văn Khải, sau đó cũng biện giải là: *"Đổi tiền là vì lợi ích của nhân dân lao động"*.

Về trị gía, Việt cộng tuyên bố đổi tiền với gía biểu 1 đồng mới ăn 10 đồng cũ. Đồng thời quy định về số lượng như sau:

- Mỗi gia đình chỉ được đổi 20.000 đồng cũ lấy 2.000 đồng mới

- Hộ độc thân chỉ được đổi 15.000 đồng cũ lấy 1.500 đồng mới

- Hộ kinh doanh công thương nghiệp thì được đổi 50.000 đồng cũ lấy 5.000 đồng mới.

Nếu có tiền nhiều hơn mức ấn định thì người đổi vẫn phải nộp số tiền thặng dư và chỉ được nhận lại giấy biên nhận. Khoản tiền quá lượng nhà nước sẽ giữ lại và sẽ được xét khi có đơn xin. Có nhiều trường hợp người ký thác sau 20 năm đến lãnh ra thì được biết không còn tiền nữa vì lạm phát, gía cả ăn mòn. Tiền cũ coi như mất hết. Theo Cao Sĩ Kiêm, giám đốc ngân hàng nhà nước Việt cộng thì cho tới nay (2015) nhà nước vẫn không có phương thức nào bù đắp cho những người gửi tiền khi tuân thủ theo chỉ định lúc bấy giờ mà bị thiệt hại. Nghĩa là, đành chịu mất mà thôi.

Đến đây, coi như tạm chấm dứt cuộc cướp cạn lần thứ ba của Việt cộng dành cho người dân Việt Nam. Hiện nay, tin về cuộc cướp lần thừ bốn sẽ sớm xảy ra. Hỏi xem, khi nào đây? Nếu không có, hẳn nhiên là bà con ta đang chờ ngày rửa tiền Hồ đi chăng?

4. **Chuyện Xuống Hố Cả Nước hay Xuống Hàng Chó Ngựa.**

Bạn cho rằng hai cái tựa này giống nhau và khôi hài ư? Không, nó hoàn toàn không như bạn đọc thoáng qua. Trái lại, nó là hai định đề riêng biệt, có chủ đích để dành riêng cho hai cấp người ở Việt Nam hôm nay đấy.

- Xuống hố cả nước là dành cho người dân. Đặc biệt là dân miền nam.

- Xuống hàng chó ngựa là dành riêng cho thành phần cán bộ nhớn nhỏ của nhà nước Việt cộng.

Lý do: Sau cuộc đổi đời 30-4-1975, dân ta bị tụt cấp và bị chúng đẩy "Xuống Hố Cả Nước" rồi. Tất cả đều ngộp thở, chờ chết. Trong khi đó, toàn thể cán bộ đảng viên Việt cộng nhớn nhỏ thì hồ hởi gia nhập hàng ngũ "Xuống Hàng Chó Ngựa"!

Thật vậy, nhìn vào Lịch Sử của Tổ Quốc Việt Nam., từ xưa cho đến 1945, bạn có thấy cha ông ta nương nhờ và tôn thờ bọn Tàu phương bắc bao giờ không? Không, hoàn toàn không. Hơn thế, đã có lời truyền lệnh rõ ràng *"Nam quốc Sơn Hà Nam đế cư"*! Theo ý chí này, chúng ta và phương bắc sẽ mỗi người trấn một phương. Không bao giờ có lệ, ta đi hầu phương bắc. Nếu có, chỉ là việc ngoại giao ngang vai mà thôi. Tuyệt đối, không bao giờ có cảnh như viên phó thủ tướng của nhà nước Việt cộng là Tố Hữu dưới trướng Hồ chí Minh, viết sách cho trẻ học là: *"bên kia biên giới là nhà, bên này biên giới cũng là quê hương"*.

Như thế, ta phải hiểu rằng, chính chúng đã xác nhận Việt Nam là nô thần, là thuộc địa, nằm ở trong nhà của

Trung quốc. Từ đó, việc "Xuống Hàng Chó Ngựa/ XHCN" chỉ dành riêng cho hàng quan cán Việt cộng mà thôi. Nó tuyệt đối không dùng để ám chỉ người dân ta. Có chăng, khi chúng đi làm chó ngựa cho Bắc phương thì dân ta phải chịu lây cảnh "Xuống Hố cả Nút" mà thôi!

4. Việt Nam ngày mai.

Trên đây là những nghiệp chướng để đời mà Việt cộng đã tạo ra ở trên quê hương ta kể từ ngày 02-9-1945. Rồi cũng từ đó, một câu hỏi như nỗi tang thương luôn được đặt ra với chúng ta là: Việt Nam còn có ngày mai không? Bạn bảo tôi, trước 30-4-1975 chúng ta còn hy vọng có ngày mai, nhưng từ đó là không! Tại sao thế?

Bởi vì, Ngày Mai thì bao giờ cũng vẫn có ở trên mảnh đất này. Mặt trời vẫn lên ở phương đông và lặn ở phương đoài. Nhưng người dân Việt Nam sẽ không có tương lai cho mình và cho con cháu mình. Bởi lẽ, Ngày mai của Độc Lập của Tự Do và của Công Lý không còn thì ngày mai ấy có cũng như không! Đó là Ngày Mai trong nô lệ, trong cõi chết.

Bạn có yêu đời trong nô lệ hay trong cõi chết không?

Bạn trả lời đi. Câu trả lời của bạn chính là tương lai của Việt Nam ngày mai đó.

Bảo Giang.
Mùa Quốc Hận thứ 43.

30-4.
Ta ngồi chờ hay đứng dậy?

Tôi đã không định viết bất cứ một bài viết nào nhân ngày 30-4 năm nay. Bởi lẽ, nhắc về một mốc điểm của một thời gian như ngày 30-4, nó chỉ làm cho lòng người thêm sầu héo, đớn đau, hơn là đem đến cho người quanh mình một niềm vui, dù là rất nhỏ bé. Bởi lẽ, nhìn quanh đây. Người miệt mài với tranh đấu thì cứ trần lưng ra trong cô đơn. Trái lại, kẻ chạy cờ, cúi đầu, cầu ơn mưa móc của Việt cộng, xem ra càng lúc càng đông, lại thêm có tài quỳ lâu hơn. Bên cạnh đó là đoàn ngũ gọi là về "du lịch, thăm quê" càng lúc càng nhiều. Sân bay, lúc bỏ chạy chẳng mấy người ra vào được. Lúc này là tấp nập suốt ngày đêm. Phần vì người về, phần vì rao hàng dẫn mối.

Chẳng mấy ai nhớ đến lúc đi thì trốn chui trốn nhủi, bị phường khóm tố cha, tố mẹ, bêu riếu. Bị bọn bất lương láo lếu gọi là ma cô đĩ điếm. Lúc về thì trát phấn, bôi son ra dáng "khúc ruột ngàn dặm" nên cũng chẳng ngượng ngùng! Toàn cảnh ấy tạo thành một bức tranh màu nước đục. Nhìn về đất nước thì tan tác. Tan tác từ luân thường đạo lý đến văn hóa, xã hội vì cái hệ tư tưởng của HCM. Đi đến đâu cũng chỉ thấy những thói đời bát nháo và dối trá, đảo điên của hàng ngũ cán cộng, trong lúc dân tình thì thống khổ điêu linh, không nhìn ra được ngày mai. Ra ngoại quốc thì bị mang tai tiếng, tủi nhục lây vì những vụ trộm cắp của chị em ta trong ngành hàng không và du sinh. Như thế thì còn gì làViệt Nam? Vui gì mà viết?

Đã thế, lúc gần đây lại thấy nhiều người "để" ra loại ý kiến "đỉnh cao" là: Có tranh đấu cũng chả di đến đâu, hễ bọn Trung cộng đổ thì Việt Cộng cũng chết theo! Hoặc giả, mình không gởi tiền về thì tiền của chúng cũng đã xếp cao như núi! Nó cần gì đến tiền của người ở hải ngoại! Nghe mà thấm nỗi đau! Ấy là chưa kể đến nỗi đau của người dân Crimea vừa bị xát nhập vào Liên Bang Nga. Nó là một bài học, một bước tập thực tế trước mắt cho một chương trình xin tự trị, sát nhập vào Trung quốc mà Việt cộng đã đi vào những giai đoạn sửa soạn cuối cùng, nhưng mấy ai hay? Ai chống?

Trước viễn ảnh đau thương, mất nước vào tay Trung cộng, dĩ nhiên, tôi không phản bác một ai, cũng chẳng phản bác một lý lẽ nào của "người mình". Chỉ xin đưa ra vài con số, vài câu chuyện có liên hệ đến câu chuyện này mà thôi. Trước hết:

I. Ngồi chờ... Trung cộng chết, ta sẽ ra sao?

Trước hết, vì không biết đến bao giờ nó mới chết, nên ta sẽ có dịp mỗi năm một lần, ngồi đếm ngày 30-4. Đếm để nghe "người ta" bàn luận. Hết bàn khôn đến bàn dại. Hết quốc hận thành hoà giải... theo Việt cộng! Nhưng có một điều mà người ta không thèm để ý đến trong những lúc ngồi đếm và bàn luận là: Trước khi Trung cộng chết thì Việt Nam ta cũng đã tan bay xác pháo rồi: Nó bị tan bay xác pháo vì Việt cộng bị tan biến vào chính vòng tay của Trung cộng. Bạn không tin ư? Hãy chờ xem!

1. **Phần tài nguyên:**

Bạn đoán thử xem, đất rừng, đất biển của Việt Nam ta bây giờ có bao nhiêu phần trăm nằm trong tay Tàu và ngoại quốc? Bao nhiêu phần trăm nằm trong tay của đồng bào? Bao nhiêu phần trăm nằm trong tay của đảng cộng sản với đặc quyền sử dụng, đặc quyền cho đi, dâng hiến hay ký những giao kèo cho thuê dài hạn để chia nhau tiền túi? Hỏi xem, Hoàng Sa, Trường Sa, Cao nguyên, Bình Dương, Vũng Áng, Cửa Việt.... toàn là những trọng địa, nay dưới quyền của ai?

2. **Về nhân sự:**

Ngày nay trên đất nước Việt Nam, có ai kiểm chứng được là có bao nhiêu thành viên, cấp uỷ của cộng sản từ trung ương cho đến địa phương người Việt nhưng làm việc theo lệnh Tàu để được hưởng quy chế cha truyền con nối? Rồi có bao nhiêu làng toàn người Tàu mới đến định cư theo quy chế riêng của Tàu hay không? Có ai vào được những khu định cư của các chuyên viên thợ thuyền của Tàu theo sang để làm công nhân chính thức hay nhập lậu, trong các dự án trúng thầu hay không? Có ai có trong tay những con số là hiện có bao nhiêu người Tàu vào Việt Nam du lịch và trốn ở lại trong những khu riêng của họ hay không?

Kế đến, với hoàn cảnh ngày thêm bi đát của lao động Việt Nam, đặc biệt là của phụ nữ, khi thấy những người Tàu ở Việt Nam, trước mắt có công ăn việc làm, ra đường được nhà nước Việt cộng ưu đãi, có bao nhiêu người đã chấp nhận lấy chồng Tàu thuộc diện di dân bất hợp pháp này? Trong năm, mười năm sau nữa họ là Tàu hay là Ta?

Ấy là chưa nói đến những kế hoạch lớn từ trung ương do nhà nước Việc cộng chủ trương và Phạm vũ Luận theo đó đã đề ra chương trình "giúp" trẻ em Việt Nam học tiếng Tàu ngay từ bậc tiểu học, để mai kia đi xin việc trên đất nước mình cho dễ? Hỏi xem, nước chưa bị đồng hóa, Việt cộng đã có chủ trường đón thời như thế. Tương lai Việt ra sao?

Rồi ở một chiều khác. Lực lượng đấu tranh ở hải ngoại già yếu và chết dần mòn, những cầu nối đã ở vào cái khoảng 50- và 60 lại đang tàn lụi dần. Bị tàn lụi vì thui chột, vì bỏ cuộc và vì "áo gấm về làng", vì miếng lợi danh? Hỏi xem, nếu lớp cầu nối này không còn, các điểm tựa cho cuộc tranh đấu tại quê nhà ra sao? Việt Nam sẽ về đâu? Với hai nguồn tài nguyên và nhân sự như thế?

II. rường hợp đứng dậy thì sao?

Chúng ta có những lợi thế sau:

1. Chúng ta có một khối chuyên viên hùng hậu trên thế giới.

2.Hoa-Kỳ hiện diện trong vùng Đông Nam Á. Đây là một điểm rất thuận lợi... sự hiện diện của HK khiến có sự ổn định. Sự ổn định giúp ta dễ dàng bảo vệ chủ quyền và phát triển quốc gia...

3. Người dân từ Bắc xuống Nam bất mãn, đói khổ lầm than. Lại đứng trước thảm cảnh bị giao vào tay Tàu lấn áp. Họ đang mơ ước một sự thay đổi cho VN.

4. Hệ thống tài chánh của Việt cộng đang gặp trở ngại một cách trầm trọng. Chúng cố gắng trả tiền lời cao để chiêu dụ người ký thác, nhưng khó rút tiền ra khi cần đến.

5. Việt Nam có được một khối lượng lớn và vững chắc. Đó là Cộng Đồng Việt-Nam Hải Ngoại.

6. Hiện nay, Việt cộng đang sống tựa vào đồng tiền do thân nhân gửi về VN. Chúng hoàn toàn bất lực và bị khủng hoảng nghiêm trọng trong lãnh vực kinh tế, văn hóa và xã hội. Tội ác, và bất ổn xã hội mỗi lúc một thêm nghiêm trọng.

III. Có những lợi thế, nhưng làm sao đứng dậy đây?

Vào khoảng thời gian này năm trước, đặc biệt trong bài "Xiết chặt kinh tế và giờ chết của Việt cộng", tôi đã đưa ra một số đề nghị. Nay nhân ngày đau thương của đất nước, Tôi xin được viết lại một lần nữa những lời đề nghị đó. Những đề nghị mà bản thân tôi phải gạt nước mắt, phải cắt ruột mà viết. Chỉ hy vọng mọi người, hãy thấy cái khổ lớn của dân tộc mà hy sinh đi một phần nào cái "nỗi khổ" của gia đình, hay hy sinh một phần "tự sướng" cho bản thân trong những cuộc du lịch Việt Nam thôi. Dĩ nhiên, sự hy sinh này tuy khó, nhưng không phải là bất khả thi.

Hơn thế, nó lại được đánh giá là những đóng góp cực lớn cho cuộc thay đổi của vận mệnh đất nước mai sau. Theo đó, Ta nên tự buộc ta thi hành, hơn là, Ta cứ về nuôi chúng rồi chửi chúng thì có ích gì?

Cách đây hơn hai năm, cộng sản Việt Nam đã công khai ý định chiếm đoạt tài sản là ngoại hối và vàng của người dân còn cất giữ, mua bán, hay đã gởi vào ngân hàng bằng nghị quyết 11/NQ-CP. "tiết 1, 2(c) tăng cường quản lý ngoại hối, thực hiện các biện pháp cần thiết để các tổ chức cá nhân... bán ngoại tệ cho ngân hàng. (d), xóa bỏ việc kinh doanh vàng miếng trên thị trường tự do...".

Qua nghị quyết này, Việt cộng đã quyết liệt đánh vào các doanh nghiệp tư nhân, qua việc cấm họ sử dụng vàng, đô la, hạn chế nhập khẩu hàng hóa, hầu thu tóm toàn bộ tài sản là ngoại hối và vàng vào tay "nhà nước". Nghĩa là, chúng đã sẵn sàng in tiền giấy lộn hình Hồ với mệnh giá cao để cân bằng trị giá với ngoại hối và vàng một khi người gởi tiền vào ngân hàng muốn rút tiền ra.

Theo kế hoạch này, không một người nào có thể rút ngoại hối hay vàng do chính mình đã gởi vào ngân hàng trước đó. Tệ hơn thế, hàng tỷ tỷ ngoại hối, và quý kim đó cũng không còn nằm dự trữ trong ngân hàng nhà nước, nhưng là trong các tài khoản của các cá nhân ở ngoại quốc! Theo đó, việc đổi tiền với mệnh giá một ăn 500, thậm chí là 1 ăn 1000, có thể xảy ra ở bất cứ thời điểm nào.

Chuyện là thế, có lẽ nào chúng ta tiếp tục gởi tiền về để cho chúng làm băng hoại nền đạo lý, văn hóa của dân tộc và đưa đất nước vào vòng nô lệ cho phương bắc? Không, tôi không cho đây là điều chúng ta muốn, nhưng thực tế, chính chúng ta đang nuôi nó để cho nó làm như thế. Nghĩa là, ở một phương diện nào đó, thay vì trừ bạo, chính chúng ta lại là những người đồng lõa, thôi thúc, giúp chúng thêm phương tiện để gây ra thêm tội ác với đồng bào của mình. Nhưng làm sao để chúng ta có thể giải tỏa được nghịch lý đầy oan nghiệt này? Có rất nhiều người đã nghĩ đến một phương án nhẹ nhàng, nhưng đầy hiệu quả là: Đề nghị tất cả mọi người hãy vì tương lai của dân tộc mà tham gia tích cực vào chương trình cứu nguy đất nước bằng cách:

a. **Kế hoạch tự tiết chế.**

- Không gởi tiền, hàng, quà, về cho thân nhân trong vòng vài năm để tiêu dùng, buôn bán, xây dựng cơ sở. Ngoài trừ những trường hợp rất cần thiết và khẩn cấp như cứu tử. (Mỗi tháng không qúa $50 như người Cuba thường áp dụng trong cuộc đấu tranh của họ). Nếu cần, lên kiến nghị yêu cầu chính quyền các nước liên hệ ra điều khoản về tài chánh và đề nghị chính phủ thanh lý các tổ chức tư nhân trá hình gởi tiền về Việt Nam?

- Không về du lịch tại VN trừ trường hợp tang chế của cha mẹ, anh em ruột thịt mà thôi. Và thời gian ở lại không nên kéo dài.

- Tạm thời không bảo lãnh cho thân nhân đi du lịch hay đi du học ở hải ngoại.

- Không gởi tiền vào các ngân hàng của cộng sản Việt Nam. Tất cả những ai đã gởi tiền vào ngân hàng, giúp vốn cho nhà nước cộng sản Việt Nam thành những tên trộm cướp hợp pháp, hãy rút tất cả tài khoản đáo hạn ra khỏi các ngân hàng nhà nước (gởi vàng thì đòi vàng, gởi tiền ngoại thì đòi lại tiền ngoại).

- Không gởi về dù chỉ là một đồng để đầu tư vào các dịch vụ nhà đất, khách sạn, nhà nghỉ hay phát triển kinh doanh tại Việt Nam. Dù có một vốn, một trăm lời cũng không gởi. Nên nhớ, khi chúng ta gởi tiền về đầu tư vào các dịch vụ nhà đất là chính chúng ta giết dân ta. Lý do, Cộng sản sẽ tiếp tục mở quy hoạch giải phóng mặt bằng để ... bán lại cho những người đầu tư từ hải ngoại. Thế là ta giúp chúng giết dân ta.

- Không mua bán lương thực, thực phẩm, đồ gia dụng nhập cảng từ Việt Nam hay Trung cộng vào đất nước, nơi chúng ta đang sinh sống.

- Không hỗ trợ bất cứ một chương trình nào ngoài chương trình nhân đạo khẩn cấp như thiên tai, động đất, bão lụt tại Việt Nam. Kể cả những việc ủng hộ cho tôn giáo để xây chùa, xây nhà thờ hay các cơ sở của tôn giáo cũng không có ngoại lệ. Nghĩa là , hoàn toàn xin kiếu.

- Tuyệt đối không ủng hộ, không mua vé tham dự bất cứ chương trình văn nghệ hát hò nào của các ca sĩ đến từ Việt Nam. Họ có thể không phải là những văn công cộng sản Việt Nam đi tuyên truyền, nhưng không ủng hộ vì chương trình của chúng ta.

- Đặc biệt, hãy tích cực vận động các chính phủ nơi mình sinh sống không viện trợ kinh tế cho cộng sản Việt Nam. Hơn thế, ủng hộ mạnh mẽ các phong trào tranh đấu cho nhân quyền ở trong nước.

b. Cắt nguồn vốn từ đồng bào ở trong nước:

- Kêu gọi đồng bào, thân nhân không gởi tiền vào các ngân hàng của nhà nước cộng sản Việt Nam.

- Kêu gọi đồng bào hãy lần lượt rút hết vốn của mình ra khỏi các ngân hàng. Vì có gởi vào khi chúng đổi tiền thì cũng trắng tay.

- Tự tích trữ vàng bạc và quý kim (nếu có thể) thay vì tung vào các ngân hàng.

- Chiết giảm chi tiêu, mua bán trong từng ngày.

- Không mua hàng hóa có nhãn hiệu từ Trung cộng.

Đây là kế hoạch thắt lưng buộc bụng. Không, phải gọi là "cắt ruột đứt lòng" mới đúng. Bởi vì nó làm cho con tim của chúng ta rướm máu vì nỗi khổ tạm thời của người thân. Nhưng hãy vì 90 triệu đồng bào, hơn thế, vì tương lai của dân tộc Việt Nam, chúng ta không thể không cùng nhau thực hiện.

IV. Hệ quả.

Về hệ quả, có nhiều người từng đi về Việt Nam, họ đã quan sát kỹ lưỡng và quả quyết với tôi rằng. Nếu mình không gởi tiền về, không đi du lịch và vận động những người ngoại quốc không du lịch Việt Nam, chúng nó sẽ chết ngay. Chết không kịp trăn trối, vì thiếu từ 10-15 tỷ đôla tương đương 250 ngàn tỷ đồng để chi dụng trao đổi hàng năm, chúng không thể sống. Tôi cho ý tưởng ấy là quá mạnh mẽ. Tuy nhiên, người ta có thể nhìn thấy trước những hệ quả dây chuyền sẽ ảnh hưởng trực tiếp lên nền kinh tế và đời sống của người dân cũng như chế độ một khi việc phong toả kinh tế được thực hiện nghiêm túc.

- Đời sống của nhân dân, trong đó có cả thân nhân của những người ở hải ngoại sẽ gặp khó khăn hơn và giá sinh hoạt sẽ tăng cao hơn. Nhưng không thể trở lại cái thời 1977 – 1978. Nhiều mặt hàng sẽ trở nên ế ẩm vì không có người tiêu thụ. Và nhiều mặt hàng cần như điện, điện thoại, xăng dầu... có khi cũng trở thành xa xỉ phẩm.

- Nạn trộm cắp của công và tội phạm sẽ tăng nhảy vọt.

- Nhiều ngân hàng sẽ bị khánh kiệt, phá sản.

- Nhiều khu vực kinh tế tập đoàn sẽ vỡ nợ.

- Ngành địa ốc, khách sạn sẽ hoàn toàn suy thoái.

- Ngành hàng không sẽ khốn đốn.

- Nhiều khu vực sản xuất, tư doanh sẽ đóng cửa, nạn thất nghiệp sẽ tăng cao.

- Nền kinh tế què quặt này sẽ giảm sự thu hút đầu tư vốn từ ngoại quốc.

- Nông nghiệp cũng bị hạn chế.

- Trung cộng và các nhà đầu tư của họ sẽ xâm nhập vào nhiều cơ sở hạ tầng. Nhiều loại giấy tờ, kể cả việc "phát" giấy quốc tịch VN (dĩ nhiên là bán lấy tiền) cho người Tàu xâm nhập cư vào Việt Nam theo chủ trương của Trung cộng sẽ diễn ra như đi chợ.

- Các kế hoạch đầu tư do nhà thầu Trung cộng đấu thầu sẽ tự trì trệ.

- Các cơ sở kinh tài cho nhà nước hay cho các cá nhân đương quyền nắm giữ tại hải ngoại sẽ lụn bại...

Hẳn nhiên không phải chỉ có bấy nhiêu. Đây chỉ là vài nét vẽ điển hình. Thực tế nó còn ảnh hưởng nặng nề trên nhiều phương diện khác nữa. Và ảnh hưởng của mỗi năm một thêm trầm trọng hơn. Bởi lẽ, ngay năm đầu, nếu cộng sản Việt Nam không nhận được 10 tỷ Dollar do người Việt gởi về, không có nghĩa là nền kinh tế Việt Nam chỉ bị thiệt hại có 10 tỷ đôla mà thôi. Trái lại con số bị thiệt hại có thể nhân lên gấp hai hay ba lần con số 10 tỷ Dollar ấy. Lý do:

- Vì không nhận được tiền, người ta phải tiêu vào nguồn vốn của mình đã có.

- Không có nguồn vốn để tạo ra lợi nhuận, sản phẩm.

- Không có nguồn vốn để trao đổi mua bán với ngoại quốc.

- Không có nguồn vốn để cho các ngân hàng nhà nước tung tiền ra đầu tư vào các dịch vụ "quy hoạch", tạo thêm dân oan. Nạn ăn cắp của công và tham nhũng sẽ tăng nhảy vọt. Làm thâm thủng thêm ngân sách.

- Không có tiền để thuê đầu gấu, xã hội đen đàn áp đồng bào và làm lũng đoạn, rối loạn đời sống của người Việt tại hải ngoại.

- Các nhà đầu tư ngoại quốc không nhìn thấy mối lợi khi tham gia đầu tư vì hàng không có người mua. Và đặc biệt là bị những người Việt tại hải ngoại tẩy chay.

Sang năm thứ hai, con số thiệt hại không phải là gấp hai ba lần, nhưng sẽ là lũy tiến, hai ba lần con số hai, ba của năm trước. Như thế, với kế hoạch "cắt ruột đứt lòng này", đồng bào Việt Nam của chúng ta ở quê nhà sẽ gặp nhiều khó khăn hơn trong một thời gian. Khó khăn hơn thôi, nhưng nạn đói sẽ không xảy ra và có thể cũng không bị đát cơ hàn bằng những năm 1977 – 1978. Tuy thế nó sẽ không kéo dài. Đổi lại, cuộc khủng hoảng kinh tế bó buộc phải xảy ra và cộng sản sẽ không có khả năng giải quyết hỗn loạn. Chúng sẽ bị sụp đổ, bị loại trừ ra khỏi xã hội.

Sau đó, chúng ta dùng số tiền "viện trợ" này một cách hợp lý thì thừa sức xây dựng lại một quê hương tươi đẹp sau một thời gian ngắn.

Chúng ta, những người Việt tại hải ngoại, cũng như những người có nguồn vốn ở Việt Nam có đủ can đảm để làm cuộc bao vây kinh tế để nhận chìm chế độ cộng sản, để đưa đất nước vào cuộc đổi thay trong Độc Lập, Tự Do, Dân Chủ và Nhân Quyền hay không? Quyết định thành bại là do chính chúng ta. Xin nhớ, Cộng sản không phải là một con siêu mãnh hổ luôn luôn mạnh mẽ, đủ sức cắn xé đồng bào mình.

Trái lại, bạn hãy nhớ rằng, tập đoàn Việt cộng hôm nay đang sống theo quy luật này:

Ta giúp chúng no béo, dân ta sẽ cùng khốn.

Khi chúng cùng khốn, dân ta sẽ sẽ có đời sống mới.

Tóm lại, người Việt Nam hôm nay đang đứng trước một cơ hội thuận tiện để cứu nước.

- Trước hết, tạo ra những khó hhăn và rối loạn về kinh tế để diệt trừ cộng sản và giải phóng dân ta ra khỏi chế độ bạo tàn cộng sản do Hồ chí Minh và tập đoàn cộng sản khống chế dân ta từ hơn 70 năm qua. (xin nhớ, chính tập đoàn cộng sản Liên Sô cũng bị sụp đổ vì khủng hoảng kinh tế bản thân).

- Thứ hai, xây dựng đất nước trong ổn định. Mở ra một quy chế ngoại kiều đứng đắn. Chúng ta sẽ hoàn toàn làm chủ tình thế, Trung cộng không có một chút cơ hội nào mở mang bờ cõi xuống phía nam của Nam Quan, Bản Giốc, và tuyệt đối không thể lấn chiếm Hoàng Sa và Trường Sa của Việt Nam một cách dễ dàng như hiện nay.

Sự việc rõ ràng như thế. Câu chuyện Việt Nam hôm nay chỉ có hai phương cách để chọn lựa và giải quyết. Một là ngồi chờ để được vào vòng nô lệ. Hai là cùng nhau đứng dậy cứu non sông thoát cuộc nô lệ. Bởi vì, không ai có thể giải phóng chúng ta, ngoại trừ chính chúng ta.

Bảo Giang.
25-4-2014.

Tiếng gọi lên đường

Nào anh em ta,
Mau hãy về đây mà lên đường,
Liều thân cho quê hương,
Cho tương lai Việt Nam ngời sáng.
Nào anh em ta,
Mau nắm tay nhau cùng lên đường,
Dẹp tan quân xâm lăng,
phá cho tan hết mọi xích xiềng.

D.K.
Việt Nam ơi, đứng lên đi, ta còn đây sức sống kiêu hùng.
Toàn dân ơi, mau về đây, ta cùng nhau đáp lời sông núi.
Tiến bước, tiến bước lên. Xây ngày mai quang vinh.

Ngày mai yên vui.
Ta bước bên nhau mà vui cười.
Mừng nhau trong hân hoan,
Lau sạch đi muôn làn nước mắt.
Nhìn quê hương ta,
Ôi nước non xinh đẹp vô cùng.
Mẹ bồng con trên tay,
hát vang vang khúc nhạc thái hòa.

Đ.K.

2. Nhìn xem quê ta,
Non nước nghìn năm giờ điêu tàn.
Cộng gây ra đau thương,
Cho dân ta không còn sức sống.
Người xa quê hương,
Mau hãy về đây cùng kết đoàn,
Dẹp tan quân xâm lăng,
phá cho ta hết mọi xích xiềng.

Đ.K.

3. Rồi mai yên vui,
Sông núi từ đây là thanh bình,
Người người trong hân hoan,
Vai chen vai chung một khúc hát.
Việt Nam quê ta,
Non nước nghìn năm đẹp vô cùng.
Người người trong tin yêu,
Xoá cho tan hết mọi oán thù.

Đ.K.

4. Việt Nam quê ta,
Non nước nghìn năm đẹp vô cùng.
Người người trong tin yêu,
Xoá cho tan hết mọi oán thù....

Bảo Giang 5.2010
Một bài ca nhỏ trong giấc mơ Việt Nam.

Dựng lại Niềm Tin

Nhiều người cho rằng, phải lật đổ sợ hãi, tạo thế và sức mạnh để tiêu diệt cộng sản. Tôi không nghĩ thế. Trái lại, tôi cho rằng: Nếu không tạo được niềm tin trong chính lòng mình, cũng không tạo được niềm tin cho những người đồng hành thì đừng nói đến cuộc tranh đấu. Đừng nói đến việc lật đổ sợ hãi. Đừng nói đến việc tạo ra sức mạnh. Đừng nói đến chuyện lật đổ và tiêu diệt bạo tàn Việt cộng. Tóm lại, không có niềm tin, đừng mơ tưởng đến việc thành công. Kể cả trong trường hợp tạo thế, tự giết nhau như Boris Yeltsin đã làm, cũng không có ngoại lệ.

Tại sao lại phải dựng lại niềm tin cho mình và cho người đồng hành?

Đơn giản là, không có niềm tin, không thể trấn áp được sự sợ hãi, không thể tạo ra sự liên kết, không thể tạo ra được sức mạnh, không thể tạo ra được hành động! Không có hành động, không thể có thành công!

Thật vậy, lịch sử từ ngàn xưa đã chứng minh một cách rất rõ ràng rằng: Niềm tin chính là sức mạnh, khơi nguồn cho tất cả mọi cơ nguyên, mọi cơ cấu tồn sinh và phát triển. Sự phát triển này có mặt ở trong tất cả mọi lãnh vực từ chính trị, xã hội, kinh tế đến khoa học, kỹ thuật. Không có một lãnh vực nào mà không cần có niềm tin để dẫn đường. Đời sống của tôn giáo cũng không có ngoại lệ. Hơn thế, niềm tin để bảo vệ sự thật và phát triển tôn giáo còn mạnh hơn cả sự chết và nó có sức mạnh làm đổi thay cả bộ mặt của địa cầu.

Từ đâu, tôn giáo lại có thể tạo cho con người sức mạnh lớn lao để phát triển, và làm thăng tiến bộ mặt thế giới như hôm nay? Câu trả lời ngắn gọn và chính xác nhất tôi nghĩ rằng: Bởi vì họ có niềm tin tuyệt đối vào Đấng mà họ gọi là Đường là Chân Lý và là Sự Sống. Và chính hướng đi, Chân Thiện Mỹ này đã làm cho cuộc sống của họ và thế giới ngày thêm đổi mới, tươi đẹp hơn. Cũng chínnh lý tưởng này đã giúp họ không sợ hãi trước những cuộc bách hại. Điển hình, Đức Giáo Hoàng John Paul II, đủ là minh chứng cho sự kiện phải dựng lại niềm tin qua lời của ngài, "Đừng Sợ Hãi", để người Ba Lan nhờ vào đó mà quật ngã con quái vật cộng sản trên đất nước này.

Ở Việt Nam ta cũng thế, những lương tướng anh tài của non sông cũng là những người đã tạo cho mình và cho dân chúng một niềm tin tuyệt đối để có thể thắng quân thù trong suốt dòng lịch sử dân tộc Việt như: Đức Trần Hưng Đạo, Vua Lê Lợi, Hai bà Trưng, Ngô Quyền hay Vua Quang Trung và gần đây những cuộc tập hợp của giáo dân ở TKS, Thái Hà, Tam Tòa... đã là những điển hình chứng minh sức mạnh của nềm tin.

Nếu so sánh về lực lượng, ta nhỏ bé hơn tàu, kỹ thuật thua hẳn tây! Nhưng vì có niềm tin và ý chí tự thắng của người Việt Nam, ta đã gạt bỏ mọi sợ hãi. Mở cuộc tấn công và đã chấm dứt cảnh nô lệ tàu và nô lệ tây!

Chỉ tiếc rằng, công lao kháng chiến của toàn dân đã bị Hồ chí Minh và tập đoàn cộng sản cướp đoạt và phản bội. Phản bội bằng cách thiết lập một chế độ độc tài toàn trị với chủ trương phục vụ cho quyền lợi của cộng sản quốc tế. Từ đó, chúng phá bỏ và tiêu diệt nền luân lý đạo đức của xã hội ta. Chống chọi trực tiếp với tinh thần đại gia đình và niềm tin tôn giáo, của Việt Nam.

Chúng phản bội bằng cách cương quyết đẩy Việt Nam vào hướng đi khốn cùng, ảo tưởng của cộng sản theo tinh thần của đại hội kỳ V với nghị quyết vào tháng 6/1924 như sau: *"Điều mà chúng ta bắt buộc các đảng Cộng Sản phải làm là tìm cách xử dụng các phần tử dân tộc chống lại giai cấp tư sản. Các đảng Cộng Sản phải thúc đẩy các phần tử bất mãn chống lại chế độ...Dĩ nhiên chúng ta không bao giờ chấp nhận các phần tử dân tộc...Chúng ta chỉ lợi dụng sự bất mãn của họ để phục vụ cuộc cách mạng vô sản mà thôi."*

Theo nghị quyết này, mục tiêu mà Hồ Chí Minh theo đuổi không còn là nền độc lập của dân tộc nữa, nhưng là sự thành công của đảng cộng sản ở bán đảo đông dương. Và kẻ thù của cộng sản không chỉ là các guồng máy thực dân thống trị, mà là toàn thể nhân dân theo tinh thần nhân bản chủ nghĩa.

Từ đó, dân tộc Việt Nam trong mắt Hồ chí Minh không còn là một tập thể đồng bào cùng chung huyết mạch con rồng cháu tiên. Không còn là phần tử bị thực dân áp bức, mà là một tập thể dân tộc theo tư bản chủ nghĩa, kẻ thù không đội trời chung của cộng sản. Nên từ đó, lực lượng dân tộc yêu nước đã liên tục bị Việt cộng triệt hạ, bị tiêu hao vì không cùng chung mục tiêu với cộng sản.

Nói cách khác, dưới sự lãnh đạo của Hồ chí Minh, đảng Cộng Sản VN đã trở thành lực lượng bạo tàn chống lại những người Việt Nam yêu nước. Nghĩa là, khối dân tộc Việt Nam yêu nước bị coi là kẻ thù của cộng sản nếu không đi theo chúng.

Kế đến, với chủ trương thủ đắc quyền độc tài toàn trị, Hồ chí Minh đã lập đề án cải cách ruộng đất ở miền bắc với mục đích trước hết, tạo ra sự sợ hãi cho dân chúng. Sau đó, tiêu diệt hết những thành phần cơ bản của xã hội bằng cách phóng tay mở cuộc đấu tố Trí phú địa Hào. Việc làm này không vì dân tộc, nhưng vì lợi ích, lập uy cho đảng cộng sản. Nhưng mỉa mai thay, bản thân Hồ chí Minh cũng chỉ là con chốt thí, một tên tay sai. Y không có tư cách làm chuyện này, buộc Y phải viết thư xin Stalin phê chuẩn cho đề án của Y vào ngày 31-10-1952.

Hồ viết: *"Đồng chí Stalin kính mến, Tôi gởi cho đồng chí đề án cải cách ruộng đất của đảng Lao Động Việt Nam (tên của đảng cộng sản lúc bấy giờ). Đề án này tôi đã hoàn thành với sự giúp đỡ của hai đồng chí Liu Shaoshi và Van szia-Sian. Đề nghị đồng chí tìm hiểu và đưa ra chỉ thị về đề án này"*

Từ lá thư xin giết người của Hồ, dân tộc Việt Nam được coi là kẻ thù của cộng sản và cuộc đấu tố, cải cách này đã nổ ra từ năm 1953, mà theo Hồ chí Minh đánh giá là cuộc giết người "long trời lở đất". Được gọi là long trời lở đất vì Hồ chí Minh đã giết hại hơn 170.000 người Việt Nam trong mấy năm trời và tất cả những tên trong tập đoàn sát thủ này đều đạt đến đỉnh vinh quang, danh vọng quyền lực tuyệt đối.

Trong khi đó, về phía đồng bào, đi đến đâu cũng chỉ thấy máu và nước mắt. Sự sợ hãi cộng sản thì đi vào tận tim óc, vào máu của từng người, từng nhà. Từ đó, chính cuộc đấu tố mà Hồ chí Minh đánh giá là long trời lở đất này đã giết chết niềm tin, sức sống của người Việt Nam đặt vào nhau và đặt vào vận hội mới sau khi thoát khỏi sự bảo hộ của thực dân là sẽ có Độc Lập, Tự Do.

Kết quả, khi người Việt Nam chưa thoát khỏi ách thực dân, còn đang hy vọng tìm được Độc Lập, Dân Chủ thì ngay lập tức bị khoác lên cái ách tàn bạo, bất nhân khác ngay sau khi Y thành lập chế độ cộng sản ở đây: Từ đây, trên phần đất này sẽ Không có Tự Do, Không có Công Lý, Không có Nhân Quyền, không có Dân Chủ, không có Độc Lập. Tất cả rập khuôn theo chủ thuyết Vô Gia Đình, Vô Tôn Gáo, Vô Tổ Quốc do Hồ chí Minh và tập đoàn cộng sản áp đặt.

Cũng từ cuộc đấu tố tàn bạo vô tiền khoáng hậu trong lịch sử Việt Nam này, sự sợ hãi đã tiến lên triệt hạ niềm tin giữa con người với con người. Giữa con người với xóm thôn, rồi cả với tôn giáo nữa. Từ đây, dưới sự chỉ đạo của cây mã tấu, trong lòng chế độ cộng sản chỉ còn tồn tại duy nhất một sự kiện. Đó là sự gian dối, lừa đảo như chính Trần quốc Thuận phó chủ nhiệm văn phòng quốc hội khoá X, và Nguyễn Khải, những công thần của chế độ ấy đã công bố vào 10-2006 là:

"Ngày nay người ta phải nói dối nhau mà sống... Nói dối lâu ngày thành thói quen, thói quen dùng lâu ngày thành đạo đức, mà cái đạo đức ấy là rất mất đạo đức, nhưng đó lại là đạo đức của cách mạng! (của Việt cộng)". Nguyễn Khải thì bảo: *"người ta nói dối lem lẻm, nói dối ở mọi nơi, mọi chốn và mọi lúc".*

Từ đó, việc nói dối, gian dối, lừa đảo nhau trở thành một cứu cánh duy nhất phải học, phải biết, để khả dĩ tồn tại trong xã hội cộng sản. Đúng như bà thủ tướng Đức tiến sĩ Angela Markel đã từng sống với cộng sản, đã xác định là: *"Cộng sản là một chế độ tạo ra gian dối!"*

Như thế, chế độ cộng sản là một chế độ được xây dựng trên cơ bản gian dối và bạo ác. Ở đó, không có niềm tin và nhân bản, chỉ có bất tín và vô đạo. Ở đó không có tự do và công lý, chỉ có bạo hành và đàn áp. Ở đó không có tự chủ và sáng tạo, chỉ có nô lệ và áp bức.

Một chế độ có đầy đủ những bản chất phi nhân, bất nghĩa vô đạo như thế sẽ không có cơ sở để tồn tại. Tuy nhiên, muốn tiêu diệt nó, lại cũng không phải là một chuyện dễ dàng gì. Bởi vì, sau những ngày tháng dùng bạo lực trong quyền lực, cộng sản đã có khả năng làm biến dạng, làm thay đổi lòng người, mà một trong những điều biến dạng quan trọng nhất ở trong từng cá nhân sống trong lòng chế độ, hay bị ảnh hưởng bởi chế độ ấy áp bức là đã nằm lòng việc dối trá. Họ sống trong dối trá nên không biết mình đang dối trá. Lần hồi, sự dối trá này tiêu diệt niềm tin của con người đặt vào con người.

Nói cách khác, sống dưới chế độ ấy, con người ta đã mất khả năng nói thật. Bởi lẽ, khi nói ra sự thật thì chẳng có lợi gì cho bản thân và gia đình mình, trái lại, chỉ rước lấy thảm hoạ từ chế độ mà thôi. Nên dù không muốn, kết quả của sự trao đổi vẫn là dối trá, là né tránh, là phản bội, là lừa đảo.

Khi không tìm ra được một câu nói thật, người trong gia đình không tin tưởng nhau. Người có cùng chung một ước nguyện, ngồi bên nhau suốt đời mà không dám nói ra cho nhau nghe ước nguyện của mình. Trước ngưỡng cửa bị ngăn cách như thế, hỏi làm sao có sự cảm thông và liên kết? Không có liên kết làm sao thành tổ chức, không có tổ chức làm sao có sức mạnh để cùng đứng lên chung nhau thực hiện điều mơ ước của mình? Ấy là chưa kể đến những tổ chức do Việt cộng dàn dựng, để gài bắt những người có lý tưởng và còn hoài bão, để gây thêm hoang mang ngộ nhận cho những người khác.

Đó là lý do căn bản để đưa đến cho chúng ta thất bại. Bởi lẽ, niềm tin giữa con người và con người đã bị CS tiêu diệt. Một khi con người không còn niềm tin nơi nhau, dĩ nhiên, là chẳng làm nổi một chuyện gi, dầu rất nhỏ. Như thế, điều kiện tiên quyết để có thể đối địch và đi đến việc tiêu diệt cộng sản là phải xây dựng lại niềm tin cho chính mình và cho người đồng hành.

Từ điểm này cho ta thấy rõ một điều. Muốn hành động trước tiên phải có niềm tin nơi mình và nơi ngườ khác. Đến khi muốn xây dựng được niềm tin cho nhau, người ta cũng phải tựa vào những nguyên tắc có sẵn. Đây là những điều kiện và hình mẫu tạo ra niềm tin, sức mạnh:

I. Những điều kiện để tạo dựng niềm tin.

- Đi... đi, đi con, đi, đi... mẹ dắt.... nào bước, đi... đi...

Hãy nhìn một bà mẹ đưa một bàn tay ra cho đứa con nắm chặt lấy. Còn một bàn tay khác, bà thỉnh thoảng đưa ra phía sau đỡ lấy thân hình con, trong lúc đôi mắt bà âu yếm nhìn con và không ngừng khuyến dụ con, bước đi.

Vậy mà đứa bé chỉ mở đôi mắt thật lớn nhìn mẹ và đứng bất động, chưa dám bước đi. Nhưng khi hai tay em nắm chặt được cả hai bàn tay của người mẹ. Em đã không còn sợ hãi. Trái lại, mạnh dạn nâng cái bàn chân nặng nề hổng lên trên mặt đất và rồi, từng bước, bước đi...

Qua hình ảnh này, tôi nghĩ rằng, niềm tin phải được xây dựng trên những điều kiện sau:

a. Tìm điểm tựa chắc chắn, tự nhiên:

Vào lúc ấy, em bé chưa có đủ ý thức để nhận biết người đang dang tay, tập cho em bước đi kia, là người mẹ không hề phản bội của em, Nhưng trong đôi mắt của em, hình ảnh của bà là một người rất gần gũi và thân thiện với em. Người đã cho em bú mớm từng ngày. Như thế, dù chưa biết diễn tả, nhưng trong lòng em đã có sẵn một sự tín thác nào đó vào bàn tay của bà mẹ. Tuy thế, em vẫn chưa dám bước đi, khi chỉ mới nắm được một bàn tay của bà. Điều đó cho thấy rằng, lòng tín thác vẫn chưa hoàn chỉnh, nó chưa đủ tạo nên sức mạnh. Nhưng ngay khi nắm được cả hai bàn tay của bà. Em mạnh dạn bước đi. Rồi từ những điểm tựa chắc chắn ấy, thân mình em đứng cân bằng. Từ sự cân bằng trong thể lý, đến ý tưởng, dục em mạnh dạn bước đi.

b. Tầm nhìn không phản lẽ thường.

Cùng trrường hợp của em bé trên, nếu người dẫn em là những người thân quen như anh chị, chắc chắn em cũng sẽ bước đi những bước chập chững như thế. Nhưng chắc chắn em sẽ không bước đi, trái lại, sẽ ngồi bệt xuống đất rồi khóc thét lên, vì người nắm tay em là một người xa lạ, không hề quen trong tầm mắt của em.

Điều này cho thấy rằng, niềm tin được xây dựng trên những điều kiện thực tế là tự nhiên, không phản lại những nguyên tắc trong cuộc sống. Trong xã hội cũng thế, niềm tin chỉ có thể đặt trên những nguyên tắc không phản luân thường đạo lý, không đối nghịch với nguyên tắc làm người, không phản đạo đức của tôn giáo. Nói cách khác, nó phải phù hợp với ước muốn tự nhiên tốt lành của con người.

Theo đó, kẻ ngồi cùng bàn, bám vào đảng cộng mà rúc rỉa nhân dân mà bảo là thương dân thương nước và lo lắng cho đất nước được tồn sinh trong độc lập Tự Do Dân Chủ, Nhân Quyền và Công Lý thì chỉ là những kẻ dối trá như Vẹm! Chúng chỉ là loài sâu bọ được sinh ra và lớn lên trong những điều kiện của dối trá nên hành động cũng là thế.

c. Niềm tin được xây dựng trên nền tảng tự do và tự nguyện.

Có lẽ không một người nào bị ép buộc theo Boris Yel-sin để đứng lên lật đổ chế độ cộng sản tại Liên Sô. Cũng thế, chẳng có một người nào bị ép buộc phải theo Lech walesa để đưa cuộc cách mạng tiêu diệt cộng sản trên đất Ba Lan đến thành công. Trái lại, chỉ có một sự tự nguyện. Họ tự nguyện bởi vì, việc tiêu diệt chế độ cộng sản vô nhân bản trên quê hương mình là một điều hợp với ước muốn của mọi người, hợp với khuynh hướng phát triển tự nhiên của xã hội. Họ ý thức đó là bổn phận của mọi người, của mọi nhà, mọi tầng lớp, không trừ ai.

II. Hình mẫu của người tạo niềm tin.

Nhìn chung, người có thể tạo dựng được niềm tin cho công chúng, trước hết phải có niềm tự tin lớn cho chính mình, phải có một lý tưởng sống, phải có một hướng đi phù hợp với lòng người và phải cương quyết thực hiện lý tưởng ấy trong sự thành thật.

Với niềm tin này, vào ngày 6-3-2007, một người thiếu nữ còn rất trẻ là Lê thị Công Nhân đã bắt đầu chặng đường lịch sử. Lịch sử của riêng cô và cũng là bước đi của cuộc tranh đấu cho Tự Do Dân Chủ Nhân Quyền và Công Lý cho Việt Nam. Bởi vì trước hết, cô đã tự tạo cho mình một niềm tin lớn với đất nước.: *"Tôi xin khẳng định bằng tất cả lương tâm, trách nhiệm và tình cảm của mình đối với đất nước Việt Nam và dân tộc Việt Nam là tôi sẽ chiến đấu tới cùng cho dù chỉ còn có một mình tôi để đấu tranh, trước hết là giành lấy Nhân Quyền cho chính mình, và giành lấy Nhân Quyền, Dân Chủ và Tự Do cho người dân Việt Nam. Cộng sảnViệt Nam đừng có mong chờ bất kỳ một điều gì gọi là thỏa hiệp, chứ đừng nói là đầu hàng từ phía tôi."*

Những uy dũng ấy có khác là bao khi đem so sánh với tiếng hét làm vỡ mặt quân thù của tướng quân Trần Bình Trọng *"thà làm quỷ nước nam hơn là làm vương đất bắc".*

Tiếng thét ấy, rõ ràng là một niềm tin duy linh, duy lý vào đạo nghĩa dân tộc. Đó là một khí phách lớn vì quê hương. Ở đó là một cái thước đo công lý, không giả dối hay vờ bẻ cong cái lương tâm của mình để đầu hàng bạo lực. Ở đó là một tinh thần vì đồng loại, như Khoa học gia Dương Nguyệt Ánh nhận định: *"Trong bóng tối của đàn áp, bất công, họ là những thiên thần đem ánh sáng soi đường cho lương tâm nhân loại. Trong đêm đen của lịch sử Việt Nam, họ chính là những bàn tay dẫn dắt dân tộc dành lại Tự Do, Công Bình, Bác Ái cho một bình minh Việt Nam".*

Thế là quá đủ, quá rõ cho một cuộc hành trình tạo niềm tin, người ta không thể đòi hỏi gì thêm. Trái lại, phần còn lại là bổn phận của chúng ta, của những người Việt Nam còn thao thức về quê hương. Nếu chúng ta còn muốn tiếp nối truyền thống bất khuất của tiền nhân Trần Hưng Đạo, Lê Lợi, Quang Trung hay của Nhị Trưng thì phải biết hành động.

Trước hết, phải đổi mới cách nhìn, đổi mới tư tưởng, đổi mới hành động cho quê hương như Lech Walesa đã làm ở Ba Ba Lan, hơn là ngồi tạo ra những rồng rắn cho mình, để lừa mình, dối người.

Điều đó cũng có nghĩa là, muốn giải phóng đất nước khỏi cuộc nô lệ dưới gông cùm cộng sản, phải tổng hợp sức mạnh, niềm tin của toàn dân lại. Bởi vì, một người, một nhóm người không thể lấp bể dời non, không thể tiêu diệt được bạo tàn. Nhưng phải là tất cả chúng ta

Theo đó, thay đổi Tư Duy là điều kiện tiên quyết để thay đổi cuộc sống của mỗi cá nhân, mỗi gia đình. Để từ đó đưa đến việc thay đổi toàn diện thể chế hiện tại của đất nước.

Có thay đổi được tư tưởng, lối suy nghĩ, mới có thể thay đổi được hành động, bước đi. Thay đổi từ đơn phương sang tập thể và rồi toàn diện ở mọi nơi mọi chốn.

Có thay đổi hành động toàn diện như thế mới khả dĩ
khai mở ra cho dân ta một con đường Tự Do, Dân Chủ,
Nhân Quyền và Công Lý. Cho đất nước ta bước vào kỷ
nguyên mới. Kỷ nguyên của toàn vẹn và Độc Lập.

Bảo Giang 13-3-2010

Đứng dậy mà đi

I. Nhìn về thế giới sau khi có cái tên Karl Marx.

a. Đôi dòng lý lịch, tiểu sử của Marx.

Marx (Karl Marx) sinh ngày 5 tháng 5 năm 1818 ở thành phố Trier trên bờ sông Mozel, một nhánh của sông Rhein. Trier là một thành phố cổ của Đức. Thời Trung cổ, Trier là thủ đô của một công quốc lớn. 1835 Marx tốt nghiệp trung học, sau đó, vào trường Đại học Tổng hợp Bonn để học luật. Ít lâu sau dổi sang trường Đại học Tổng hợp Berlin. Năm 1836, trong dịp nghỉ hè, Marx đính hôn với người bạn gái từ thuở ấu thơ hơn Marx bốn tuổi, Jenny vôn Vestphalen.

Karl Marx và Jenny có bảy người con. Hầu hết đều non yểu:

1. Jenny Caroline (1 tháng 5 năm 1844 – 11 tháng 1 năm 1883).

2. Jenny Laura (26 tháng 9 năm 1845 -26 tháng 11 năm 1911), Bà tự tử cùng chồng năm 1911, lúc 66 tuổi. (không nghe nói gì đến con cái).

3. Louis Charles Henri Edgar (ngày 03 tháng 2 năm 1847 tại Brussels – 6 Mai 1855), Mất năm 8 tuổi.

4. Henry Edward Guy "Guido", sinh 5 tháng 9 năm 1849 tại London, mất 19 tháng 11 năm 1850, London, Anh).

5. Jenny Eveline Frances ("Franziska", 28 tháng 3 năm 1851 – 14 tháng 4 năm 1852)

6. Jenny Julia Eleanor (16 tháng 1 năm 1855 – ngày 31 tháng 3 năm 1898), sinh tại London. Bà là một nhà hoạt động xã hội chủ nghĩa. Bà tự tử ở tuổi 43 bằng cách uống axit prussic, sau khi phát hiện ra rằng người tình lâu năm của mình, Edward Aveling, đã bí mật kết hôn với một nữ diễn viên trẻ tên là Eva Frye vào tháng 6 năm 1897. 7. Một đứa trẻ chưa được đặt tên, sinh ra và qua đời ngày 06 tháng 7 năm 1857 tại London.

b. Đời hoạt động

Marx gặp Friedrich Engels vào khoảng cuối tháng 11 năm 1842, khi Engels sang Anh và ghé thăm Bộ Biên tập tờ Rheinische Zeitung. Mùa hè năm 1844, Engels gặp lại Mark ở Paris. Sau chuyến gặp gỡ này, F. Engels thành người nuôi nấng, bao bọc lo hết mọi chi phí trong sinh hoạt của Mark. Y ăn bám vào Engels cho đến khi chết. Dòng dõi của Y không nghe ai nhắc đến, sau này.

II. Nhân vật Hồ Quang cũng gọi là Hồ chí Minh.

Trong khi đó, một người ở phương nam có tên là Nguyễn tất Thành, bị đuổi khỏi trường quốc học Huế khi vừa vào lớp sáu vài tháng. Sau đó, Thành vào Phan Thiết xin được chân giáo viên thể dục tại trường Dục Thanh. Ít lâu sau, Thành vào Sài Gòn và xin được chân bồi bàn và rửa chén dưới tàu Pháp Latouche-Tréville với tên Văn Ba. Rồi theo con tàu này, Thành đã bôn ba qua nhiều nước như Pháp, Anh, Hoa Kỳ.

Trong lần được nhóm của cụ Phan chu Trinh cử đi dự hội tại Versailles vì không ai biết đến, không bị mật thám pháp theo dõi, để trình thỉnh nguyện thư gồm tám điểm của nhóm, cũng là lúc Y phản bội nhóm: Y nhận Y chính là chủ sở của văn bản này. Nguyên văn bản thỉnh nguyện thư như sau:

• Tổng ân xá tất cả những người bản xứ bị án tù chính trị.

• Cải cách nền pháp lý Đông Dương bằng cách để người bản xứ cũngđược quyền hưởng những bảo đảm pháp lý như người châu Âu. Xóa bỏ hoàn toàn những tòa án đặc biệt dùng làm công cụ để khủng bố và áp bức bộ phận trung thực nhất trong nhân dân An Nam.

• Tự do báo chí và tự do ngôn luận.

• Tự do lập hội và hội họp.

• Tự do cư trú ở nước ngoài và tự do xuất dương.

• Tự do họp tập, thành lập các trường kĩ thuật tại tất cả các tỉnh cho người bản xứ.

• Thay chế độ ra các sắc lệnh bằng chế độ ra các đạo luật.

• Có đại biểu thường trực của người bản xứ do người bản xứ bầu ra tại nghị viện Pháp để giúp cho Nghị viện biết được nguyện vọng của người bản xứ.(wikipedia)

Ai cũng biết nhóm hoạt động này đã được thành lập trước đó từ lâu và do các nhà trí thức Việt Nam tại Pháp như cụ Phan chu Trinh, Nguyễn thế Truyền và Phan văn Trường lãnh đạo. Tất cả các bài vở, hoạt động của nhóm đều ký dưới một cái tên là Nguyễn ái Quốc. Sau này Nguyễn an Ninh và Nguyễn tất thành cũng được gia nhập vào với nhóm trong vai trò thư ký và phân phối báo. Tuy nhiên, nhờ chuyến đi này Nguyễn tất Thành đã cướp luôn cái tên Nguyễn ái Quốc và công sức của nhóm trí thức Việt Nam ở Pháp lúc đó cho mình.

Từ đây, Thành nổi lên với cái tên Nguyễn ái Quốc, nhưng không bao giờ dám trở lại Paris để gặp nhóm trí thức kia nữa. Sau đó, Y gia nhập đảng CS Pháp rồi sang Liên Sô, về Việt Nam, Trung cộng. Quốc có tên trong danh sách thành lập đảng cộng sản Việt Nam ở Hồng Kông vào 3-2-1930. Quốc bị kết án tử hình vắng mặt tại Việt Nam. Sau này Y bị bắt ở Hồng Kông. Sau hai năm tù, Y được thả, và có nhiều nguồn tin khẳng định rằng Y bị bệnh lao phổi nặng và đã chết sau đó ít lâu.

Tuy nhiên, vì nhu cầu, sau này xuất hiện một nhân vật là Hồ Quang (1939) đảng viên đảng cộng sản Trung cộng, Y mang hàm thiếu tá thuộc Bát lộ quân Trung cộng dưới quyền Chu Đức. Người này sang Việt Nam hoạt động và bị Trung hoa quốc gia bắt khi trở lại Trung Hoa vào ngày 29-8-1942. Từ vụ bị bắt này, Y đổi tên là Hồ chí Minh và nhờ sự can thiệp của Việt Nam quốc dân Đảng, Y đã được thả ra. Y trở lại Việt Nam hoạt động theo sự điều động của Trương phát Khuê, viên tướng thuộc Trung Hoa Quốc Dân Đảng, dưới quyền của Tưởng giới Thạch. Trên đường về Việt Nam lần này, Y đã triệt hạ mọi người thuộc VNQDĐ và không đảng phái. Y phục vụ cho cộng sản QT và được Chu ân Lai, Mao trạch Đông cũng như Liên Sô trợ giúp tích cực. Sau này Hồ quang lại cướp gọn cái tên Nguyễn tất Thành về cho mình.

III. Những nét tương đồng của Mark và Minh.

Hồ Chí Minh đi theo Kark Marx, Y cũng có nhiều điểm tương đồng với Marx.

a. Cả hai cùng có tên với mẫu tự "M".

b. Mark hầu như không có kẻ nối dõi tông đường. Minh có cũng như không vì Y có vợ có con, nhưng cũng không dám nhận. Rút cuộc, Y vẫn…. độc thân theo lời tuyên truyền của Việt cộng!

c. Mark chỉ có một bà vợ chính thức. Minh có nhiều nhưng lại không dám nhận là có vợ.

d. Cả hai đều nổi danh là những kẻ sát nhân trên trường quốc tế. Marx viết ra thuyết Cộng sản giúp Stalin, Mao giết không dưới 60 triệu người Nga và Trung Hoa. Minh theo gót và đem lại cái chết cho khoảng trên 3 triệu người Việt Nam.

Mark là người lúc nào cũng chững chạc với tên tuổi của mình. Trong khi đó, Minh có hơn 125 cái tên, và hầu như tất cả mọi công việc của Y đều là lén lút. Lén lút, dối trá, phi đạo nghĩa cho đến khi chết. Ngay cả cái lý lịch bản thân của Y đến nay vẫn còn là một câu hỏi lớn.

IV. Việt Nam đi về đâu sau quỹ đạo của Hồ Quang, tức Hồ chí Minh?

"Các nhà lãnh đạo miền Bắc, khi tự đặt mình vào sự chi phối của Trung Cộng, đã đặt chúng ta trước một viễn ảnh nô lệ kinh khủng. Hành động của họ, nếu có hiệu quả, chẳng những sẽ tiêu diệt mọi cơ hội phát triển của chúng ta, mà lại còn đe dọa đến sự tồn tại của dân tộc. Sở dĩ, tới ngày nay, sự thống trị của Trung Cộng đối với Việt Nam chưa thành hình, là vì hoàn cảnh chính trị thế giới chưa cho phép, và sự tồn tại của miền Nam dưới ảnh hưởng của Tây phương là một trở lực vừa chính trị vừa quân sự cho sự thống trị đó. Giả sử mà Nam Việt bị Bắc Việt thôn tính, thì sự Trung Cộng thôn tính Việt Nam chỉ là một vấn đề thời gian." (Chính Đề, tác giả Ngô đình Nhu.)

Trong khi đó, nhiều người khác lại cho rằng Hồ chí Minh là một người giỏi, nếu như không muốn nói là rất giỏi. Y đã mở ra được trường phái dối trá, lừa đảo và sống sung mãn với nó.

a. Về tình trường.

Hồ Quang tức Hồ chí Minh là người cao tay, Y đã trấn áp được khá nhiều em gái. Tất cả những người này, dù còn sống, bị bỏ rơi hay đã bị Hồ chí Minh hành quyết, thủ tiêu, đều không dám có một lời hé răng! Đã thế, chính những kẻ được cho là con ruột của Hồ Quang, hiện nay vẫn còn sống, cũng không dám có nửa lời lên tiếng minh oan cho cá nhân hay cho chính người mẹ ruột của mình đã bị Hồ sát hại.

Ai cũng biết rõ Hồ đã qua tay những người đàn bà như: Tăng tuyết Minh, Nguyễn thị Minh Khai, Vera Vasilieva,

Đỗ thị Lạc, Nông thị Trưng, Nông thị Xuân... Nhưng tập đoàn VC, xưa kia là Duẩn, Đồng, Chinh, Giáp rồi Mười, Phát, Thọ, Linh, Phiêu, Kiệt, Mạnh, Dũng, Sang... đến Trọng, Quang, Phúc Ngân... hoặc bất cứ một tên đoàn, đảng viên hạng bét ở xóm làng, góc phố đều hết lòng ca tụng " bác" là người sống độc thân thì đủ biết tư cách của cái tập thể VC này ra sao.

    b. Đời sống, xã hội.

Ở Việt Nam không có tục lệ gọi họ thay cho tên. Các vua chúa, quan tước xưa kia thường dùng một danh hiệu nào đó để gọi thay cho tên tục như Đức Quang Trung, Đức Trần hưng Đạo, Đức Lê Thái Tổ... Tuy nhiên, dù chỉ là một bần cố nông thôi, người Hoa ở Việt Nam (kể cả việt gốc Hoa) thường gọi họ thay cho tên sau khi đã lập gia đình, hoặc có chút danh vọng. Như thế, tại sao Hồ chí Minh ngay từ đầu lại muốn và được gọi là "bác Hồ" thay vì "bác Thành, bác Minh". Y là người Tàu hay người Việt?

Bỏ qua cái tên lạ lẫm, phải nói ngay rằng, Y có tài hơn người. Y đã tổ chức được một đảng phái với các thành viên không hề biết nói thật trong đời. Nghĩa là, đã là đoàn đảng viên VC thì phải nói dối, lừa gạt nhau và lừa phỉnh người đời mọi lúc mà sống. Hơn thế, họ còn phải đem cái tài dối trá này truyền vào trong đời sống gia đình của mình, cũng như trong nhân gian. Thí du: làm cầu với cốt tre, bao xốp, nhưng vẫn phải làm báo cáo xi măng cốt sắt. Sau đó, gặp mưa to, nó đổ ập xuống thì... tại vì mưa lớn qúa, hoặc xe qúa tải chạy ngang qua! Thế là hết trách nhiệm.

c. Về chính trị.

Hồ chí Minh có một khả năng nhận định khá tốt, và biết rõ cái đảng cộng sản của Y sẽ hành động ra sao. Ngay từ 1946. Y đã mượn danh nghĩa chống Pháp, kể tội pháp. Nhưng trong thực tế là Y đã vẽ đường cho cái đảng CS đông dương do Y lãnh đạo phải có những hành động côn đồ đối với nhân dân Việt Nam như những điểm đích thân Hồ ghi dưới đây về những hành động của thực dân Pháp (thực chất là của VC sau này):

- *"Chúng tuyệt đối không cho nhân dân ta một chút tự do dân chủ nào.*

- *Chúng lập ra nhà tù nhiều hơn trường học. Chúng thẳng tay chém giết những người yêu nước thương nòi của ta. Chúng tắm những cuộc khởi nghĩa của ta trong những bể máu.*

- *Chúng ràng buộc dư luận, thi hành chính sách ngu dân.*

- *Chúng bóc lột dân ta đến tận xương tủy, khiến cho dân ta nghèo nàn, thiếu thôn, nước ta xơ xác tiêu điều.*

- *Chúng cướp không ruộng đất, hầm mỏ, nguyên liệu*

- *Chúng đặt ra hàng trăm thứ thuế vô lý, làm cho dân ta, nhất là dân cày và dân buôn, trở nên bần cùng*

- *Chúng không cho các nhà tư sản ta ngóc đầu lên. Chúng bóc lột công nhân ta một cách vô cùng tàn nhẫn".*

Bài viết của Hồ chi Minh trên đây chỉ còn thiếu hai tiểu tiết nữa (d.e, ở dưới) là hoàn chỉnh, lột trần được bộ mặt thật của chế độ CS đối với người dân Việt Nam hôm nay:

d. Về tôn giáo:

- Chúng đập phá Chùa, Đền, Miếu, Nhà thờ và cướp đoạt tất cả tài sản, đất đai của các tôn giáo ta.

e. Về địa lý:

- Chúng đã đưa đất nước Việt Nam ta vào vòng nô lệ cho Trung cộng. Ngoài khơi ta đã mất hẳn Hoàng Sa, Trường Sa. Biên giới thì những Nam Quan, núi Lão Sơn, biển Tục Lãm chúng đều dâng cho giặc. Phần nội địa thì rừng đầu nguồn, khai thác Bauxite rồi formosa... Nhiều cửa biển của các thành phố thì dân ta không còn được bước chân đến. Bởi lẽ, đâu đâu cũng là nhà Tầu, rừng Tầu, rồi thành phố Tàu chiếm ngụ...

Trên đây là những lý do cho biết tại sao, ngay từ khi Y lên cầm quyền và thiết lập chế độ cộng sản bạo tàn trên đất nước này, vào năm 1954 đã có tới một triệu người miền bắc phải quang gánh lìa quê hương chạy vào nam mà trốn cộng sản. Kế đến trong cuộc chiến tranh, nhất là vào những năm 1972 và cao trào trong những tháng 3,4/1975 hầu như là có những biển sóng người Việt lên đường trốn chạy cộng sản. Đến sau 30 /4/1975, người ta những tưởng là người Việt Nam không còn đường để chạy. Kết qủa, biển khơi lại là lối thoát cho vài triệu người. Họ ra đi trên những cái thuyền như cái mủng. Họ thách đố với biển khơi, thà chấp nhận cái chết hơn là ở lại với cộng sản. Tại sao lại như thế?

Kế đến, ai cũng biết, nếu như các nước Tự Do còn đón nhận thì người đi dù có bị chúng chém giết, ngăn cản, con số sẽ không phải là 3, 4 triệu người như sách báo tổng kết. Trái lại, sẽ gấp nhiều lần hơn thế. Tuy nhiên, ai cũng thấy là đoàn người ra đi kia sẽ chấm dứt ngay khi trên mảnh đất Việt Nam ấy không còn bóng dáng Việt cộng. Hơn thế, người đi lại bắt đầu trở về quê hương của mình. Bởi lẽ, người nhân bản Việt Nam không bao giờ muốn mất quê hương. Họ phải đi chỉ vì không chấp nhận cộng sản.

Chuyện của người Việt Nam bỏ nước ra đi là như thế. Tuy nhiên, gần đây những tên cộng sản tham ô, tồi bại, lại cũng tìm cách chạy trốn CS để sang các nước tự do, nơi có người Việt ty nạn sinh sống. Chẳng nghe nhà nước Việt cộng nói đến bất cứ một tên Việt cộng nào trốn thiên đường cộng sản Việt Nam để sang lánh nạn ở nước thiên đàng Trung Hoa hay Bắc Hàn hoặc Cuba.

Trong khi đó, thân nhân hoặc con cái Việt cộng thì lại có hàng chục ngàn, hoặc hơn thế, tìm đủ mọi cách để "di cư" sang các nước Tự Do như Anh, Mỹ, Úc, Canada... Tại sao thế nhỉ? Cha mẹ chúng thờ Tàu, chúng lại theo Mỹ ư? Ngay trong nhà chúng đối chọi, lừa đảo nhau như thế thì làm sao có thể tử tế với người ngoài?

Đến đây, Bạn hỏi, tại sao người Việt Nam lại gặp cái tai ương khốn khổ này ư? Có hai lý do chính: Trước là có một số người ngu muội đi theo tuyên truyền dối trá của CS. Sau đó, tay đã nhúng chàm và bị chúng ràng buộc, không thể tự thoát ly nên buộc phải bảo vệ CS và tàn phá gía trị nhân bản của đồng loại mà sống.

Thực vậy, bất cứ ai có đôi chút học thức, ý thức nhân bản, người ta đều hiểu rằng Cộng sản và cái cơ chế cầm quyền của chúng có hai động lực. Một mặt là nó triệt tiêu sự sáng tạo, hiểu biết và tâm nhân bản của con người. Mặt khác, cái tham, cái ác, cái ngu xuẩn, đần độn của kẻ theo Hồ lại có cơ hội phát triển! Nghĩa là, trong cái cơ chế của cộng sản điều hành, không một kẻ nào có thể làm được điều đúng, tốt, nói chi đến hành thiện. Bởi vì, tất cả những hành động và tư tưởng của nó đều từ cái ác mà phát sinh. Đã thế, cái thẻ đảng còn trở thành nền móng làm quan, che chắn cho những kẻ bất lương hành ác. Từ đó, xã hội bị dìm xuống vực thẳm như nô lệ. Ở đó, sẽ không còn lối thoát nào khác.

V. Tại sao người Việt Nam phải bỏ nước ra đi?

Câu trả lời xem ra là rất đơn giản và do chính dân miền bắc chỉ cho người miền nam biết là: *"Một năm hai thước vải thô, làm sao che kín bác Hồ đây em?"*. Sự kiện là thế. Trong thực tế, đứa trẻ lên năm ở miền nam đã trả lời chính xác cho câu hỏi này. Nhưng một thủ tướng của nhà nước CS Bắc Việt là Phạm văn Đồng, kẻ bán nước Việt có giấy tờ chứng minh, lại không biết được câu trả lời. Tệ hơn, Y còn để lại câu nói chứng minh cho sự vô học của bản thân khi nói về người tỵ nạn CS như: *"bọn phản quốc, bọn theo chân đế quốc"*.

Mà nào có phải chỉ có một mình Y! Trái lại, xem ra là cả cái tập thể ấy đều như những con giun đất. Dẫn đầu là Lê Duẩn với ngôn từ là *"bọn ma cô, đĩ điếm"*. Rồi Trần Phương, Chủ nhiệm cái Ủy Ban Khoa học Xã hội đã ví von một cách tục tĩu, bất giáo với người dân miền Nam là *"những con điếm cho Mỹ làm tình để đổi lấy viện trợ"*. Riêng Nguyễn trọng Nhân, bộ trưởng y tế, có cái tên rất người nhưng lòng còn hơn một con thú khi Y tuyên bố trong cuộc phỏng vấn ở Amsterdam vào năm 1993 là: *"Những người di tản đáng bị chặt đầu"*! Hỏi xem, con cái của chúng nay sao rồi? Sang Tàu, Bắc Hàn, Cuba hay lại chạy sang các nước tư bản để *"ăn cơm thừa, canh cặn"* của những người Việt tỵ nạn năm nao?

Khi viết về chuyện này, tôi không muốn mỉa mai bất cứ một ai đâu. Nhưng buộc phải viết để cho tập đoàn CS ấy đọc và vỡ cái ngu ra. Nhờ đó, may ra chính đời của họ sẽ hưởng được nhiều lợi ích hơn và cũng bớt làm hại đến đời sống của công chúng Việt Nam mà thôi. Hy vọng thế. Nhưng khéo chỉ như "nước đổ đầu vịt."

Vâng, bạn nói đúng đấy! Có thể chỉ như nước đổ đầu vịt thôi. Bởi những kẻ mãi quốc cầu vinh, không biết đọc lịch sử hàng ngàn năm dựng nước và giữ nước của cha ông thì có nói nhiều cũng như không. Chúng đã tự coi mình không thuộc về giòng tộc Việt Nam là những người phải bảo vệ bờ cõi của cha ông để lại, nên chúng xin nâng khăn sửa túi, hầu hạ kẻ phương bắc. Đã thế, còn ra sức đàn áp dân mình để kiếm được miếng cơm manh áo hay lời khen tặng từ Tàu ô thì nhân phẩm Việt Nam làm gì còn có ở trong những kẻ theo Hồ Quang.

Đất nước Việt Nam hôm nay là như thế đó. Nếu không có cuộc cách mạng từ chính lòng người Việt Nam, đất nước này sẽ được tập đoàn cộng sản HCM từ từ dẫn vào lòng Trung cộng. Ở đó, người Việt Nam khác gì lũ nô lệ cho Tàu như Tân Cương ở ngay trên quê hương mình?

Như thế, ai là người Việt Nam, còn nghĩ đến tiền đồ của tổ quốc, còn nghĩ đến công lao khó nhọc dựng nước và giữ nước của cha ông ta và còn muốn bảo tồn mảnh đất này cho con cháu mai sau thì xin hãy ngồi lại bên nhau. Xin bớt đi đôi ba lời nói nhưng thêm vào là những bàn tay. Để rồi, chúng ta cùng nắm chặt lấy tay nhau, cùng đứng dậy, đạp đổ thành trì gian ác cũng như chế độ vô luân của cộng sản mà đi.

Đi để đem lại Hoà Bình và Công Lý cho ngày mai.
Đi để đem về Độc Lập và thạnh trị cho đất nước.
Đi và đem về Tự Do no ấm cho đồng bào Việt Nam.

Bảo Giang.
30-7-12

Thư gửi bạn:
Chúng Ta là Tự Do

Bạn thân mến,

Trước tiên, tôi xin trân trọng và ngưỡng mộ tấm lòng quả cảm của bạn vì quê hương trong tiếng nói: "Chúng Ta là Tự Do". Tôi trân trọng vì đây chính là tiếng nói vượt thời gian và không gian mà tiền nhân ta đã vì "Chúng Ta là Tự Do" mà gìn giữ mảnh giang sơn này và truyền lại cho cháu con hôm nay. Và ngưỡng mộ vì tiếng nói này, hôm nay lại truyền đi, như một di ngôn, vĩnh viễn còn tồn tại với dân tộc và đất nước Việt Nam mai sau!

Thật vậy, trải qua hơn bốn ngàn năm lịch sử, nhờ tiếng nói Chúng Ta là Tự Do mà đất nước này vẫn là phần riêng của dòng Lạc Việt, để từ đó nòi giống tồn sinh và mãi mãi đi lên bằng đôi chân thẳng của chính mình. Nó hoàn toàn khác với những hình ảnh mất dấu của nhiều bộ lạc, bộ tộc. Thậm chí, những quốc gia ở phương bắc đã hoàn toàn bị mất tên như Hàn, Triệu, Vệ, Quắc, Ngụy, Tề, Sở, Ngô...

Như thế, dù biển cạn, non mòn, tiếng nói còn thì giang sơn gấm vóc Việt Nam vẫn mãi mãi thuộc về chúng ta và hậu duệ nhân bản của Việt Nam. Nghĩa là, phần di sản Việt Nam sẽ vĩnh viễn Độc Lập, không bao giờ là phiên thuộc cho một thế lực bành trướng nào, và càng không bao giờ chịu khuất phục, lệ thuộc vào một thể chế chính trị với chủ trương làm nô lệ, phiên thuộc cho ngoại bang. Chúng ta là Tự Do, chúng ta chỉ lệ thuộc vào quyền sống và quyền làm người Việt Nam mà thôi.

Vì Chúng Ta là Tự Do, nên tất cả những thế lực chủ trương một cuộc bạo hành và áp đặt trên dân nước ta một thứ hình thái, từ cư xử đến luật lệ như là thành phần của nô lệ đều bị phá vỡ và bị tiêu diệt.

Vì Chúng Ta là Tự Do. Tự Do trong quyền sống và quyền làm người của con người tiến bộ, có văn hóa, nên dầu có cuộc ngoại xâm từ ngàn năm trước, nó cũng không thể đồng hóa và triệt tiêu được sức sống riêng biệt, tự cường của Việt Nam. Qua cuộc thách đố ấy, tiền nhân ta đã đứng vững, lẽ nào một tổ chức chính trị bạo quyền ăn phải bả của bành trướng Hán, Mông xưa kia như đảng CS, lại có thể khống chế toàn dân ta vào trong cái rọ nô lệ của chúng hay sao?

Không, không bao giờ những kẻ bán nước cầu vinh ở trên đất nước này có cơ hội tồn tại để thoả mãn cho cái cuồng vọng phản bội dân tộc ta như thế. Trái lại, lịch sử đã chứng minh. Lúc chúng tự mãn về thành quả bán dân hại nước và ngồi trên vinh hoa ấy chính là lúc chúng bị triệt hạ. Đảng CSVN cũng không có ngoại lệ.

Chúng Ta là Tự Do! Tôi ngưỡng mộ bạn đã hiên ngang trên đường để nói lên ý chí của toàn dân! Chúng Ta là Tự Do! Tôi ngưỡng mộ bạn, những tiếng nói và những bước chân, tuy còn rụt rè nhỏ bé hôm nay, nhưng đã là sự khởi đầu cho những bước chân vững mạnh và trưởng thành của đất nước, của dân tộc mai sau. Giống như con chim non bên bờ tổ. Nhìn khoảng trời bao la vô tận không là nỗi sợ hãi, nhưng từng nhịp vỗ trên đôi cánh, nó tập chuyền, tập bay. Cả bầu trời đã như là của riêng! Tuy thế, tôi không đưa bạn lên tầng mây, nhưng xin được chia xẻ với bạn đôi dòng tâm tình trong những bước đi đầu tiên này.

Như bạn biết đấy trong bài "Chuyện đi tìm Tự Do", tôi viết trên khung báo vào ngày 12-8-2012, tôi đã viết thế này: *Người Việt Nam dưới chế độ cộng sản, xem ra còn bị đối xử tàn tệ hơn con sáo trong lồng ấy nhiều. Tự Do, dĩ nhiên là không có. Ngay đến tiếng nói truyền thống của mình cũng không được nói. Nghĩa là, họ phải giả mù, giả câm, giả điếc để không thấy, không nghe, không nói bất cứ những gì thuộc về dân tộc mình. Nhưng phải biết học nói tiếng "lạ", tiếng gian dối, nói tiếng phản giống nòi để sống. Trái lại, sẽ bị lôi ra cắt cánh, bẻ mỏ, bị hành hạ không thương tiếc....".*

Sau phần này, tôi đề nghị với bạn một ý kiến nhỏ là tự đi tìm "Tự Do nhỏ" trong lúc đi tìm nguồn Tự Do Lớn, cho mình bằng cách:

"Ở gần nhà bạn có cái công viên nào không? Ở phường, xã, quân huyện, tỉnh ly nào mà chả có công viên công cộng phải không? Nếu có, bạn hãy ra đó, mang theo cho bạn một cái điện thoại cầm tay, hay cái Mp3, trong đó có một bản nhạc mà bạn yêu mến nhất. Thí dụ như: "Dậy mà Đi", Hội nghị Diên Hồng, Việt Nam quê hương ngạo nghễ....

Nếu được, bạn rủ thêm vài người bạn thân cùng đi. Ra đó, cùng nhìn trời nhìn đất. Hít thở lấy không khí trong lành, rồi nắm lấy tay nhau, mở bản nhạc lên mà nghe. Nghe vài ba lần bạn sẽ thấy lòng bạn gần kề với quê hương. Như thế là bạn thở hơi, tâm sự với quê hương và với tình người rồi đấy. Khi ấy ta cũng không quên nhắn nhủ nhau là:

"Bạn nhớ đấy, chủ đích của mình chỉ ra bờ hồ, đến công viên, sân nhà thờ, tìm hơi thở trong lành để thư dãn, tìm không khí tự do, nên phải tránh những lối sinh hoạt ồn ào. Dĩ nhiên là mình sẽ đón bạn mới, nhưng đường đi còn rất dài, không thể gây ra phiền phức cho mình và cho người khác bằng cách tập hợp lớn. Mỗi nhóm lý tưởng là có từ 5- 7 người, nhiều hơn thì nên tách ra, thêm nhóm, kết thêm bạn mới, sinh hoạt ôn hòa. Bởi lẽ, nhóm lớn thì phiền toái và dễ bị bể. Ấy là chưa kể đến việc bò vàng chúi mũi vào phá đám. Chúc bạn vui và tìm thêm bằng hữu trong mục đi tìm hơi thở Tự Do trong tình tự của quê hương nhá."

Rồi mai, bạn vượt xa ý nghĩ xem ra thiển cận của tôi. Bạn đi Dã Thảo (hội thảo ngoài trời), đi với một chủ đề lớn vì đất nước. Đọc đoạn văn, kể một câu chuyện về lòng yêu nước... Được như thế thì vui biết mấy. Tôi cầu chúc bạn có được một ngày vui, đầy ý nghĩa bên người thân, bên bạn bè. Tuy nhiên, với một chút kinh nghiệm của người nằm trong hàm của con cá mập, hơn là sợ cái răng bén nhọn của nó, tôi có một câu chuyện muốn nói là:

Bạn biết rất rõ, cái lưới trong tay người ngư phủ ra khơi, khởi đầu chỉ được đan bằng một mắt lưới nhỏ. Rồi từ đó, nhiều mắt lưới kết lại thành một tấm lưới chắc bền để ngư phủ mạnh dạn ra khơi. Ra khơi để thách đố với biển cả, với kình ngư để đem về cho họ cuộc sống đáng sống.

Cũng thế, công viên qúa lớn, ngày hội qúa đông, chúng ta không thể nào không nghĩ đến việc tạo ra cuộc gặp gỡ bằng phương thức mắt lưới. Mắt lưới, thuộc về cái lưới nhưng vẫn là một mắt lưới riêng biệt. Nghĩa là, chúng ta vẫn có ngày Dã Thảo, vẫn đến công viên, vẫn có câu chuyện để nói, để vui cười. Nhưng thay vì tập hợp hàng trăm người tại một chỗ, tôi đề nghị nên giăng ra làm nhiều mắt lưới. Mỗi mắt lưới chỉ cần 5 đến 7 người là vui rồi.

Bạn thân mến,

Việc tạo ra mắt lưới, tôi cho là an toàn và đạt hiệu quả lâu dài, lại rất dễ huy động, gần gũi. Bởi lẽ, các mắt lưới, tuy nhỏ, nhưng không phải là lẽ loi. Trái lại, tất cả đều thuộc về cái lưới trải rộng ra khắp cả công viên, khắp cả hang cùng, ngõ hẻm thành phố, nông thôn. Hơn thế, trên khắp cả nước.

Đó chính là cái nghĩa của cái lưới trong tay người ngư phủ đi chinh phục biển cả. Rồi với từng nhóm nhỏ, không cần phải có thời hạn nào quy định, cuối tuần nào chúng ta cũng có thể gặp gỡ nhau được. Nó trở thành những nhóm bạn hữu bên nhau. Rất dễ đan kết với nhau thành một tấm lưới rộng lớn. Tấm lưới này ngày mai có thể mở ra chân trời mới cho dân ta đấy. Bạn nghĩ xem, chúng ta có thể làm thử được không?

Cầu chúc cho hoa Tự Do nở tràn ra khắp non sông Việt. Để nhà Việt Nam mãi là mái ấm Độc Lập của dân Việt. Ở đó, người dân sẽ cùng nhau xây dựng và chung hưởng sự Tự Do, Công Lý, Dân Chủ, Nhân Quyền trong cuộc sống Thái Bình, Ấm No, Hạnh Phúc và Thịnh Vượng.

Thân mến chào bạn.
Bảo Giang. 4/12

Màu Cờ:
Linh Hồn của Tổ Quốc

Khi còn học lớp Nhất, một hôm, vừa bước vào lớp sau lễ chào cờ, bạn tôi đứng lên hỏi:

- Thưa thầy, Màu Cờ mang ý nghĩa gì với Dân Tộc và với Tổ Quốc ạ?

Đứng nhìn quanh như điểm mặt từng học trò trong lớp, thầy giáo của chúng tôi bảo:

Với quốc gia: Lá Cờ là nghi biểu linh thiêng, sống động của Tổ Quốc. Mọi người có bổn phận phải tôn trọng, giữ gìn.

Với dân tộc: Lá Cờ là sự kết hợp một truyền thống lâu dài, là văn hóa, là biểu hiệu một ý chí kiên cường bảo vệ cuộc sống Công Lý cho chủng tộc trong Tự Do, Công Bình, Nhân Bản. Diễn đạt một ý chí Độc Lập của đất nước.

- Thầy tôi bảo thế, hôm nay bạn nghĩ gì?

Chuyện kể rằng: Ông Thịnh, một cựu chiến binh trong QLVNCH. Từ ngày ra khỏi nước, trong nhà ông, ngoài bàn thờ với bài vị của tổ tiên ra, bao giờ cũng thấy có những biểu tượng mà ông đã "một đời" hy sinh vì lý tưởng như Cờ Vàng, tấm huy chương, hay tấm hình ngày ông quỳ xuống nhận trách nhiệm với non sông. Tất cả được đặt ở những vị trí trang trọng nhất. Rủi thay, đứa con ông dứt ruột đẻ ra. Khi CS vào, chính ông cõng nó, ông bồng nó trốn chạy cộng sản ra hải ngoại. Niềm vui chưa kịp đến khi nó khôn lớn, là một bác sỹ, kỷ sư, luật sư…. lại đến câu chuyện ông mất con.

Chuyện là, sau vài chuyến về Việt Nam với cô bạn gái là du học sinh. Chẳng biết nghe ai xúi, Minh (lại cũng tên Minh!) một bác sỹ mới ra trường, anh dũng mang về nhà tấm hình Hồ chí Minh và cái lá cờ của cộng sản Phúc Kiến. Nó treo lên bức tường chính của phòng khách.

Ông Thịnh đi làm về nhìn thấy. Máu uất bốc lên. Ông giật ngay cái lá Cờ Đỏ và tấm hình có nắm lông mồm của HCM quẳng ra ngoài sân. Minh bất bình, lớn tiếng kết tội ông bố độc tài, ích kỷ, thiếu ý thức chính trị, không tôn trọng tự do của người khác.

Cuộc khẩu chiến bùng lên. Ông Thịnh săn tay áo lên "Nói *thế là mày phản bội lại những hy sinh của gia đình này, mày không sứng đáng ở lại đây. Hãy thu đồ ra khỏi nhà ngay. Mày tưởng là bác sỹ, là luật sư là lên bằng giời, là có ý thức chính trị hay sao? Đi, đi ngay! Công lao tao đưa mày đi vượt biển, nuôi mày ăn học, kể bỏ. Đi, đi ngay! Tao thà là không có mày, còn hơn bị nguyền rủa"!*

Mặc cho bà vợ réo gào. Lệnh vẫn xé màng tang. Minh cũng "hách" không kém, cuốn cờ, nhặt lấy tấm hình, vơ vội ít quần áo, dàn nhạcở trong phòng riêng, cho vào cái va li, lái xe ra khỏi nhà, theo sau là tiếng như thét của ông Thịnh: *"Để xem mày đi được bao lâu. Tốt nhất là về bên đó mà sống luôn với nó (cờ đỏ), đừng ở đây, ăn cơm gạo ở xứ này làm tủi nhục cho bố mẹ mày, tủi nhục lây cho những người đi tỵ nạn! Đi, Đi cho khuất mắt."!*

Đọc Đèn Cù của Trần Đĩnh cũng có câu chuyện tương tự: *"tình cờ gặp Minh Trường, phóng viên nhiếp ảnh Thông tấn xã năm 1971 đã cùng tôi vào vùng rốn lụt của Hải Dương. Anh thuộc lớp người đầu tiên về Sài Gòn chiến thắng. Nhưng anh đã nếm một chiến bại đớn đau. Hơn một năm sau kể lại với tôi, giọng anh vẫn run run như nghẹn lại. Lẽ tất nhiên anh rất vui khi lần đầu tiên trở lại đứng trước nhà mình bấm chuông. Thì mẹ anh mở cửa. Thì mẹ liền chắp hai tay lạy: - Anh còn sống thì tôi mừng nhưng anh về thì tất cả các đứa con bao lâu nay sống với tôi, chăm sóc phụng dưỡng tôi đều đã bị các anh lôi đi tù hết mất rồi. Anh về thì nhà này tan nát, thì tôi trơ trọi. Thôi, tôi xin anh, anh đi với đồng chí của anh đi cho mẹ con tôi yên"* (tr 486)

Hai câu chuyện về Màu Cờ, một xảy ra ở bên Mỹ, một bên ta cách nhau có đến gần ba mươi năm, chẳng hẹn mà cùng có một kết quả. Trước mắt, nó làm cho hai gia đình trong cuộc tan nát, ly tan. Thoáng nhìn, có người cho rằng "xử sự" như thế là khắt khe, là không công bằng, là áp bức không có tự do?

Với tôi, luận điệu phản bác này là ấu trĩ, như đứa trẻ lên ba chưa biết mặc quần đã biết làm "cách mạng VC". Bởi lẽ, nếu lá Cờ Vàng và tấm hình của TT Diệm xuất hiện ở trong một gia đình nào đó trong vùng đất cộng sản chiếm đóng thì gia đình ấy sẽ ra sao? Liệu có phải chỉ là cuộc "khẩu chiến" xuông trong nhà, hay sẽ là cảnh chủ nhân bị cán cộng đến bịt mắt đưa đi vào lúc nửa đêm? Lúc ấy có là tự do, có là thiếu hiểu biết chính trị hay không?

Như thế, ông Thịnh và bà mẹ Việt Nam trong Đèn Cù có đủ lý do khi có quyết định này. Họ là người tôn trọng lẽ phải. Có trách là trách con ông như kẻ xa đà, lỡ nghiện thuốc phiện. Nó không chỉ phản bội lại chính lòng hy sinh, mồ hôi, nước mắt và có thể cả máu của ông mà thôi, nhưng còn là sự phản bội với đồng bào, những người chiến binh đã hy sinh xương máu để bảo vệ Màu Cờ Tự Do, Độc lập của dân tộc nữa.

Sự phản bội này xem ra rất khó "hóa giải". Theo đó, giải pháp tình thế này (của ông) được coi là khả dĩ hơn là chuyện giữ "yên lặng", để cho tình cha con mỗi ngày chồng chất thêm đau thương, lẫn hận thù trong cuộc sống giả dối. Đã thế, đây còn là cơ hội để cho con ông tự biết trái, biết phải. Biết suy nghĩ và biết sống cho nên người chân thật. Chuyện bà mẹ của Minh Tường cũng thế. Bà đã không còn chọn lựa nào khác. Thà mất con (như đã từng mất khi nó thoát ly ra đi) hơn là chấp nhận cho nó mang tội ác và gian trá về nhà! Cuộc chiến trong nhà, nơi chỉ có tình cảm còn gay gắt thế. Nói chi đến cuộc chiến ngoài xã hội, nơi tựa vào lý lẽ nhiều hơn. Nhưng từ đâu, cuộc bể dâu đã đổ xuống thân phận Việt Nam?

I. Đôi dòng Lịch Sử.

1. Cờ Vàng.

Từ rất xa, khoảng năm 40 sau công nguyên, nước ta còn bị Tàu phương bắc đô hộ. Hai bà Trưng, đã dùng Cờ Vàng để khởi nghĩa, đánh đuổi quân xâm lăng. Bà lấy lại 65 thành trì để xưng vương. Từ đó sắc cờ Vàng luôn ẩn hiện trong các triều đại kế tiếp. Đến triều Nguyễn, hai sọc đỏ được thêm vào lá Cờ Vàng, và kích thước cũng khác đi, Đến năm 1945, một sọc đỏ (đứt quãng) được thêm vào giữa hai sọc đỏ có từ trước. Rồi vào năm 1948, cựu hoàng Bảo Đại đã cho nối liền sọc đỏ ở giữa lại.

Từ đó trên toàn cõi Việt Nam, từ bắc chí nam, chỉ có một màu Cờ Vàng tung bay theo nước rộng sông dài, là nghi biểu thiêng liêng của đất nước. Màu Cờ Vàng là sự kết hợp một truyền thống, một lịch sử, một văn hóa, biểu hiệu, một ý chí kiên cường bảo vệ cuộc sống cho chủng tộc trong Tự Do, Công Bình, Nhân Bản và diễn đạt một ý chí Độc Lập của dân tộc. Đó là màu cờ của sự sống.

2. Cờ Đỏ.

Vào khoảng năm 1940, Hồ Quang cũng gọi là Hồ chí Minh, (trích theo tài liệu trong quân ủy trung ương Trung cộng và tài liệu chính quy của CSVN) là thiếu tá tại chức, tùng sự trong bát lộ quân, ngành điện báo của Trung cộng dưới quyền chỉ huy của tướng Chu Đức, đã được lệnh xâm nhập vào Việt Nam. Khi vào Việt Nam Y mang theo lá Cờ Đỏ có một sao vàng là cờ khởi nghĩa của đảng cộng sản Phúc Kiến do Li ji Shen lãnh đạo.

Sau khi vào Việt Nam, theo Võ Nguyên Giáp, lá Cờ Đỏ ban đầu dùng làm cờ lệnh của đảng. Sau biến cố cướp chính quyền của Việt Minh vào năm 1945, nó trở thành Lá Cờ của nước Việt Nam Dân Chủ Cộng Hòa do Hồ chí Minh lãnh đạo, để từ đây thi hành những chỉ thị từ Trung cộng.

Sau ngày 30-4- 1975, nó là biểu tượng của nhà nước CHXHCNVN trở thành bàn đạp cho bá quyền Trung cộng tràn xuống phương nam. Nó là Màu Cờ chuyên chở số phận con người trở về, lệ thuộc và sống trong nô lệ. Chính nó, từ Liên Sô, Trung cộng đã giết chết cuộc sống của nhiều dân tộc, trong đó có Việt Nam. Nó giết chết hết tất cả mọi niềm tin, mọi hy vọng, mọi yêu thương, mọi nhân ái trong lòng người Việt nam. Nó giết chết cuộc sống yên bình của con người. Nó đẩy dân tộc ta vào cảnh khổ đáy điêu linh.

Với một nguồn gốc, lịch sử và văn hóa khác biệt, xung khắc, tàn bạo như thế, chắc chắn không bao giờ có thể có sự dung hòa giữa hai Màu Cờ này. Trái lại, sẽ là cuộc đối đầu và loại trừ nhau một cách vĩnh viễn. Sự loại trừ này giống như sự thiện, công lý không thể chấp nhận tội ác và gian trá. Từ đó, Sự Thiện, Công Lý và gian trá là cuộc chiến không bao giờ chấm hết.

Dĩ nhiên, cuộc chiến giữa hai Màu Cờ sẽ chỉ là một giai đoạn và nó sẽ kết thúc với một mất, một còn. Cờ Đỏ có thể đã thành công trong hơn bốn mươi năm qua, nhưng Cờ Vàng không bao giờ biến mất. Từ đó cho thấy, khi cờ Vàng quay về thì cờ Đỏ sẽ vĩnh viễn bị chôn vùi, bị xé bỏ, không còn một ai nhắc nhở đến nó nữa, ngoài trừ tội ác và gian trá do nó gây ra.

II. Màu cờ nào là biểu tượng, sống mãi trong lòng người?

Cờ Vàng, những tưởng là đã tan biến đi từ biến cố 30-4-1975, không còn ai nhắc nhở đến nữa. Kết quả, lại vượt qua sức tưởng tượng của tất cả mọi người. Cờ Vàng không những chỉ tung bay trên bầu trời thế giới, là biểu tượng sống của Việt Nam Tự Do. Đã thế, còn là niềm tin yêu, là hy vọng, là sức sống tuyệt đối cho mọi ánh mắt của mọi người ở trong nước cũng như trên thế giới cùng hướng về.

Tại sao Cờ Vàng, sau bốn mươi năm không còn hiện diện trên bầu trời Việt Nam, lại trở thành một niềm tin tuyệt đối để mọi người cùng dõi mặt về? Người dân dõi mắt về đặt niềm tin hay chỉ là hoài niệm?

Tôi cho rằng, sẽ không có câu trả lời nào chính xác hơn là: Chính Cờ Đỏ đã dạy cho người dân Việt Nam biết đặt niềm tin và trông chờ vào sự trường tồn của Dân Tộc. Chính Cờ Đỏ cũng đã chỉ ra rằng: Chỉ có Cờ Vàng mới khả dĩ đáp ứng được yêu cầu khát vọng Tự Do, Dân Chủ, Nhân Quyền, Công Lý và sự Độc Lập của Tổ Quốc cho người dân Việt Nam. Nói cách khác, Cờ Đỏ, dẫu thắng trong cuộc chiên, nó đã lộ nguyên bản chất là một thứ dẻ rách đầy bội phản do CS đi vay mượn về để gây ra tội ác cho dân tộc. Theo đó, về lâu về dài, Nó phải bị loại bỏ khỏi cuộc sống của người dân Việt Nam. Bởi lẽ:

1. Với người sống tại miền nam.

Có thể nói một cách công bằng là. Cuộc sống của người miền nam, trước 30-4-1975, không phải là cuộc sống ở trên thiên đàng. Trái lại, ở đó có chiến tranh, ở đó có tang thương vì cuộc chiến. Ở đó có những sáo trộn về chính trị qua những cuộc đảo chánh rồi chỉnh lý. Ở đó, không ai được hứa hẹn là hết chiến tranh sẽ được xây dựng lại bằng mười năm xưa. Nhưng trong cuộc sống với đầy những khó khăn ấy, người người đã tích cực vun trồng hai chữ Việt Nam và đưa miền nam vào cuộc sống rất đáng sống và rất đáng hãnh diện trên trường quốc tế.

a. Về kinh tế,

Miền nam trong chiến tranh, nhưng không nghèo khó. Người ở miền nam chưa bao giờ phải trắng mắt lo toan ngày mai ăn gì, mặc gì. Lúa gạo, thịt cá ê hề, người dân muốn mua sắm thế nào tùy thích. Chưa có người dân nào phải đi mua hay chầu chực mua lấy nửa ký gạo, nửa ký cá, vài lạng tôm bao giờ. Đã thế, ngoài đường thì tràn ngập các loại xe máy, xe hơi. Về công nghệ thì đã sản xuất được xe La Dalat. Thành phố Sài Gòn đã có những thay đổi đáng kể, nó trở thành một thành phố đáng ngưỡng mộ từ các nước Đông Nam Á Châu.

b. Về văn hóa.

Phải nói ngay rằng, nền văn hóa nhân bản dân tộc đã được phát triển một cách toàn diện và rộng rãi tại miền nam Việt Nam. Ở đó tinh thần Nhân, Lễ, Nghĩa, Trí, Tín, Trung, được đặt lên hàng đầu trong giáo dục công dân. Tạo cho người dân có ý thức trưởng thành về lòng yêu nước, về truyền thống độc lập và thấu hiểu lịch sử của dân tộc một cách rõ ràng, chính xác.

Bên cạnh đó là sự tôn trọng nền văn hóa lành thánh của các tôn giáo đã tạo cho xã hội miền nam một bộ mặt hài hòa về nhân nghĩa và đạo đức. Nạn trộm cắp không thường thấy, những tệ nạn xã hội không phải không có nhưng rất ít gặp. Riêng những tội đại nghịch bất đạo như giết cha mẹ, vợ chồng giết nhau thì hàng năm trời cũng không nghe đến một vài. Nói chi đến những trường hợp tình nhân, yêu nhau bỏ nhau là có thể ra bản án tử cho đối tác như hôm nay.

d. Phần đời sống chính trị.

Sự tự do, nhân phẩm, nhân quyền của người công dân được luật pháp bảo vệ và tôn trọng. Một người công dân không thể bị coi là có tội cho đến khi bị toà tuyên án. Không ai có thể bị bạo hành từ các cơ quan trách nhiệm. Ở đó là một xã hội nhân bản. Nếu không có tiếng súng đùng chát phá làng phá xóm của Cờ Đỏ trong đêm khuya thì quả là một cuộc sống đầy hoan lạc.

Tuy nhiên, sau ngày 30-04-1975, Cờ Đỏ được kéo lên cao như một dấu chỉ khác. Niềm vui chưa kịp đến vì im tiếng súng. Toàn cảnh miền nam đã rơi vào trong hỗn loạn, hoang mang và thực sự là đối diện với lo âu và nỗi chết. Trước tiên, hàng trăm ngàn người thuộc mọi giai tầng trí thức ở miền nam trong hàng ngũ quân, cán, chính đều bị đẩy vào các trại tù.

Trong lúc hàng trăm ngàn người bị đẩy vào các trại tù khổ sai, biệt tin, tạo nên những bản tin đồn làm náo động lòng người thì ngày 12-6-1975, báo Sài Gòn Giải Phóng có bài xã luận với những lời lẽ phải được coi là loại cực kỳ vô văn hóa, nếu như không muốn nói là vô giáo dục, khi nó mô tả về những người lính miền nam bị lùa vào tù như sau: *"Đế quốc Mỹ và tay sai đã biến chúng từ con người thành ra dã thú. Cách mạng phải cải tạo chúng từ thú trở lại thành người. Phải giam chúng lại để chúng không làm hại nhân dân được nữa. Đồng thời phải cải tạo chúng để chúng cải tà quy chính".*

Phần Nguyễn Hộ, Một cán bộ nhớn trong thành uỷ của tập đoàn này thì huych toẹt ra cái chủ trương man rợ của những kẻ còn ăn lông ở lỗ của CS khi vào nam là: *"Đối với bọn Ngụy quân, Ngụy quyền, nhà của chúng: ta ở; vợ của chúng: ta xài; con của chúng: ta bắt làm nô lệ; còn bọn chúng nó: ta giam cho đến chết!"* Quả là kinh hãi thay!

Kế đến là những cuộc đổi tiền. Cuộc đổi tiền mà cán cộng rêu rao trên báo chí là: *"Miền nam đã có một nền tiền tệ mới, khai sinh từ sự độc lập toàn vẹn của sứ sở. Nó đã kết thúc 30 năm sống dơ và chết nhục của đồng bạc Sài Gòn".*

Nay, hỏi xem thế nào rồi? Sài Gòn ra sao? người dân VN sống ra sao?

Thật là ghê tởm thay những cái mồm loa gian trá, điên đảo của những nhà cách mạng chưa biết mặc quần! Họ tuyên truyền đây là "tiền *của nước độc lập*"? Hãy hỏi xem, độc lập mà phải sống dựa hơi vào đồng tiền "Mỹ Ngụy" năm xưa để cầu sống qua ngày ư? Sao mà vinh quang thế? (còn tiếp)

Bảo Giang. 1/2015
Ghi nhớ tháng tư đen.1975.

Tôi chống cộng bằng máu chảy về tim

Trong ngôn ngữ và văn học Việt Nam, chữ "chống" là một động từ, luôn cần phải có một trợ từ đi kèm để làm cho rõ nghĩa của chữ chống. Thí dụ như:

- Chống đỡ: Chống cho cái cột đứng thẳng lên, cho cái cây nghiêng khỏi bị đổ ập xuống...

- Chống bão: Phương cách làm giảm thiểu thiệt hại do cơn bão gây ra.

- Chống Tàu: Là không cho chúng tràn sang, áp đặt, khống chế dân ta, hoặc đuổi xâm lăng ra khỏi nước.

- Chống cộng: Là những hoạt động nhằm loại trừ CS ra khỏi đời sống của xã hội VN. Là chôn nó đi.

Như thế, chống cộng là một ý niệm tự nhiên của tư tưởng, biến thành một thái độ tích cực, được thể hiện rộng rãi bằng những ngôn từ, chữ viết hay hành động của những người lương thiện yêu nước. Theo đó, công tác này, có một mục đích duy nhất là loại trừ, khai tử lý thuyết cũng như chế độ CS ra khỏi mọi sinh hoạt trong cộng đồng nhân loại. Ở đây là Việt Nam. Tại sao lại như thế?

Bởi vì cộng sản với lý thuyết Tam Vô, được đảng cộng sản đem vào thực hiện trong guồng máy chính trị bằng thủ thuật gian dối và bạo lực. Nó áp đặt rồi xâm phạm, trấn áp, chi phối mọi sinh hoạt thường nhật của cá nhân, của gia đình. Tệ hơn thế, nó còn chủ trương vô đạo hóa tất cả các sinh hoạt từ văn hóa, nghệ thuật đến chính trị và tôn giáo trong xã hội.

CS bức bách, thúc đẩy con người rơi vào cuộc khủng hoảng đạo đức, khủng hoảng niềm tin, tạo ra tội ác và gian dối. Từ đó, việc chống cộng sản trở thành một chủ trương, một sách lược chung, không phải của riêng cá nhân hay một quốc gia nào, nhưng của mọi người với mục đích rõ ràng và dứt khoát. Từ đó, việc chống cộng trở thành một bổn phận, một trách nhiệm thiêng liêng của mọi người và nó không hề có quy định cho một thời hạn nào. Bao lâu sự gian trá bất lương là tàn tích của lý thuyết hay chế cộng sản còn xót lại, bấy lâu công cuộc chống cộng sản vẫn chưa hết nhiệm vụ.

Theo tinh thần này, người dân từ những nước không bị cộng sản chiếm đóng như Mỹ, Anh, Pháp, Tây Đức, Ý., Úc ... họ đều biểu lộ tinh thần chống và loại trừ cộng sản ra khỏi mọi sinh hoạt trong xã hội của họ một cách tích cực. Hơn thế, họ còn hỗ trợ các quốc gia bị cộng sản chiếm đóng nhằm loại trừ chúng ra khỏi những nơi đó, và góp sức bảo vệ những phần đất còn lại trên thế giới chưa bén mùi cộng sản. Họ như thế, chẳng lẽ, người dân trong các nước bị cộng sản chiếm đóng, bị chúng làm cho thoái hóa đời sống nhân bản lại không hề chống cộng sản ư? (trường hợp những thành phần bị phong cùi tâm hồn, bị bệnh thần kinh thể lý hay bị khuyết tật như mù lòa, câm, điếc... thì không kể đến trong câu hỏi này).

Như thế, Nếu có ai đó vẽ vời, bảo rằng không hề chống cộng sản, tệ hơn, lập luận chống cộng là "có hại", tôi tin rằng họ, một là không có hiểu biết gì về bản chất của cộng sản, nhưng thích khoa trương ngôn ngữ với lý luận diêm dúa, hở hang. Hai, đó không phải là ý thức, ý chí của người dân lương thiện ở trong những nước đã bị cộng sản chiếm đóng. Bởi lẽ, tất cả mọi người dân ở dưới chế độ ấy, như ở Việt Nam hiện nay, đều muốn nói lên một điều đơn giản, rõ ràng, thay vì diễn từ bằng những lý luận vòng quanh là: Họ không chỉ chống, mà là căm thù và muốn loại trừ chế độ CS này ra khỏi cuộc sống của họ tức khắc.

Theo họ, việc có những tư tưởng bảo cộng sản đã chết rồi, hoặc giả, chống cái thừa thãi, chống cái không còn, phải được hiểu là những hoang tưởng bệnh hoạn, bạc nhược, đầy ích kỷ, thiếu trách nhiệm và thiếu lý trí nhân bản. Nó có thể ứng hợp với cái nhãn hiệu thích rêu rao sáo ngữ phường tuồng ở thời thượng cổ chưa được khai hóa, hơn là thực tại. Bởi vì, không ai có thể dửng dưng, đứng nhìn con quái thú hung bạo đang cắn xé cha mẹ, anh em hay đồng bào của mình, mà lại không có bất cứ một hành động nào chống lại nó, dù nhỏ.

Ở đây, xin gạt bỏ ra bên ngoài cuộc bàn cãi, hay ngụy luận ru ngủ, ươn hèn bảo rằng chủ thuyết cộng sản đã chết, đã sụp đổ từ năm 1991 theo sự tan hàng của Liên Bang Sô Viết và Đông Âu, nên *"chống cộng là chống cái thừa thãi, chống cái không còn và có hại"* (NHQ)! Và cũng gạt bỏ ra bên ngoài tất cả những nhận định về cộng sản đến từ mọi phía, như chủ nhân của hệ thống cộng sản Mikhail Gorbachev và lời chứng: *"Tôi đã bỏ một nửa cuộc đời cho lý tưởng cộng sản. Hôm nay tôi đau buồn mà thú nhận rằng: cộng sản chỉ biết tuyên truyền và dối trá.".* Hay với chủ tịch nhà nước Nga rồi trở thành TT Nga, Borris Yelsin, người dơ chân đạp đổ cường quyền Liên Sô bằng tiếng thét để đời *"Cộng sản không thể nào sửa chữa, mà cần phải đào thải nó".* Hoặc ôn hoà, bình thản như nữ thủ tướng Đức, Angela Merkel cho rằng: *"Cộng sản đã làm cho người dân trở thành gian dối".*

Hoặc là, Nghị quyết 1481 ngày 25-01-2006 của Hội Đồng Nghị Viện Âu châu đã công bố trong *Điều 9: "Các chế độ độc tài toàn trị còn lại trên thế giới vẫn tiếp tục gây tội ác. Không thể dùng quan điểm quyền lợi quốc gia để biện hộ, lấp liếm sự lên án của cộng đồng nhân loại với các tội ác của các chế độ toàn trị này. Quốc hội chung châu Âu cực lực lên án tất cả mọi vi phạm quyền con người trong các chế độ cộng sản, coi nó như là tội ác chống nhân loại...",* để làm dẫn chứng cho bài viết *"Tôi chống cộng bằng máu chảy về tim"* của tôi.

Thay vào đó, Tôi viết từ nguồn của những sự kiện có thật, đã và còn đang xảy ra trên đất nước Việt Nam, nơi bị chủ nghĩa cộng sản chiếm đóng và đảng cộng sản quốc tế (đã thu hẹp lại) thống trị. (Tôi gọi là thu hẹp lại vì nó gồm Trung cộng, Việt cộng, bắc Triều Tiên, Cuba... vẫn chiếm khoảng 2/5 dân số thế giới). Như thế mà bảo nó chết rồi ư?

Kế đến, Tôi viết bằng chính những sự kiện hiện hữu hôm nay, còn đang ở trước mắt mọi người đây. Những sự kiện mà mọi người có thể trông thấy, chứng thực được. Từ đó, tôi xác định cho chính việc làm của mình là: Tôi chống cộng bằng dòng máu chảy về tim của dân tộc. Tôi chống cộng vì sự sống tương lai của đất nước. Tôi không chống cộng cho tôi. nhưng cho đất nước tôi. Tôi không chống cộng vì tôi, nhưng vì bảo vệ ý thức nhân bản và xã hội của con người. Bảo vệ nhân sinh quan của con người và của đất nước. Trước hết:

1. Vì Tổ Quốc Việt Nam.

Tổ Quốc hay giang san Việt Nam là một giải đất liền lạc, kéo dài từ ải Nam Quan đến mũi Cà Mâu, và bao gồm cả vùng biển đảo ngoài khơi như Hoàng Sa, Trường Sa, Phú Quốc... là một quốc gia Độc Lập, Tự Chủ. Không thể bị bảo hộ, bị đặt dưới ách thống trị hay bị chia cắt, tách rời ra bởi bất cứ một thế lực thực dân hay là chủ nghĩa Tàu hay Tây ngoại lai nào hết. Phần đất ấy vĩnh viễn thuộc chủ quyền của người dân Việt Nam. Đó là điều khẳng định về đất nước tôi. Nhưng:

Vào ngày 03-02- 1930, Hồ chí Minh đã lập tổ cộng sản ở trên phần đất Việt Nam. Tổ cộng sản này hoàn toàn lệ thuộc vào hệ thống cộng sản quốc tế và đặt dưới quyền điều khiển trực tiếp của Trung cộng và Liên sô. Ngày 2-9- 1945, Hồ chí Minh, (có nhiều nguồn tin gần đây cho rằng y là Hồ tập Chương, người Tàu gốc Hẹ đóng vai, hơn là Nguyễn tất Thành gốc ở làng Kim Liên, Nam Đàn) và tập đoàn cộng sản đã cướp được chính quyền tại Việt Nam và thành lập nhà nước cộng sản trên một nửa phần đất nước này. Ngoài mặt, HCM và tập đoàn cộng sản không ngừng rêu rao việc hưng quốc, kiến quốc, no cơm ấm áo cho đồng bào. Nhưng thực chất là đã làm bại hoại quốc gia Việt Nam trên trường quốc tế, và phá nát đời sống hiền hòa, an vui của người dân trong quốc nội. Bằng chứng ư?

Vào năm 1951 dưới sự lãnh đạo của HCM, và với tư cách TBT đảng cộng sản VN, rồi nhân danh "ỦY BAN HÀNH CHÁNH KHÁNG CHIẾN VIỆT NAM DÂN CHỦ CỘNG HÒA NĂM THỨ VII", Trường Chinh, Đặng xuân Khu chính thức gởi văn thư cho đồng bào Việt Nam với chủ đề "*Việt Minh vận động cho Việt Nam làm chư hầu Trung Quốc*" trong đó nêu rõ hai điểm làm ô nhục, bại hoại, xỉ nhục cho quốc thể Việt Nam như sau:

Thứ nhất, kêu gọi người Việt Nam không dùng chữ quốc ngữ, là chữ viết của riêng mình, để trở lại học chữ Tàu. Thứ hai, kêu gọi mọi người từ bỏ khoa học văn minh, nhưng dùng thuốc tễ của Tàu, vì nó là thầy của mình. Chinh viết "*Tại sao lại nhận vào trong nước Việt Nam yêu mến của chúng ta, là một nước biết bao lâu làm chư hầu cho Trung quốc, cái thứ chữ kỳ quặc của bọn da trắng*" Hỏi xem, Việt nam đã có độc lập từ bao ngàn năm trước, mà Chinh dám viết: "*là một nước biết bao lâu làm chư hầu cho Trung quốc*".

Có phải khi viết như thế là Y muốn nói: VN vẫn làm chư hầu cho Trung quốc thì nay không có lý do gì tách rời ra. Trái lại, vẫn phải xin để được tiếp tục làm chư hầu? Hãy hỏi xem, Y có từng học biết về lịch sử của Việt Nam không? Nếu có chút kiến thức Việt Nam, há Y không biết rằng: Dẫu nước ta có bị Tàu đô hộ nhiều trăm năm, nhưng cha ông ta không bao giờ chịu nằm im, làm chư hầu cho TC.

Tiền nhân ta không có tính ươn hèn đưa dân làm gối cho chúng đệm, hoặc giả, cúi lưng luồn lách theo chúng. Trái lại, luôn đứng thẳng làm người, luôn chống lại ách đô hộ và tìm cách tống khứ quân xâm lược ra khỏi nước. Nhưng nay thì Việt Minh Cộng sản lại chủ trương đi xin cho Việt Nam làm chư hầu cho Trung cộng. Như thế chúng là tập đoàn gì đây?

Rồi chính HCM, cũng tự nguyện xin làm nô lệ cho ngoại bang khi y viết thư xin sự chuẩn nhận của Stalin để giết đồng bào Việt Nam vào ngày 31-10-1952. Hồ viết: *"Đồng chí Stalin kính mến, Tôi gởi cho đồng chí đề án cải cách ruộng đất của đảng Lao Động Việt Nam (tên của đảng cộng sản lúc bấy giờ). Đề án này tôi đã hoàn thành với sự giúp đỡ của hai đồng chí Liu Shaoshi và Van szia-Sian. Đề nghị đồng chí tìm hiểu và đưa ra chỉ thị về đề án này"*.

Hỏi xem, khi viết đề án và thư này với hai người Tàu trợ giúp, Hồ có coi tập thể người Việt Nam là đồng bào với Y, hay Y có nghĩ gì về Tổ Quốc Việt Nam hay không? Rồi cũng dưới sự chỉ đạo của HCM, Phạm văn Đồng đã viết công hàm vào ngày 15-8-1958, công nhận chủ quyền biển đảo thuộc Hoàng Sa, Trường Sa của Việt Nam là của Trung Cộng. Việc làm này còn di họa cho đến bao giờ đây? Thêm vào đó là những hiệp thương biên giới 1999 và 2000 (đều xảy ra sau năm 1991) để Nam Quan, Bản Giốc, Lão Sơn, Tục Lãm và hơn phân nửa vịnh Bắc bộ nay là đất của Tàu. Hỏi xem, những việc làm này có phản dân tộc không?

Ấy là chưa kể đến những khế ước, phải được coi là những nhượng địa cho Tàu nằm trong nội địa Việt Nam như Vân Đồn, Bắc Vân Phong, Phú Quốc hay vùng cao nguyên, mà người ta không thể xác định được diện tích thật của những nhượng địa này là bao nhiêu nữa. Với những chứng cứ rõ ràng ấy, tôi khẳng định rằng, việc chống cộng sản của tôi, cũng như của đồng bào VN yêu nước là dòng máu chảy về tim của Tổ Quốc. Nó không phải là lời rao với gía áo túi cơm. Kế đến:

2. Vì đồng bào Việt Nam.

Với tôi, nhóm chữ "đồng bào Việt Nam" luôn mang một ý nghĩa đặc biệt, nếu như không muốn nói là nó có cả tính linh thiêng trong lòng dân tộc nữa. Bởi, nó luôn nhắc nhở cho người dân Việt Nam biết và nhớ về cội nguồn cùng một bọc mà sinh ra. Như thế, một phần của nơi này bị xúc phạm, bị đau đớn, bị chia cắt, bị hành hạ thì tất cả những phần còn lại cũng đau đớn và xót xa lây như chính mình bị hành hạ, bị xúc phạm, bị chia cắt. Vì mọi người đều cảm nghiệm một nỗi đau chung trong thân thể Việt Nam của mình.

Ai cũng biết, Việt Nam trải qua một lịch sử dài, đầy dẫy những tai ương. Tai ương bị thống trị bởi ngoại bang, bị chà đạp dưới gót giày của bọn thực dân, bành trướng. Nhưng ngay dưới thời bị đô hộ bởi giặc Tàu, giặc Tây, đồng bào Việt Nam chưa bao giờ bị một tổ chức chính quyền, hay thái thú nào tàn xát họ một cách độc ác, dã man, ghê rợn và có hệ thống cho bằng dưới thời cộng sản của Hồ chí Minh.

Cho đến nay, không ai có thể kiểm chứng được con số xác thực về số nhân mạng người Việt Nam bị Việt Minh cộng sản giết hại trước và sau ngày chúng cướp được chính quyền là bao nhiêu. Chỉ riêng trong mùa đấu tố, đồng bào Việt Nam đã quằn qoại trong đau thương với hơn 170,000 người Việt Nam bị giết, hàng trăm ngàn gia đình bị ly tán.

Trước nỗi đau đớn ngàn đời không thể quên ấy, Hồ chí Minh hồ hởi tuyên bố cuộc giết hại đồng bào ta là một chiến thắng *long trời lở đất* của Y! Xin nhớ, từ "long trời lở đất" hầu như chỉ được dùng và ám chỉ đến cuộc chiến thắng vĩ đại của vua Quang Trung trong việc đại phá quân thanh vào mùa xuân Ất Dậu năm xưa. Đây là Cuộc chiến thắng đã làm tan hồn bạt vía quân xâm lược đến nỗi tướng soái chỉ huy của chúng đã phải thắt cổ mà chết! Nhưng nay, Hồ chí Minh lại nghênh ngang tuyên bố, việc giết hại hơn 172000 người Việt Nam và cướp đoạt toàn bộ tài sản của dân, của nước vào tay đảng cộng sản, là một chiến thắng "long trời lở đất"! Như thế là ý gì? Hỏi xem, Y giết người Việt cho ai đây? Hỏi xem, Y có phải là người Việt Nam không?

Hỏi xem, có phải Hồ chí Minh đã báo thù cho Tàu (quân nhà Thanh) khi Y tuyên bố như thế hay không? Hay còn vì một lý do nào khác? Ấy là chưa kể đến việc chúng gây ra chiến tranh, làm chết thêm biết bao nhiêu sinh mạng của dân tộc. Ấy là chưa kể đến cuộc tàn sát tắm máu người dân Huế khi chúng tạm chiếm được thành phố trong 33 ngày dịp tết Mậu Thân 1968 và đẩy hàng triệu người phải ra đi biệt xứ sau 30-4-1975.

Ai huyênh hoang trí thức, hoặc giả, người gía áo túi cơm nào tuyên bố không hề chống cộng, hay chống cộng là có hại. Có vui mừng, có vỗ tay reo mừng theo cái chiến thắng "long trời lở đất" của Hồ chí Minh trong mùa đấu tố hay không? Phần tôi, và tôi tin rằng tất cả đồng bào Việt Nam dứt khoát là không. Trái lại, sẽ mãi mãi lên án những kẻ điên cuồng đã giết hại đồng bào của mình.

Ai cũng biết, người ta lên án Hitler là một tên đồ tể của nhân loại. Tuy thế, y cũng không ngu ngốc đi giết hại đồng bào của Y. Nhưng chỉ có cộng sản, từ Stalin, Lênin, Mao rồi đến Hồ... thì vui mừng trên những xác của người dân và tạo nên những tội ác kinh thiên trong lịch sử. Rõ ràng, CS không chỉ phạm tộc ác đối với nhân loại mà còn với dân tộc của mình nữa. Theo đó, việc nhân dân Nga treo cổ Lenin, Stalin lên (theo hình từ cái xe cần trục) không có gì là lạ. Chuyện ấy chắc chắn phải đến tại Việt Nam. CS phải bị loại trừ vĩnh viễn ra khỏi cuộc sinh hoạt của đồng bào Việt Nam mai sau. Chúng phải bị loại trừ vì:

3. Vì nền luân ly, đạo đức của xã hội Việt Nam bị CS xúc phạm.

Ai cũng biết tinh thần Trung, Hiếu, Nhân, Lễ, Nghĩa, Trí, Tín trong nền văn hóa và luân thường đạo lý của Việt Nam đã là cột sống nuôi dân ta bước qua và trưởng thành từ mấy ngàn năm nay. Nhưng bi thảm thay, từ sau ngày 3-2-1930 đến nay, CS không ngừng gieo rắc vào trong lòng dân chúng Việt Nam, đặc biệt là những thế hệ đến sau, một thứ luân lý và đạo đức, được gọi là đạo đức HCM. Lúc đầu, người người ngơ ngác nhìn, hỏi nhau, đạo đức HCM là thứ đạo đức gì nhỉ? Câu trả lời lúc đầu là: Chẳng ai mà biết nó là cái giống gì. Cho đến một ngày, khi tiếng trống mở hội đấu tố bùng lên với chiến thắng "long trời lở đất", người người mới vỡ lẽ ra, hoảng hốt bảo nhau. A, có rồi đây, bà con ơi, "đạo đức HCM" đây này, ra mà xem. Tên nó là:

A. Vô đạo, bất nhân.

Tại sao người dân lại có phản ứng như thế? Bởi vì, sách lược đấu tố tàn bạo của cộng sản VN vào mùa 1953-56 không chỉ cướp đi mạng sống của hơn 172000 đồng bào ruột thịt của Việt Nam. Nhưng nó còn mục đích tiêu hủy nền đạo lý của Việt Nam. Nó đã giết chết sự sống nhân bản của dân tộc bằng phương thức rình rập, đấu tố lẫn nhau bằng gian dối, để từ đó lòng người không còn chữ Nhân, xã hội không còn chữ đạo lý. Nó giết chết luân thường đạo lý bằng bài ca: *"Giết, giết bàn tay không ngưng nghỉ?"* (TH)

B. Bất trung, bội tín.

HCM luôn dùng chiêu bài dân tộc để lừa dối đồng bào Việt Nam, nhưng bản chất của nó là bất trung với tổ quốc qua những hiệp định, công hàm bán nước. Kế đến là bội tín, bội nghĩa với đồng bào qua việc giết chết rất nhiều người đã hy sinh xương máu bảo vệ sự vẹn toàn của lãnh thổ. Rồi phủ dập lên những người dân yêu nước, bảo vệ Công Lý, Nhân Quyền bằng những bản án lộng quyền, áp đặt như trong trường hợp của LM Nguyễn văn Lý, Nguyễn văn Đài, Lê thị Công Nhân, Duy Thức, Công Định... hay là những em học sinh như Nguyễn Phương Uyên và Đinh Nguyên Kha...

C. Đại bất nghĩa.

Ngoài xã hội, Hồ chí Minh đã bất nhân vô đạo với đồng bào trong cái chết của hàng trăm ngàn người, trong đó có cái chết "khổ nạn" mang tính trả ơn của cộng sản đối với bà Nguyễn thị Năm. Trong nhà thì HCM đã tán tận bất nghĩa trong cái chết của Nông thị Xuân, một thiếu nữ trẻ, mới 16 tuổi, được coi là vợ không cưới và đã đẻ con với Hồ! Hồ đã để cho Hoàn hiếp rồi giết Nông thị Xuân. Sau đó, quăng xác Xuân ra đường giả làm một tai nan xe cộ là hết chuyện. Không một tra xét. Xem ra, không thể tìm, kiếm được người thứ hai trên thế giới có trình độ bất nhân, bất nghĩa đến như thế!

D. Đại bất hiếu.

Việc trong nhà HCM nêu gương bằng cách suốt một đời không thắp cho cha mẹ đẻ một nén nhang, nói chi đến việc cúng bái theo đạo hiếu làm con. Với xã hội thì HCM cổ võ và khủng bố người dân học tập và thực hiện chữ "hiếu" bằng một từ đấu tố, *"để đến nỗi một người phụ nữ đứng tuổi hỏi bố: "ông có biết tôi là ai không" người cha già ngậm ngùi nhìn đứa con dứt ruột của mình để ra và nói "thưa bà, con là người để ra bà ạ"* (chứng từ của một Giám Mục trang 383).

Nghe thế, Hồ đứng chống nạnh, vuốt râu: *"Lôi cổ chúng ra đây"(XD).*

Với thứ luân lý, đạo đức tàn độc này được truyền rao và áp đặt vào xã hội Việt Nam, người ta không lạ gì để thấy, ngày nay dưới thời của cộng sản, những tội đại ác như con giết cha, vợ giết chồng, anh em giết nhau, hàng xóm làng giềng cho nhau một con dao mã tấu đến lút cán mà có khi gía trị của tranh chấp chỉ là một câu nói, một cái nhìn, hay bằng gía tiền của một con gà hay con vịt... được dịp trổ hoa theo gương của HCM. Và chuyện hàng năm có đến vài trăm ngàn trẻ thơ chưa mở mắt chào đời đã được nạo, hút, phá, bị giết chết từ trong bụng mẹ cũng không có gì là lạ. Thử hỏi xem, cái thứ đạo đức này có nên tồn tại hay không?

4. Vì niềm tin tôn giáo và bảo vệ sự sống con người.

Với tôi, tín ngưỡng là Niềm Tin trong tôn giáo. Tôn Giáo là một kho tàng của Niềm Tin và Hy Vọng hiện hữu giữa đời sống thực tại và đời sống Siêu Nhiên hay Thần Linh. Nơi đó, về phần vật chất, có những phương thức giúp con người thực hành để vượt thoát cái bản chất thấp hèn đầy thú tính, nhằm tiến tới và hoà nhập vào một chuỗi hay nền luân lý đạo đức tôn giáo, trong đó triết lý bảo vệ quyền sinh và quyền sống của con người rất được đề cao, ngõ hầu đem lại cho con người một cuộc sống yên vui trong gia đình, thái hòa, bớt tranh chấp, không gây ra tội ác, nghiệp chướng với đồng loại.

Như bên Công Giáo thì có mười điều răn, bên Phật Giáo thì có ngũ giới... Phần linh thiêng thì có những lễ nghi để thể hiện sự liên hệ mật thiết, tích cực giữa đời sống con người với đời sống của thần linh hay siêu nhiên. Những lễ nghi này nhằm nâng cao phẩm hạnh, đạo đức, gía trị trong đời sống con người, hơn là sự ràng buộc thế lý với nghi lễ, để tạo ra hình thức bó buộc. Như thế, điểm tựa của Tôn Giáo là Thần Linh, là Cao Cả tuyệt đối. Và đời sống của tôn giáo là Niềm Tin và Hy Vọng nhằm bảo vệ sự sống và đưa con người đến đời sống hoàn thiện để gặp gỡ Thần Linh.

Như thế, có thể nói rằng, đời sống của Tôn Giáo giữ vai trò cột sống của nhân loại. Tôn giáo luôn là những phương linh hữu hiệu làm đổi mới đời sống. Đổi từ những phương cách giáo hoá căn bản để con người có thể thoát ra khỏi cái tầm thường giả dối, vượt qua cuộc sống hoang dã đầy thù tính, để vươn lên, bước vào cấp sống nhân bản trong an bình tiến bộ. Đến những bước đi tâm linh, cao thượng để con người có khả năng ra đi tha thứ và bao dung, đem an vui cho mọi người.

Trong khi đó, Hố chí Minh với bạo lực khủng bố, lại đem vào và áp đặt lên trên đời sống người dân Việt Nam chủ thuyết Vô Gia Đình, vô Tôn Giáo và vô Tổ Quốc của CS, ngõ hầu đạp đổ nền tảng đạo lý trong gia đình (cái chết của Nông thị Xuân, giết mẹ, từ con là một chứng minh?), đến việc đập phá Đền, Miếu, Đình, Chùa, Nhà Thờ với chủ đích triệt hạ niềm tin lành thánh của các tôn giáo, để tự khơi nguồn ra một thứ " tôn giáo" mới, đặt cược niềm tin vào vật chất và cuộc đấu tranh bạo lực trong gian dối, để khuyến dụ thú tính hoang dã của con người nổi loạn, rồi bước vào cuộc tranh dành, chiếm đoạt quyền lợi cũng như những nguồn lực sản xuất của xã hội bằng dao búa và tội ác.

Sau cùng, đẩy người dân vào hệ thống kiểm soát của thời nô lệ, buộc họ phục vụ cho một giai cấp thống trị vô đạo. Ở đó, quyền sinh, quyền sống của con người không được bảo vệ, không được tôn trọng. Trái lại, nó tùy thuộc về tay đảng cộng với chủ trương Tam Vô.

Đã làm ra những việc bạo ngược bất nhân như thế, CS còn phỉ báng Tôn Giáo bằng cách đưa cái đầu lâu của HCM vào trong nhiều Đền, Miếu, Đình, Chùa. Đây là một phương cách bá đạo của cộng sản nhằm chiếm vị trí độc tôn cả ngoài đời lẫn trong đạo. Nên nhớ, HCM không phải là một tín đồ của tôn giáo, Y không phải là kẻ tu hành đắc đạo. Trái lại là một tội đồ của nhân loại. Như thế, pháp trường, máy chém là nơi dành cho Y chứ không phải là Đền, Miếu, Đình, Chùa hay nhà thờ. Cũng thế, Y tôn thờ Mác Lê. Khi chết, Y phải về với Mác, Lê. Lenin, Stalin đã bị lên án là đồ tể của nhân loại và các xe cần trục đã phải làm việc vất vả với các cái đầu của họ trên các công trường của Liên Sô cũ. Lẽ nào HCM lại có thể được xã hội Việt Nam cung nghinh?

Nếu cho rằng Y là một nhân vật lịch sử, có công trạng với đất nước ư? Nếu đúng, hãy làm cho Y một cái chòi, một cái nhà cầu hay một cái tượng đài riêng biệt, để cho ai muốn đến chiêm ngắm, trút bầu tâm sự thì đến. Tuyệt đối không được phép đưa Y vào Miếu, Đền, Đình, Chùa hay Nhà Thờ là nơi trang nghiêm, nơi thờ phượng của các tôn giáo. Nơi ấy không dành cho những kẻ vô luân như Y.

5. Tôi chống cộng vì lòng biết ơn.

Thật vậy, với Tổ Quốc là sự trân trọng biết ơn công lao của các bậc tiền nhân đã dựng nước và giữ nước. Biết ơn các bậc anh hùng dân tộc đã hy sinh vì đất nước để có một Việt Nam Độc Lập từ ngàn xưa, dù phải đối diện với bao nguy biến vẫn còn truyền đến hôm nay. Là biết ơn Tổ Quốc vì tôi có cái may mắn được sinh ra và mang trên người dòng máu Việt Nam. Là xin đa tạ một giang sơn gấm vóc đã cưu mang, cho tôi hơi thở và nuôi tôi lớn lên làm người Việt Nam.

Với Đồng Bào là ân nghĩa sâu sắc. Là sự tri ân một nền văn hóa, đạo lý nhân bản cao thượng Nhân, Lễ, Nghĩa, Tín, Trung, là cội nguồn của giống nòi, đã dạy cho tôi về lòng yêu nước, và đùm bọc lấy nhau trong nghĩa đồng bào. Cách riêng, là lòng biết ơn chiến sỹ đồng bào đã đổ máu xương để bảo vệ sự Độc Lập và Tự Do của dân tộc. Là lòng tri ơn những người đã nằm xuống trong chốn lao tù cộng sản vì màu cờ sắc áo của quê hương. Là lòng biết ơn những người trẻ hôm nay vẫn miệt mài tranh đấu cho một Việt Nam Nhân Bản trong Độc Lập, Tự Do, Dân Chủ, Công Lý và Nhân Quyền mai sau.

Với Tôn Giáo và gia đình: Là xin đa tạ những Cao Cả, Linh Thiêng, Lành Thánh trong tôn giáo. Là nơi tựa vững chắc đã cho tôi Niềm Tin, Hy Vọng, là Sức Sống và Sự Sáng chứa chan hồng phúc để tôi bước đi tìm Nguồn Sống cho cuộc sống. Là nơi đã cưu mang dưỡng dục tôi. Đã cho tôi một lương tâm ngay thẳng, trong sáng giữa muôn trùng gian trá và cám dỗ. Đã chỉ cho tôi cách sống trong tinh thần yêu thương, mở rộng lòng bác ái và bao dung, tha thứ. Đã dạy cho tôi biết phân biệt thiện ác. Biết làm điều lành và tránh xa những gian dối, là cội rễ đem đến cho xã hội, không phải chỉ nơi tôi sống, nhưng là mọi nơi được bình an, hạnh phúc không thù oán.

Bằng những lý do ấy, tôi không chống cộng như một lớp thời trang diêm dúa. Tôi không chống cộng theo kiểu ngôn ngữ trí thức hở hang. Tôi không chống cộng bằng một qúa khứ đau thương có nhiều thù hận. Trái lại, Tôi chống cộng bằng máu chảy về tim của dân tộc. Tôi chống cộng bằng sức sống hào hùng của tiền nhân. Tôi chống cộng vì sự sống tương lai của đất nước.

Hơn thế, Tôi không chống cộng cho tôi. Bởi lẽ, một cá nhân, dù là trí thức hay dân thường cũng chỉ là cái vỏ trấu bọc bên ngoài hạt gạo (hạt gạo ở đây cũng có thể được coi là tập thể dân tộc). Khi nó tự, hay bị tách rời ra khỏi hạt gạo có mầm sinh, là sức sống, thành lương thực nuôi sống con người, cái vỏ trấu ấy thành vô dụng. Có lẽ chẳng ai muốn trở thành cái vỏ trấu vô dụng trong hướng đi của dân tộc mình?

Theo đó, việc chống cộng cũng sẽ không có ngoại lệ cho ai. Hơn thế, nó cũng chưa thể chấm dứt khi chúng ta đã đào thải, loại trừ được cái chế độ và cơ cấu của nó ra khỏi đất nước. Trái lại, sẽ còn phải tiếp tục cho đến khi nào loại bỏ được hoàn toàn những tàn tích, ảnh hưởng của CS ra khỏi mọi sinh hoạt từ văn hóa đến đời sống thường nhật của xã hội thì nhiệm vụ ấy mới khả dĩ gọi là chấm dứt. Bởi lẽ:

- Hướng đi của Dân Tộc Việt Nam là vĩnh viễn xây dựng một đất nước Độc Lập, Tự Do, Dân Chủ, trong hòa bình, thịnh trị và phú cường. Không chủ trương bạo động với các dân tộc khác.

- Sức Sống của dân tộc Việt Nam là một nền văn hóa bao dung và nhân bản, đặt nền tảng trên Trung, Hiếu, Nhân, Lễ, Nghĩa, Trí, Tín. Để từ đó đồng bào Việt Nam được sống viên mãn trong một nền Công Lý, Thịnh Trị,

Nhân Ái, Bao Dung. Để quyền sinh, quyền sống và nhân phẩm của con người được bình đẳng và tôn trọng. Để từ đó, mọi dòng máu lại cùng chảy về tim của Dân Tộc.

- Như thế, người Việt Nam không chỉ chống cộng, hay triệt hạ cộng sản bằng ý thức của dân tộc. Nhưng chính vì dòng máu của dân tộc còn luân chuyển trong lòng người Việt Nam.

Bảo Giang.
20-5-2012.

Đường chúng ta đi

Nếu Việt Nam không rời bỏ chế độ Cộng sản, nơi đó không thể thoát ách nô lệ Trung cộng!

Những lúc gần đây, dường như có một điều gì đó đánh động. Ở trong nước nhiều người to nhỏ bên nhau, ở hải ngoại báo chí bùng lên vấn đề chống cộng, chống Tàu. Đoạn kết của những câu chuyện này có một câu hỏi được đặt ra là: Đường Đại Nghĩa là gì? Được thể hiện ra sao?

Liệu chúng ta có nên ghé vai vào việc trợ giúp Việt cộng (CS/VN) chống Tàu? Hay chúng ta tiếp tục bước đi theo hướng đã định: Tiêu diệt tập đoàn Việt cộng bán nước trước, rồi tính chuyện đánh Tàu vẫn chưa muộn! Tại sao phải làm như thế nhỉ?

- Câu trả lời xem ra là khá đơn giản: Không có kẻ dắt mối, nhà thổ sẽ vắng khách. Không có Hồ chí Minh, Tàu cộng không thể xâm nhập Việt Nam. Không có Lê chiêu Thống dẫn đường, Sầm nghi Đống có lẽ đã không phải chết treo cổ ở gò Đống Đa! Bài học xưa và nay không có gì khác biệt. Trang sử cũ rồi lại mới. Không có gì là thay đổi.

1. Tàu xưa và nay.

A. Dã tâm: Nếu chỉ nói đến dã tâm thì từ ngàn năm trước, họ đã có cái dã tâm ấy. Và cho đến ngàn năm sau này, nó vẫn còn. Tệ hơn, nó không chỉ là dã tâm, nhưng trong mọi thời, mọi hoàn cảnh, nó luôn tìm cớ này, hay cách khác để đưa quân qua Việt Nam với mưu đồ nuốt gọn đất nước này vào trong bụng chúng. Và nay, thời cơ như chín mùi với kẻ dắt mối tên Hồ chí Minh.

Về bản thân, Y thực chất có thể có lý lịch là một tên Tàu Hẹ, nhưng được che dấu dưới cái tên là Nguyễn tất Thành người nước Việt. Tuy nhiên, dù Y có cái lý lịch thế nào đi chăng nữa, Tàu cộng cũng không để cho dịp may trôi qua. Bởi lẽ, Tàu chỉ muốn nhân cơ hội có tên đầy tớ dẫn đường là có lý đo để chiếm đóng trên phần đất Việt Nam. Hoặc giả, nhờ cánh tay của HCM, Tàu sẽ đặt Việt Nam vào chuyện đã rồi như Crimea trong bàn cờ thế giới. Khi đó người Việt Nam có tỉnh ngủ thì cũng là qúa muộn!

B. Thực hiện kế sách.

Đây là bước đi truyền đời của họ. Trước kia là Mã Viện, Liễu Thăng, Ô mã Nhi, rồi Thoát Hoan… đưa quân đến Bạch Đằng, Chi Lăng, Đống Đa… đều do những con rối Trần ích Tắc, Lê chiêu Thống dẫn đường. Ngày nay, cũng không có ngoại lệ. Qua con cờ bại hoại Hồ chí Minh và tập đoàn CS, chúng cũng sẽ tràn sang Việt Nam bằng những ngã đường ấy. Tuy cùng một kế sách, nhưng xem ra chúng đã thành công hơn xưa nhiều. Bởi vì, với con cờ HCM trong cuộc chiến bắc nam,   chúng đã thiết lập được tại đây một hệ thống tay sai có bản lãnh mang tên đảng CS/VN.

Đã thế, ngay sau cuộc khởi đầu gọn ghẽ với Hồ chí Minh là Phạm văn Đồng, nổi phềnh lên trên mặt nước với tờ giấy ký giao đất, chuyển đảo cho TC từ năm 1958. Từ bản văn bán nước này, nó mở ra nhịp cầu đưa rước Trung cộng đến Trường Sa, Hoàng Sa rồi bước vào nội địa Việt Nam một cách dễ dàng.

Chuyện cũ chưa nguôi lại đến bày đoàn mang tên Lê Duẩn với chủ trương: *"đánh Mỹ là đánh cho Trung quốc, Liên Sô".* Hay Đặng xuân Khu với sách lược bỏ chữ quốc Ngữ mà học lấy chữ Tàu. Từ đó, đến những kẻ buôn dân bán nước hôm nay như Đỗ Mười, Nguyễn văn Linh, Lê Khả Phiêu, Nông đức Mạnh, Phan văn Khải, Nguyễn mạnh Cầm... rồi bọn sâu dân, mọt nước Trọng, Sang, Dũng, Hùng và những kẻ tiếp nối là nhà Việt Nam trắng tay.

Từ trước, tất cả những kẻ này đều chung một lòng, người nâng khăn, kẻ cởi áo trải xuống đường cầu khẩn để Tàu thu về Trung quốc không những chỉ là Nam Quan, Bản Giốc, Lão Sơn, Tục Lãm... mà ngay cả phần trọng yếu trong nội địa như Bauxit Cao Nguyên, rừng đầu nguồn, rồi đến những cơ sở kỹ nghệ như Formosa, nhà máy điện, cầu đường. Thậm chí đến từng khu phố, xóm chợ, quán ăn, khách sạn dần nằm trong tay quan thầy Trung cộng.

Từ đó, cửa đã mở, Việt cộng không thể nào dừng được những bước chân hoang của đạo quân xâm lăng từ Trung cộng nhập địa Việt Nam ngày một nhiều thêm. Khi cửa mở, TC kéo nhau sang VN dưới nhiều hình thức khác như thương buôn, du lịch. Sau đó, chuyển những chuyên viên quân đội trá hình vào trong các cơ sở dưới quyền diều hành của chúng từ Bắc chí Nam. Kết quả, đến nay trên đất Việt từ thôn quê đến thành thị. Từ cao nguyên xuống đồng bằng, từ rừng sâu xuống thung lũng, sông ngòi, biển cả, không một nơi nào thiếu dấu chân quan cán của thời Tống Hán. Về con số phải kể là hàng triệu nhân mạng.

Đã thế, từ những dấu chân tạm cư, du lịch này, bước đường ngày càng được chúng nới rộng ra. Trước hết, biến những bước tạm dung thành cơ sở bền vững lâu dài, nếu như không muốn nói là vĩnh viễn. Sau là, hoán đổi vị thế chủ thành khách và khách thành chủ. Trước cuộc biến hoá của những bước chân này, người dân Việt Nam trơ mắt, nóng mặt, gào thét trong uất nghẹn.

Trong khi đó, tập đoàn CS Hồ chí Minh từ nhớn đến nhỏ đều thỏa lòng mát dạ. Kẻ vì miếng ăn, bổng lộc. Kẻ vì quyền hành, địa vị nên đều thay đổi nhau hầu hạ kẻ lấn đất chiếm biển của Ta. Với cuộc lấn chiếm này, nếu hôm nay Việt Nam chưa bị Tàu cộng cương tỏa như Tân Cương, Tây Tạng thì phải nói là còn may đấy. May không phải vì chúng lo ngại bọn đầy tớ Hồ chí Minh phản trắc, nhưng vì chúng rất e ngại tinh thần của con cháu Quang Trung, Ngô Quyền, Lê Lợi, Trần hưng Đạo... nên chưa dám vọng động.

Tuy nhiên, với kế tằm ăn dâu và chuyện Việt Nam vẫn nằm dưới vòng tay của Việt cộng thì việc quê hương này không rơi vào vòng kiềm tỏa của Trung cộng quả là chuyện không tưởng. Về thời gian để nó có thể hoàn tất cuộc áp đặt thì rõ ràng là không ai dám khẳng định là bao lâu nữa. Tuy nhiên, nhiều phần là tuỳ thuộc vào việc chúng tự đong, tự đo, tự đếm tinh thần và phản ứng của người Việt Nam hôm nay ra sao trước những kế hoạch lấn chiếm của chúng mà thôi. Theo đó, thời gian bị sát nhập còn dài hay ngắn, hoặc sẽ không bao giờ xảy ra là hoàn toàn tùy thuộc vào quyết định của chúng ta, của con dân Việt Nam. Nó không nằm trong sự xếp đặt của tập đoàn bán nước Hồ chí Minh.

C. Chống Tàu và ngọn cờ Độc Lập của Tổ Quốc Việt Nam.

Rõ ràng, một điểm then chốt quan trọng hàng đầu mà chúng ta phải nhắc nhở nhau rằng: TC sẽ không ngồi yên để tay sai của nó bị lật đổ, bị tiêu diệt! Bởi lẽ, khi Việt Nam có chính quyền dân chủ, hết Việt cộng thì tự nó đã phá vỡ kế hoạch xâm lược Việt Nam của Tàu cộng. Nên lẽ đương nhiên, chúng phải bảo vệ tập thể này bằng mọi giá.

Theo đó, **Đường Chúng Ta Đi** hôm nay sẽ là việc đặt Việt cộng vào một trong hai thế đứng: Quy thuận quốc dân Việt Nam, hay tiếp tục làm kẻ tay sai bán nước cho ngoại bang?

Với chủ trương này, chúng ta đã chính thức xác nhận công khai minh bạch hướng đi của Quốc Dân Việt Nam. Đó là hướng đi vì Tự Do, vì Độc Lập của Dân Tộc và vì Công Lý cho toàn dân. Từ đó, bất cứ thành phần nào chống chọi hay phản trắc với hướng đi này đều không thuộc về tập thể Quốc Gia Việt Nam. Điều này cũng có nghĩa, chúng ta không muốn loại trừ bất cứ một phần từ nào của Tổ Quốc ra ngoài, nhưng việc chọn lựa phong cách phản trắc dân tộc Việt Nam của tập đoàn cộng sản HCM là không thể bao dung, không thể được chấp thuận.

Với hướng đi này, có người hỏi rằng: Giả sử Việt cộng đổi chiều và chống Tàu cộng thì người dân Việt có nên theo Việt cộng không?

- Câu trả lời dứt khoát và rõ ràng là không? Không bao giờ. Không bao giờ người Việt Nam rời bỏ con đường bảo vệ Tổ Quốc của mình để đi theo tập đoàn CS bán nước HCM. Chúng ta nói không vì nhiều nguyên do.

Trước hết, từ bài học của lịch sử vào năm 1945 đến nay, không một người Việt Nam nào không biết Việt cộng là một bọn tráo trở bất lương truyền đời. Từ đó, người Việt Nam từ Bắc vào Nam, từ trong nội địa ra hải ngoại, không một ai không nằm lòng câu nói của TT Thiệu, ở miền nam. Nó như kim chỉ nam cho hành trình của người Việt Nam vì Tổ Quốc hôm nay: *"Đừng nghe những vì Việt cộng nói. Nhưng hãy nhìn kỹ những gì chúng làm."*. Chỉ đơn giản là thế, nhưng nó lại là hành trang ngàn đời cho người Việt Nam đi xây dựng quê hương của mình. Bởi, không một tên Việt cộng nào mà không biết dối trá.

Khi nói thế, không có nghĩa là chúng ta loại bỏ phần tử cộng sản ra khỏi chương trình Cứu Quốc. Trái lại, chúng ta sẵn sàng đón nhận mọi hy sinh, mọi đóng góp của mọi người. Bất cứ ai muốn về với Quốc Gia thì phải biết tự triệt tiêu hệ cộng sản, gột bỏ óc nô lệ cho Tàu cộng ngay từ trong bản thân của họ trước đã, sau đó mới nói đến việc cùng đồng hành với Tổ Quốc và dân tộc Việt Nam. Điều ấy cũng xác định rằng, vì Tổ Quốc, vì cuộc tồn sinh của giống nói, chúng ta sẵn sàng chấp nhận nhau như là một cánh tay, một bàn chân trong tập thể Việt Nam để xây dựng lại đất nước. Chúng ta tuyệt đối không loại trừ một ai ra khỏi khối Dân Tộc Việt Nam.

Tuy nhiên, khi nói đến chữ không loại trừ ai. Chúng ta phải xác định chữ và nghĩa ngay từ đầu là: Dù có chung nhau trong cuộc chống Tàu, Việt cộng chỉ có thể theo dân ta mà thôi, không bao giờ người Việt Nam sẽ đi theo Việt cộng chống Tàu. Bởi lẽ, cái chống của chúng chỉ là cái bình phong để chúng rọ cổ dân ta dễ hơn theo sách lược của Hồ chí Minh mà thôi. Nó không hề có bất cứ một ý nghĩa nào khác. Do đó, người Việt Nam phải cùng tự dứt khoát với nhau rằng. Chuyện Việt cộng chống Tàu thì không bao giờ có. Nó chỉ là một tiếng kêu hoang để lừa đời, dối gạt người dân ta mà thôi. Đảo Gạc Ma là một điển hình.

Khi chúng ta có một hướng đi rõ ràng như thế, việc tiếp nhận những đơn vị Việt cộng hay những cá nhân trong các tầng lớp này trở về với quốc dân đồng bào sẽ là lẽ đương nhiên. Từ đây sẽ tạo cho thế đứng của quốc dân mạnh mẽ hơn, và sẽ không cho những kẻ chưa trở về với Tổ Quốc Việt Nam cơ hội phá hoại công cuộc cứu nước của chúng ta. Như thế, điều nên nhớ ngay từ đầu là: Việc tiếp nhận sẽ là một việc rất hệ trọng, không thể bị coi thường để chúng ta trở thành lá cờ chạy việc cho Việt cộng trong mưu toan bán nước của chúng. (dĩ nhiên, câu chuyện này không nằm trong trường hợp Việt cộng tự tuyên bố giải tán đảng cộng sản, cũng như giải thể chế độ CHXHCN và trả công quyền lại cho dân.)

D. Tại sao Ta phải dứt khoát với kẻ phản bội tổ quốc?

Đơn giản đó là đường của Tổ quốc mà tiền nhân ta đã đi. Muốn giữ lấy non sông, chúng ta không có một chọn lựa nào khác. Sử đã ghi rằng, vì có những kẻ bán nước cầu vinh như Lê chiêu Thống, Trần ích Tắc nên giặc Hán mới có cơ hội tràn sang, trong mưu đồ chiếm đóng nước ta. Và chi sau khi kèn Đống Đa và trống Ngọc Hồi rền vang trời đất, cái vòi của con bạch tuộc mới bị chặt cụt.

Tuy nhiên, kẻ phản bội tổ quốc thì thời nào cũng có. Bằng chứng, chỉ hơn một trăm năm sau, cái tên Hồ chí Minh người thì bảo là Hồ Quang, gốc Tàu Hẹ, kẻ thì cho là Nguyễn tất Thành, ở Kim Liên, xứ Nghệ, dưới lớp áo Cộng sản theo chủ nghĩa vô gia đình, vô tổ quốc, Vô tôn giáo, đã trở thành một cái cầu vững chắc đưa đón hàng hàng lớp lớp tập đoàn Tàu ô vào chiếm đóng trên đất Việt của chúng ta.

Đến nay, sau gần 70 năm CS nắm được quyền bính, xem ra không còn một nơi chốn nào, một cơ quan nào của nhà nước mà không có người gốc Hẹ, hay Tàu lãnh đạo! Tệ hơn thế, từ cái bản văn Thành Đô chúng ký từ năm 1999, xem ra nhà Việt Nam chỉ còn lại cái dáng đứng của riêng mình trong vài thập niên nữa là kết thúc số phận từ con số sau 2020! Đứng trước một khúc quanh nghiệt ngã sẽ đến với dân tộc Việt Nam, hỏi bạn xem, chúng ta phải làm gì đây?

- Cúi mình theo Hồ chí Minh thờ Tàu để được làm nô lệ?

- Hay tất cả cùng đứng dậy theo cha ông ta, diệt Hồ cứu nước?

Bạn có câu trả lời chưa? Ở đây, tôi xin được nhắc là từ ngàn năm trước, cha ông ta đã chỉ dạy chúng ta bài học, hành sử theo luân lý của Tổ Quốc là sẵn sàng chém kẻ phản quốc, trước khi ra đao diệt kẻ xâm lăng! Và đây chính là bài học thực tế cha ông ta đã thi hành để cứu lấy và xây dựng nên cơ đồ của Việt Nam. Như thế, trước khi anh, tôi, bằng hữu, cũng như con cháu Việt Nam qủa quyết lên đường, thiết tưởng tự chúng ta cũng nên trả lời cho rành mạch câu hỏi trên đã, rồi hãy đi.

Kế đến, khi trả lời, chúng ta cũng phải sẵn sàng chấp nhận một điều mà không một ai muốn. Đó là chiến tranh. Quả là một khó khăn, phải không? Tuy thế, ngoài cách chọn lựa này chúng ta không còn một chọn lựa nào khác. Bởi vì Hoà Bình, Độc Lập, Tự Do, Công Lý cho đất nước cho một dân tộc không thể là sự quỳ lạy, xin kẻ khác ban cho. Nhưng phải là sự mãnh liệt, cương quyết đòi lại từ toàn dân mà có.

Đúng như thế, bạn hãy tự hỏi chính mình một lần nữa xem thế nào. Bạn có dám đứng dậy mà đi cùng với toàn dân Việt Nam trong mục địch diệt Hồ cứu nước, xây dựng lại một Việt Nam quang vinh theo gương của tiền nhân ta hay không?

Bạn hãy trả lời đi. Câu trả lời của bạn chính là dòng Lịch Sử sẽ viết trên mảnh đất này trong ngày mai đấy.

(còn tiếp)

...

Bảo Giang.
31-3-2001

MỤC LỤC

CÙNG MỘT TÁC GIẢ:

■Đã xuất bản:

- Tình Nước 1, 2, 3 .

- Tôi chọn chiến tranh

- Đêm chờ sáng

- Lá đổi mùa

- Nhị Kiều nước Nam

- Đồng cạn

- Chôn Nó đi

■Sẽ đến với bạn đọc:

- Tình Nước 4, 5.

- Chuyện cờ đỏ.

- Thiếu tá Hồ chí Minh.

- Tiếng hót nửa vời

- .....

NHÂN ẢNH
2023

Liên lạc Nhà xuất bản
Nhân Ảnh
E.mail: han.le3359@gmail.com
(408) 722-5626

www.ingramcontent.com/pod-product-compliance
Lightning Source LLC
Chambersburg PA
CBHW031930110726
47902CB00001B/117